AF762638

THƠ CHỮ HÁN NGUYỄN DU

ĐINH VĂN TUẤN

Dịch thơ Lục bát

清軒詩集
南中雜吟
北行雜錄

Nhân Ảnh 2024

Thơ Chữ Hán Nguyễn Du
Đinh Văn Tuấn
Bìa & Dàn trang: Đinh Văn Tuấn
Nhà xuất bản Nhân Ảnh
ISBN: 9798869209870

LỜI NÓI ĐẦU

Đại thi hào Nguyễn Du 阮攸 (1766–1820) từng nổi tiếng khắp trong và ngoài nước Việt Nam với kiệt tác Truyện Kiều viết bằng chữ Nôm theo thể thơ Lục bát, ngoài ra Nguyễn Du còn để lại 250 bài thơ viết bằng chữ Hán rất tài hoa, ý tứ sâu sắc và giàu cảm xúc, đầy tâm sự. Đó là ba tập thơ, *Thanh Hiên thi tập* 清軒詩集, *Nam trung tạp ngâm* 南中雜吟, *Bắc hành tạp lục* 北行雜錄, được Tố Như 素如 sáng tác từ khoảng những năm 1786 đến 1814. Từ trước đến nay, nhiều bậc Hán học uyên thâm và các nhà thơ đã phiên dịch ra tiếng Việt theo nhiều thể thơ truyền thống như Đường Luật, Song thất lục bát, Lục bát…Nhìn chung, mỗi nhà một vẻ, có nhiều bài sát ý, hay nhưng cũng có nhiều bài chưa đạt lắm. Điều cần nhấn mạnh là, cổ nhân khi làm thơ chữ Hán đã sử dụng tiếng Hán theo từ, âm Hán - Việt rất súc tích, âm hưởng khác biệt so với tiếng Việt nên rất khó khăn khi phải chuyển dịch qua tiếng Việt, rồi còn phải tuân theo số chữ, số câu nghiêm ngặt của những thể thơ Hán để dịch sang theo cùng thể thơ Hán hay thơ Việt. Cho nên rất nhiều bài thơ dịch đã bộc lộ những hạn chế về từ ngữ, vần điệu và âm hưởng nên dẫn đến tình trạng "Được *chất thơ* xa *nghĩa lý*" và "Được *nghĩa lý* xa *chất thơ*" khiến cho những bài thơ dịch trở nên khá xa lạ, gây thiếu hứng thú, cảm nhận đối với đa số giới trẻ hiện đại, nhất là các em học sinh, sinh viên trong việc tiếp thụ, cảm nhận và học tập thi ca cổ điển viết bằng chữ Hán nói chung và nói riêng là thơ chữ Hán của Nguyễn Du.

Chúng tôi tự biết mình tri thức hạn hẹp, tài nghệ vụng về nhưng do lòng yêu mến thơ ca của Tố Như cũng như thể thơ Lục bát truyền thống nên cũng mong mỏi, gắng sức góp phần vào công việc dịch thuật thơ Hán sang thơ Việt đầy khó khăn, phức tạp để gửi đến độc giả những bài thơ đã được dịch sang thể thơ Lục bát từ thơ chữ Hán của Nguyễn Du. Lục bát tuy là một thể thơ xưa nhưng vẫn còn hợp thời đại, nhiều nhà thơ hiện đại vẫn còn sử dụng. Qua đó độc giả có thể cảm nhận và thông hiểu những tâm sự, tư tưởng và ước muốn, xúc cảm của cổ nhân trước cuộc đời, nhân tình thế thái, trước những biến động lớn đầy thăng trầm, đổi thay của các triều đại xưa.

Để dịch thuật những bài thơ chữ Hán của Nguyễn Du sang thể Lục bát trong tập thơ *"Thơ chữ Hán Nguyễn Du"* này, chúng tôi đã thừa hưởng phần lớn vào những công trình công phu và giá trị của các học giả, dịch giả tiền bối. Phần nguyên văn chữ Hán (cùng khảo dị) và phần dịch nghĩa, chú thích[1], khảo dị chủ yếu tuyển chọn, tổng hợp dựa theo *Thơ chữ Hán Nguyễn Du* của Bùi Kỷ - Phan Võ – Nguyễn Khắc Hanh, Nxb Văn Hóa – 1959; *Thơ chữ Hán Nguyễn Du* của Lê Thước - Trương Chính, Nxb Văn Học – 1965; *Thơ chữ Hán Nguyễn Du* của Đào Duy Anh, Nxb Văn Học – 1988; *Nguyễn Du - Tác phẩm và lịch sử văn bản* của Nguyễn Thạch Giang - Trương Chính, Nxb Tp

[1] Tuy nhiên có một số chú thích cũng như về chữ Hán trong một vài bài thơ đã được chúng tôi đọc hiểu theo ý riêng.

HCM – 2000; *Nguyễn Du toàn tập* (Tập 2) của Mai Quốc Liên, Vũ Tuân Sán, Nxb Văn Học - 2015 và tham khảo thêm *Tố Như thi trích dịch* của Quách Tấn An Tiêm xuất bản - 1973. Theo truyền thống, thường nguyên văn chữ Hán hay kèm theo phần phiên âm Hán Việt, song theo chủ ý của chúng tôi, như vậy là không cần thiết đối đa số độc giả hiện nay không quen với chữ Hán và cũng tốn kém giấy mực, công đoạn khi in. Vả lại, độc giả biết chữ Hán có thể đọc thẳng nguyên văn chữ Hán trong sách rồi nên chúng tôi quyết định không đưa phần phiên âm vào nhưng *chỉ phiên âm Hán Việt những đầu đề bài thơ* cho độc giả tiện việc theo dõi, tim kiếm.

Xin mời các bạn thả hồn vào cõi thơ Lục bát của Việt Nam như một chiếc cầu gắn kết để thưởng thức và rung cảm một nguồn thơ lai láng, u uẩn, trữ tình và chất chứa ưu tư, sầu muộn của một tâm hồn thi ca bậc nhất Việt Nam đã được cắm rễ sâu vào trong cõi thơ Đường luật Hán Việt cổ kính, tinh mật suốt hơn 200 năm qua. Những bài thơ dịch của chúng tôi chỉ như là một cánh cửa cảm thông và chia sẻ nhằm giúp bạn đọc có thể tự cảm thụ, chạm gần đến tâm hồn, tư tưởng của Nguyễn Du mà thôi.

Tất nhiên, do chủ quan và tài trí hạn chế nên chắc rằng bản dịch này của chúng tôi dù đã cố gắng theo sát nguyên ý, thi tứ của Nguyễn Du nhưng vẫn sẽ không tránh khỏi những sai sót, yếu kém nên rất mong bạn đọc thông cảm, lượng thứ và góp ý, chỉ giáo.

Biên Hòa, ngày 14 tháng 10 năm 2023

Dịch giả

Đinh Văn Tuấn

清軒詩集

THANH HIÊN THI TẬP

琼海元宵

元夜空庭月滿天
依依不改舊嬋娟
一天春興誰家落
萬里琼州此夜圓
鴻嶺無家兄弟散
白頭多恨歲時遷
窮途憐汝遙相見
海角天涯三十年

1. Quỳnh Hải Nguyên Tiêu

Dịch nghĩa: Đêm Nguyên Tiêu[1] ở Quỳnh Hải[2]

Đêm Nguyên Tiêu, sân vắng, trăng sáng đầy trời. Vẻ đẹp tuyệt vời của trăng, vẫn như xưa, không thay đổi. Một trời xuân hứng rơi vào nhà ai. Đêm nay, trăng tròn ở Quỳnh Châu xa ngoài muôn dặm. Ở Hồng Lĩnh[3] không còn nhà, anh em tan tác[4]. Đầu đã bạc, nhiều mối hận vì năm tháng đổi thay. Cảm động thay, lúc cùng đường, vẫn được trăng từ xa đến thăm. Đã ba mươi tuổi rồi vẫn ở nơi chân trời góc biển.

---

[1] *Nguyên tiêu*: đêm rằm tháng Giêng, Tết Nguyên tiêu có hội Hoa đăng (treo đèn chơi đêm).

[2] *Quỳnh Hải*: còn gọi là Quỳnh Châu, chỉ huyện Quỳnh Côi, tỉnh Thái Bình, quê vợ của Nguyễn Du. Từ năm 1786, Nguyễn Du lánh nạn Tây Sơn tại nhà anh vợ là Đoàn Nguyễn Tuấn.

[3] *Hồng Lĩnh*: núi Hồng ở Nghệ Tĩnh, cách làng Tiên Điền không xa.

[4] Thân phụ Nguyễn Du là Nguyễn Nghiễm đỗ Tiến sĩ, làm quan đến Xuân Quận công, có 8 vợ và 21 con. Con cả là Nguyễn Khản làm đến Tham tụng thời Chúa Trịnh, kế là Nguyễn Điều làm Đốc trấn Sơn Tây. Người anh cùng mẹ là Nguyễn Nễ làm quan cho Tây Sơn. Người anh khác mẹ là Nguyễn Quýnh âm mưu kết nghĩa chống lại nhà Tây Sơn vào năm 1791, bị bắt không chịu phục, nên bị giết. Dinh cơ, từ đường của họ Nguyễn ở Tiên Điền, Hà Tĩnh đều bị Tây Sơn phá huỷ. Anh em Nguyễn Du chạy lánh nạn, tan tác mỗi người mỗi nơi.

Dịch thơ

Đêm Nguyên Tiêu ở Quỳnh Hải

Nguyên Tiêu trăng sáng đầy trời
Sân nhà trống vắng bóng người đêm nay
Như xưa trăng đẹp đắm say
Vẫn chưa từng đã đổi thay bao giờ
Một trời xuân hứng bao la
Mơ màng lạc xuống vào nhà ai đây
Quỳnh Châu muôn dặm đêm nay
Trăng tròn bao thuở còn đây tuyệt vời
Không nhà Hồng Lĩnh ngậm ngùi
Anh em ly tán xa vời nhớ thương
Bạc đầu sầu hận mênh mang
Tháng năm biến đổi ngỡ ngàng chóng qua
Đường cùng khốn đốn thân ta
Trăng về cảm động thiết tha với mình
Chân trời góc bể lênh đênh
Đã ba mươi tuổi bóng hình cô liêu

春日偶興

患氣經時戶不開
逡巡寒暑故相催
他鄉人與去年別
琼海春從何處來
南浦傷心看綠草
東皇生意漏寒梅
鄰翁奔走村前廟
斗酒雙柑醉不回

2. Xuân nhật ngẫu hứng

Dịch nghĩa: Ngẫu hứng ngày xuân

Bấy lâu khí trời xấu, không mở cửa. Quanh quẩn hết mùa rét lại đến mùa nóng. Chốn tha hương, người cùng năm trước từ biệt. Xuân từ đâu đến Quỳnh Hải[1]. Nhìn bãi cỏ xanh bên bến Nam mà đau lòng. Chúa Xuân để lộ sinh ý trên đóa mai lạnh. Ông già hàng xóm loanh quanh ở miếu đầu thôn. Uống hết ve rượu và ăn hai quả cam, say chưa về.

---

[1] Xem chú số 2, Bài 1.

Dịch thơ

Ngẫu hứng ngày xuân

Cài then chặn khí tai ương
Lần hồi nóng lạnh quen đường đẩy đưa
Tha hương lữ khách, tạ từ
Mà nay xa cách hồn xưa năm nào
Xuân sang Quỳnh Hải, từ đâu
Bến Nam xanh cỏ nhìn đau quặn lòng
Hoa mai se lạnh ngại ngùng
Chúa Xuân tình ý tỏ lòng còn e
Kìa ai lối xóm bước đi
Vội vàng, cổ miếu lối về trước thôn
Mát lòng hai quả cam ngon
Say sưa cạn chén còn không muốn về

自嘆

一

生未成名身已衰
蕭蕭白髮暮風吹
性成鶴脛何容斷
命等鴻毛不自知
天地與人屯骨相
春秋還汝老鬚眉
斷蓬一片西風急
畢竟飄零何處歸

3. Tự thán I

Dịch nghĩa: Tự thán[1] I

Sống chưa làm nên danh vọng gì, người đã suy yếu. Tóc bạc bơ phờ bay trước gió chiều. Chân hạc[2] dài là tự tính trời, cắt ngắn sao được. Tính mệnh nhẹ như lông hồng mà không tự biết. Trời đất phú cho cái cốt tướng gian truân. Tuổi tác lại bù cho bộ mày râu bạc trắng. Ngọn cỏ bồng lìa gốc, trước luồng gió tây thổi mạnh. Không biết cuối cùng sẽ bay đến nơi đâu.

Dịch thơ

Tự thán

I

Vô danh đeo đẳng một đời
Tấm thân tàn tạ rã rời bấy lâu

---

[1] Tự than mình, than thân. Chúng tôi để nguyên văn.

[2] Ý nói không thể làm trái tánh tự nhiên. *Trang Tử*, thiên *Biền mẫu*: "鳧脛雖短, 續之則憂, 鶴脛雖長, 斷之則悲" (Chân loài hạc dù ngắn, nối thêm thì nó lo, chân hạc dù dài, chặt bớt thì nó xót).

Gió chiều hiu hắt từ đâu
Phất phơ tóc trắng bạc đầu tả tơi
Đôi chân hạc, tính tự trời
Làm sao có thể cắt rời mà mong
Mệnh trời nhẹ tựa lông hồng
Mà sao chưa tỉnh, ruổi rong vô bờ
Trời trao đất tặng bao giờ
Tướng người khổ lụy, bơ phờ gian truân
Xuân thu đắp đổi xoay vần,
Mày râu bạc trắng, cõi trần thê lương
Cỏ bồng một ngọn đứt ngang
Gió tây vùi dập phũ phàng như không
Về đâu một kiếp phiêu bồng
Lạc loài phơ phất tận cùng về đâu

二

三十行庚六尺身
聰明穿鑿損天真
本無文字能憎命
何事乾坤錯妒人
書劍無成生計促
春秋代序白頭新
何能落髮歸林去
臥聽松風響半雲

4. II

Dịch nghĩa: II

Tấm thân sáu thước[1], đã ba mươi tuổi rồi. Vì thông minh làm xuyên tạc, hại đến tính trời. Vốn chẳng có văn chương nào ghét số mệnh. Làm sao trời đất lại ghen lầm người. Nghề văn nghề võ đều không thành, sinh kế quẫn bách. Hết xuân lại thu, đầu bạc thêm. Ước gì có thể gọt tóc vào rừng ở. Nằm nghe tiếng thông reo lưng chừng mây.

Dịch thơ

II

Thân ba mươi tuổi nhỏ nhoi
Thông minh tổn hại tính trời bấy lâu
Văn chương chữ nghĩa nào đâu
Ghét chi số mệnh ban đầu tự nhiên
Cớ sao trời đất đảo điên
Lầm người lạc kiếp mà ghen cho đành
Văn chương, chinh chiến bất thành
Khốn cùng sinh kế điêu linh một đời
Xuân qua thu đến, đổi dời
Tóc thêm bạc trắng, ngậm ngùi xót thương
Những mong xuống tóc mơ màng
Rừng sâu quy ẩn lâng lâng thỏa lòng
Ngả lưng sảng khoái ung dung
Thông reo gió thổi, bềnh bồng ngàn mây

---

[1] Chỉ thân hình thấp hơn bình thường (xưa hay nói đàn ông cao bảy thước là bình thường). Ý khiêm tốn, mặc cảm.

渭潢營

渭潢江上渭潢營
樓櫓[1]參差接太清
古渡斜陽看飲馬
荒郊靜夜亂飛螢
古今未見千年國
形勢空留百戰名
莫向清[2]華村口望
疊山不改舊時青

5. Vị Hoàng doanh

Dịch nghĩa: Quân doanh Vị Hoàng[3]

Cạnh sông Vị Hoàng có quân doanh Vị Hoàng. Chòi gác nhấp nhô, cao tận trời. Ở bến đò xưa, buổi chiều, trông thấy ngựa uống nước. Giữa cánh đồng hoang, đêm thanh vắng, đom đóm bay loạn xạ. Xưa nay chưa thấy vương quốc, triều đại nào đứng vững ngàn năm. Nơi đây chỉ còn lại cái tiếng đã trải qua trăm trận đánh. Thôi, đừng nhìn về phía Thanh Hoa nữa. Dãy núi Điệp Sơn[4] *vẫn không thay đổi vẻ xanh tươi ngày trước.*

---

[1] 檜

[2] 浮

[3] *Vị Hoàng*: là nhánh sông Hồng chảy qua thành Nam Định ra biển.

[4] *Điệp Sơn*: núi Tam Điệp (đèo Ba Dội) ở tiếp giáp Ninh Bình và Thanh Hoá.

Dịch thơ

Quân doanh Vị Hoàng

Vị Hoàng trên bến vây quanh
Trại lều trú đóng quân doanh Vị Hoàng
Nhấp nhô chòi gác nghênh ngang
Vươn lên cao tận mênh mang một trời
Nhìn theo đàn ngựa thảnh thơi
Bến xưa uống nước buông lơi bóng chiều
Đêm thanh trống vắng đìu hiu
Cánh đồng đom đóm liêu xiêu dật dờ
Xưa nay chưa thấy bao giờ
Ngàn năm triều đại quốc gia vững vàng
Biết bao chiến trận vẻ vang
Chỉ còn vang bóng mơ màng đấy thôi
Thôi đừng trông ngóng u hoài
Cổng làng thôn xóm xa vời Thanh Hoa
Trập trùng Tam Điệp xa xa
Vẫn còn xanh mãi như xưa giữa trời

不寐

不寐聽寒更
寒更不肯盡
關山引夢長
砧杵催寒近
廢灶聚蝦蟆
深堂出蚯蚓
暗誦問天[1]章
天高何處問

6. Bất mị

Dịch nghĩa: Đêm không ngủ

Không ngủ nằm nghe tiếng trống canh trong đêm lạnh. Trong đêm lạnh, trống canh sao mãi không dừng lại. Quan san xa cách làm giấc mộng dài thêm. Tiếng chày nện vải càng giục thêm giá lạnh đến gần hơn. Cóc nhái tụ họp quanh bếp hoang. Giun từ góc sâu trong nhà bò ra. Thầm đọc bài ca Vấn Thiên[2] (Hỏi trời). Trời cao, biết đâu mà hỏi?

---

[1] 文

[2] Có lẽ chỉ "Thiên vấn" của Khuất Nguyên.

Dịch thơ

Đêm không ngủ

Đêm khuya trằn trọc lạnh người
Lắng nghe tiếng trống từng hồi điểm canh
Từng canh buốt giá bóng hình
Trống sao day dứt tàn canh bao giờ
Quan san muôn dặm cách xa
Ru hồn vào cõi mộng mơ miên trường
Nhịp chày nện vải rộn ràng
Càng thêm giá buốt đêm trường xiết bao
Bếp hoang cóc nhái lao nhao
Giun bò kẽ tối liêu xiêu góc nhà
Âm thầm Thiên Vấn ngâm nga
Trời cao biết hỏi mịt mờ nơi đâu

山居漫興

南去長安千里餘
群峯深處野人居
柴門晝靜山雲閉
藥圃春寒隴竹疏
一片鄉心蟾影下
經年別淚雁聲初
故鄉弟妹音耗絕
不見平安一紙書

7. Sơn cư mạn hứng

Dịch nghĩa: Cảm hứng lan man ở vùng núi

Cách Trường An[1] ngàn dặm về phía nam. Có một người quê mùa ở trong núi sâu. Ban ngày yên tĩnh, mây núi che kín cổng tre. Mùa xuân lạnh, hàng trúc quanh vườn thuốc trông thưa thớt. Dưới ánh trăng, một mảnh lòng nhớ quê hương. Tiếng nhạn đầu mùa khơi thêm dòng lệ biệt ly từ bao năm. Em trai em gái ở nơi quê nhà, bấy lâu bặt hẳn tin tức. Không nhận được lá thư nào nói cho biết có bình yên hay không?

[1] Tên gọi khác của kinh thành Thăng Long.

Dịch thơ

Cảm hứng lan man ở vùng núi

Vời trông từ cõi phương nam
Trường An mờ mịt xa xăm ngàn trùng
Trập trùng núi thẳm mênh mông
Bóng người thôn dã ung dung chốn này
Thật yên tĩnh giữa ban ngày
Cửa tre phủ kín ngàn mây mịt mờ
Xuân về buốt giá gần xa
Trúc thưa vườn thuốc chơ vơ một vùng
Dưới trăng khắc khoải tấc lòng
Quê hương yêu dấu nhớ nhung xa vời
Đầu mùa tiếng nhạn chơi vơi
Bao năm ly biệt lệ rơi u sầu
Em trai em gái bấy lâu
Cố hương tin tức biết đâu mong chờ
Lá thu vô vọng thẫn thờ
Nào đâu biết được tin nhà bình yên

幽居

一

桃花桃葉落紛紛
門掩斜扉一院貧
住久頓忘身是客
年深更覺老隨身
異鄉養拙初防俗
亂世全生久畏人
流落白頭成底事
西風吹倒小烏巾

8. U cư I

Dịch nghĩa: Ở nơi u tịch I

Hoa đào, lá đào rụng tả tơi. Cánh cổng xiêu vẹo, bên trong là mái nhà bần hàn. Ở trọ lâu ngày, quên bẵng mình là khách. Nhiều năm đã qua đi, biết tuổi già đã đến với mình. Ở đất khách nuôi dưỡng sự vụng về trước tiên,[1] đề phòng thói tục. Gặp thời loạn vì muốn giữ toàn sinh mệnh nên luôn phải sợ người. Lưu lạc đến bạc đầu có thành việc gì đâu. Gió tây thổi rơi chiếc khăn đen nhỏ.

Dịch thơ

Ở nơi u tịch

I

Hoa đào cùng lá tơi bời
Gian nhà nghèo khó cửa rời liêu xiêu
Bấy lâu trú ngụ sớm chiều
Bẵng quên phận khách mà nào có hay

---

[1] Theo Lão Tử, *Đạo Đức kinh*: "拙者天之道" (Vụng về là đạo của trời); "大巧若拙" (Thật khéo léo tựa như vụng về).

Bao năm đằng đẵng đổi thay
Tuổi già lẽo đẽo buồn thay giữa đời
Lưu vong đất khách lạc loài
Dường tâm chất phác, thói đời đa đoan
Sợ người đã thấu muôn vàn
Sống trong loạn thế giữ yên thân mình
Bạc đầu lưu lạc lênh đênh
Mà nay ngoảnh lại cũng đành tay không
Phía tây gió thổi lạnh lùng
Khăn đen nhỏ mọn hất tung vật vờ

二

十載風塵去國賒
蕭蕭白髮寄人家
長途日暮新遊少
一室春寒舊病多
壞壁月明蟠蜥蜴
荒池水涸出蝦蟆
行人莫誦登樓賦
强半春光在海涯

9. II

Dịch nghĩa: II

Mười năm gió bụi, bỏ quê hương[1] đi xa. Đầu bạc bơ phờ, còn phải ở nhờ nhà người. Đường đi còn dài mà trời đã về chiều, lại không có bạn mới. Một nhà xuân lạnh ngắt, bệnh cũ nặng thêm. Dưới ánh trăng, thạch sùng leo trên vách nát. Ao hoang, nước khô cạn, chỉ thấy ếch nhái nhảy ra. Ai đi xa nhà chớ đọc bài phú Đăng lâu[2]. Quá nửa tuổi xuân vẫn còn nơi góc biển.

Dịch thơ

II

Mười năm gió bụi phong trần
Quê hương xa khuất vô vàn nhớ nhung
Phất phơ tóc trắng ngại ngùng
Ăn nhờ ở đậu khốn cùng xót xa
Nẻo đường xa thẳm, chơ vơ
Ngày tàn nhạt nắng mịt mờ bóng ai
Một nhà xuân lạnh giữa đời
Bệnh xưa thêm nặng phận người liêu xiêu
Dưới trăng chiếu giọi hắt hiu
Thạch sùng leo vách tiêu điều nhởn nhơ
Ao hoang nước cạn chơ vơ
Ễnh ương nhún nhảy lượn lờ bấy lâu
Người đi lữ thứ dãi dầu

---

[1] Nguyên bản là 去國, dựa vào Truyện Kiều câu: " *Tấc lòng cố quốc tha hương*" chỉ Kiều nhớ quê cũ ở Bắc Kinh nên có thể hiểu là "rời bỏ quê hương"

[2] Bài *Đăng lâu phú* của Vương Xán, một trong Kiến An thất tử đời Đông Hán. Vương Xán tránh nạn đến ở nhờ Lưu Biểu ở Kinh Châu, lên lầu thành Giang Lăng, nhớ quê hương mà làm bài phú này.

Chớ ngâm nga phú Đăng lâu u buồn
Xuân xanh quá nửa trầm luân
Chân trời góc bể mỏi mòn cô liêu

漫興

一

百年身世委風塵
旅食江津又海津
高興久無黄閣夢
虛名未放白頭人
三春積病貧無藥
卅載浮生患有身
遙憶家鄉千里外
澤車段馬愧東鄰

10. Mạn hứng I

Dịch nghĩa: Cảm hứng lan man I

Thân thế trăm năm phó mặc gió bụi. Hết ăn nhờ ở miền sông lại đến miền biển. Đã lâu rồi không còn hứng thú với giấc mộng gác vàng[1]. Nhưng hư danh chưa buông tha kẻ bạc đầu này. Suốt ba năm đau bệnh, nghèo không có tiền mua thuốc. Cuộc sống phù ảo ba mươi năm, có thân nên nhiều khổ lụy[2]. Nhớ quê hương xa xôi ngoài ngàn dặm. Thấy người hàng xóm ngồi xe nhỏ, cưỡi ngựa hèn[3] mà hổ thẹn

---

[1] Chỉ mộng làm quan, công danh phú quý. Xưa dinh Thừa tướng thường có cửa sơn màu vàng, gọi là hoàng các.

[2] Lão tử, *Đạo Đức kinh*: "吾所以有大患者, 爲吾有身" (Ta sở dĩ sợ tai vạ lớn là vì ta có cái thân).

[3] *Hậu Hán thư*, chép lời của Mã Thuấn Du nói rằng kẻ sĩ sống trên đời chỉ cần đủ cơm ăn áo mặc và : "乘下澤車, 御款段馬" (Ngồi xe nhỏ, cưỡi ngựa hèn) là xóm làng khen là người lương thiện.

Dịch thơ

Cảm hứng lan man

I

Trăm năm thân thế long đong
Mặc cho gió bụi mông lung mịt mờ
Bãi sông ven biển nương nhờ
Tha phương cầu thực bơ phờ đáng thương
Chẳng còn hứng thú vấn vương
Bấy lâu khao khát gác vàng mộng mơ
Hư danh sao chẳng buông tha
Cho người đầu bạc phất phơ thân tàn
Ba năm vật vã triền miên
Mỏi mòn nằm bệnh không tiền thuốc thang
Ba mươi năm cõi vô thường
Xác thân khổ lụy vấn vương một đời
Quê hương ngàn dặm u hoài
Ngựa xe hèn mọn thẹn người xóm thôn

二

行腳無根任轉蓬
江南江北一囊空
百年窮死文章裏
六尺浮生天地中
萬里黃冠將暮景
一頭白髮散西風

無窮今古傷心處
依舊青山夕照紅

11. II

Dịch nghĩa: II

Chân như không bám rễ, mặc cho chuyển dời như ngọn cỏ bồng. Một chiếc túi rỗng không, đi hết phía nam sông, lại phía bắc sông. Cuộc đời trăm năm, chết rũ trong chốn văn chương. Tấm thân sáu thước[1], lênh đênh trong vòng trời đất. Muôn dặm mũ vàng[2], cảnh đã xế chiều. Đầu tóc bạc phơ, gió tây thổi tung. Nơi chốn đau lòng vô hạn từ xưa đến nay. Dãy núi xanh vẫn như xưa, nhuốm bóng chiều hồng sắp lụi tàn.

II

Chân không bén rễ vật vờ
Cỏ bồng phiêu lãng phất phơ mặc lòng
Trên vai nhẹ nhõm túi không
Bờ nam, bến bắc theo sông lên đường
Trăm năm hệ lụy văn chương
Khốn cùng chết rũ tỏ tường từ nay
Tấm thân hèn mọn lất lây
Mênh mông trời đất tháng ngày nổi trôi
Mũ vàng muôn dặm xa xôi
Bóng chiều đã ngả cuối trời phôi pha
Bạc đầu mái tóc phất phơ

---

[1] Xem chú 1, bài 4.
[2] Chỉ mũ người đạo sĩ.

Gió tây hiu hắt vật vờ thổi tung
Chốn nào kim cổ chạnh lòng
Mà nay thương xót vô cùng khôn nguôi
Núi xanh xanh mãi lưng trời
Nhuốm hồng rực ánh chiều phai lụi tàn

春夜

黑夜韶光何處尋
小窗開處柳陰陰
江湖病到經時久
風雨春隨一夜深
羈旅多年燈下淚
家鄉千里月中心
南臺村外龍江水
一片寒聲送古今

12. Xuân dạ

Dịch nghĩa: Đêm xuân

Đêm tối đen, tìm đâu thấy cảnh xuân tươi sáng. Trước cửa sổ nhỏ mở, chỉ thấy bóng liễu âm u. Bệnh đến trong bước giang hồ đã lâu ngày. Vẻ Xuân cũng theo mưa gió mà chìm trong đêm khuya. Ở đất khách lâu năm, dưới ánh đèn những rơi lệ. Quê nhà xa ngàn dặm, tấc lòng gửi gắm vầng trăng. (Ở đó) bên dòng Long Giang[1], ngoài thôn Nam Đài[2]. Một tiếng sóng lạnh tiễn đưa kim cổ.

---

[1] *Long Giang*: Còn gọi là sông Giang huyện Đông Quan, tỉnh Nam Định (Thái Bình).
[2] *Nam Đài*: xã ở huyện Quỳnh Côi, tỉnh Thái Bình.

Dịch thơ

Đêm Xuân

Đêm khuya tăm tối mênh mông
Tìm đâu chút ánh xuân hồng phôi pha
Bên song cửa nhỏ mở ra
Hàng hàng liễu rủ lòa xòa thâm u
Lênh đênh phiêu bạt giang hồ
Một thân nhuốm bệnh bơ phờ đã lâu
Gió mưa xuân hẹn đêm sâu
Dưới đèn nhỏ lệ mấy thu xa nhà
Cố hương ngàn dặm cõi xa
Tấc lòng gửi gắm chan hòa ánh trăng
Nam Đài lai láng Long Giang
Tống đưa kim cổ sóng vang lạnh lùng

留別阮大郎

西風歸袖柳[1]高林
傾盡離杯話夜深
亂世男兒羞對劍
他鄉朋友重分襟
高山流水無人識
海角天涯何處尋
留取江南一片月
夜來常照兩人心

13. Lưu biệt Nguyễn Đại lang

Dịch nghĩa: Lưu biệt Nguyễn Đại lang[2]
(Tựa như) gió tây cuốn cả rừng liễu cao vào tay áo[3]*. Uống cạn chén rượu biệt ly, nói chuyện cho tới đêm khuya. Trai thời loạn nhìn thanh gươm mà thẹn. Ở đất khách, cùng bạn chia tay càng thấy quyến luyến. Khúc đàn cao sơn lưu thuỷ*[4]*, ai người hiểu. Góc bể chân trời, biết tìm nơi đâu. Còn đó mảnh trăng ở phía Giang Nam*[5]*. Đêm đến thường soi chung tấm lòng hai ta.*

---

[1] 蕭颯拂

[2] *Nguyễn Đại lang*: ông bạn họ Nguyễn, chưa rõ là ai.

[3] Theo Lê Thước, Trương Chính thì bản cái viết 歸袖柳 *quy tụ liễu*, nhưng xét ra không thành cú pháp nên nghi là 蕭颯拂 *tiêu táp phất* và dịch nghĩa là: "*Gió tây hiu hắt thổi qua rừng cây cao*". Nhưng theo bản của Phan Võ vẫn giữ 歸袖柳 và dịch: "*Gió tây thổi vào ống tay áo khi ra về nơi rừng liễu cao*". Chúng tôi, cũng dựa vào 歸袖柳 để dịch thành: "*(Tựa như) gió tây cuốn cả rặng liễu cao vào tay áo*" (柳 *Liễu*: chỉ sự chia tay. Ngày xưa, ở Trường An, bên sông Bá, người ta đưa tiễn bạn thường bẻ tặng một cành liễu.)

[4] *Cao sơn lưu thủy*: núi cao, nước chảy. Sách Liệt tử chép chuyện hai người tri âm, Du Bá Nha và Chung Tử Kỳ, có nói: "Tử Kỳ nghe đàn rất sành. Khi Bá Nha gảy đàn, nghĩ đến núi cao hay nghĩ đến dòng nước chảy, Tử Kỳ đều biết cả". Về sau Tử Kỳ chết, Bá Nha đập đàn không gảy nữa, cho rằng trong đời không còn ai biết nghe tiếng đàn của mình.

[5] Theo Đào Duy Anh, viết hoa Giang Nam nhưng không chú thích nên không rõ là vùng nào. Các bản dịch xưa nay đều giải thích là phía nam sông, có vẻ mơ hồ quá.

Dịch thơ

Lưu biệt Nguyễn Đại lang

Gió Tây gom rặng liễu cao
Gửi vào tay áo dạt dào như mơ
Một hơi cạn chén rời xa
Suốt đêm trò chuyện thiết tha tâm tình
Đương thời loạn thế điêu linh
Nam nhi trước kiếm thẹn mình bấy lâu
Tha hương bằng hữu trước sau
Vấn vương quyến luyến cúi đầu biệt ly
Cao sơn lưu thủy còn kia
Nào ai thấu hiểu sẻ chia tiếng lòng
Chân trời góc bể mênh mông
Biết đâu nơi chốn mà mong tìm về
Giang Nam nguyện giữ trăng thề
Chung lòng đêm mộng trăng về chiếu soi

送阮士友[1]南歸

南山有鳥含精華
飛去飛來輕網羅
鴻嶺有人來做主
白頭無賴不還家
生平文彩殘籠鳳
浮世功名走壑蛇
歸去故鄉好風月
午窗無夢到天涯

14. Tống Nguyễn Sĩ Hữu nam quy

Dịch nghĩa: Tiễn Nguyễn Sĩ Hữu[2] về nam

Núi phương nam[3] có con chim ngậm tinh hoa. Bay đi bay về xem thường lưới bẫy. Từ nay Hồng Lĩnh[4] đã có người về làm chủ. Còn ta đầu bạc, chẳng nên trò trống gì, mà vẫn không về nhà. Cái dáng nho nhã văn chương bình sinh nay xơ xác như con phượng nhốt trong lồng nát[5]. Công danh trong cuộc đời trôi nổi thì như con rắn chui vào hang ẩn nấp[6]. Bạn trở về quê hương với trăng trong gió mát. Trưa nằm ngủ trước cửa sổ, chẳng mơ màng đến chuyện phương trời xa xăm.

---

[1] 七夕
[2] *Nguyễn Sĩ Hữu*, không rõ là ai.
[3] Chỉ núi Hồng Lĩnh.
[4] Xem chú số 3, Bài 1.
[5] Chỉ người giỏi văn chương mà nay phải sống trong cảnh khốn cùng, lưu lạc.
[6] Chỉ người về quê ở ẩn.

Dịch thơ

Tiễn Nguyễn Sĩ Hữu về nam

Núi nam hùng vĩ trời xanh
Tinh hoa chim ngậm ẩn mình xưa nay
Khinh thường bẫy lưới bủa vây
Đi về vỗ cánh lượn bay thỏa lòng
Bao năm Hồng Lĩnh đợi mong
Chủ nhân nay đã ung dung trở về
Tóc ta bạc trắng còn gì
Tấm thân vô dụng chưa về cố hương
Phong lưu văn vẻ ngỡ ngàng
Tựa như chim phượng thảm thương trong lồng
Công danh trần thế phiêu bồng
Giờ như con rắn ẩn mình trong hang
Cố nhân nay đã hồi hương
Gió trăng thoả ý thênh thang một đời
Giấc trưa song cửa thảnh thơi
Chẳng màng mộng đến góc trời xa xăm

秋至

四時好景無多日
拋擲如梭喚不回
千里赤身為客久
一庭黃葉送秋來
簾垂小閣西風動
雪暗窮村曉角哀
惆悵流光催白髮
一生幽思未曾開

15. Thu chí

Dịch nghĩa: Thu đến

Cảnh đẹp bốn mùa, không được mấy ngày. Thời gian vun vút như thoi đưa, gọi không trở lại. Ngàn dặm thân trơ trọi, ở đất khách lâu ngày. Một sân lá vàng đưa mùa thu đến. Gió tây lay động bức rèm buông trước gác nhỏ. Ở xóm hẻo lánh, tuyết sương xuống mịt mù, tiếng tù và buổi mai nghe buồn thảm. Ngậm ngùi vì thời gian thấm thoắt trôi đi làm cho tóc chóng bạc. Suốt đời ôm mối u sầu chưa hề gỡ ra nổi.

Dịch thơ

Thu đến

Bốn mùa, cảnh đẹp phù du
Gọi không trở lại, vù vù như thoi
Bao năm đất khách quê người
Chơ vơ ngàn dặm thân ai bẽ bàng
Vàng sân rụng lá thu sang
Rèm buông gác nhỏ ngỡ ngàng gió tây
Mịt mờ sương tuyết giăng đầy
Tù và buổi sớm buồn thay não người
Ngậm ngùi ngày tháng tàn vơi
Bạc thêm mái tóc tả tơi bơ phờ
Một đời trầm mặc ưu tư
Còn đây hệ lụy như tơ rối bời

秋夜

一

繁星歷歷露如銀
東壁寒虫悲更辛
萬里秋聲催落葉
一天寒色掃浮雲
老來白髮可憐汝
住久青山未厭人
最是天涯倦遊客
窮年卧病歲江津

16. Thu dạ I

Dịch nghĩa: Đêm thu I

Sao dày đặc, rõ mồn một, sương trắng như bạc. Vách phía đông, dế gặp lạnh, kêu buồn thảm. Muôn dặm tiếng gió thu thúc giục lá cây rụng. Bầu trời lạnh ngắt, không một vẩn mây. Đến tuổi già, mái tóc bạc, trông mà đáng thương. Ở mãi nơi đây mà rặng núi xanh kia vẫn chưa chán người. Nhất là du khách ở nơi chân trời đã mỏi mệt. Suốt năm đau ốm, nằm trên bến sông Tuế Giang[1].

Dịch thơ

Đêm thu

I

Ngàn sao lấp lánh chơi vơi
Sương giăng mờ mịt đất trời lung linh
Tường đông một góc chênh vênh
Nỉ non tiếng dế buồn tênh lạnh người

---

[1] *Tuế Giang*: chưa rõ sông này ở đâu.

Tiếng thu muôn dặm buông lơi
Cho cây trút lá bời bời xốn xang
Một trời buốt giá mênh mang
Mây trôi trống vắng ngỡ ngàng về đâu
Tuổi già bạc cả mái đầu
Thấy mình tiều tụy héo sầu đáng thương
Đã lâu mòn mỏi tha hương
Núi xanh chưa thỏa còn vương vấn người
Bóng người lữ thứ cuối trời
Xác thân yếu đuối tàn hơi dặm trường
Cô liêu nằm bệnh võ vàng
Suốt năm trên bến Tuế giang lững lờ

二

白露為霜秋氣深
江城草木共蕭森
剪燈獨照初長夜
握髮經懷末日心
千里江山頻悵望
四時煙景獨沉吟
早寒已覺無衣苦
何處空[1]閨催暮砧

[1] 深

17. II

Dịch nghĩa: II

Móc trắng đọng lại thành sương, hơi thu thêm nặng. Cây cỏ quanh thành bên sông, trông thật tiêu điều. Gạt bấc đèn dầu để khêu cho ảnh sáng lẻ loi chiếu rọi vào cảnh đêm dài mới bắt đầu. Vắt tóc[1] mà lo cho chí nguyện những ngày cuối đời. Non sông ngàn dặm bao lần não lòng ngắm trông. Mây khói bốn mùa, riêng một mình ngậm ngùi trầm ngâm. Mới chớm rét, đã khổ vì không áo mặc ấm. Xa nghe tiếng đập vải của người khuê phụ trống vắng rộn rã trong chiều hôm.

Dịch thơ

II

Tiết sương đọng hạt trắng trong
Hơi thu se sắt mênh mông một trời
Ven sông thành lũy chạy dài
Cỏ cây xơ xác tàn phai bao giờ
Khêu đèn lặng lẽ chơ vơ
Đêm khuya tăm tối mịt mờ chiếu soi
Bấy lâu vắt tóc u hoài
Ngày tàn ước nguyện một đời thiết tha
Non sông ngàn dặm cõi xa
Não lòng trông ngóng thẫn thờ bấy lâu
Bốn mùa sương khói một màu
Trầm ngâm cô quạnh u sầu khôn nguôi
Sang thu chớm lạnh một trời

---

1 *Sử ký, Lỗ Chu Công thế gia*: "一沐三握发, 一饭三吐哺" (Một lần gội đầu, ba lần vắt tóc, một bữa ăn ba lần nhả cơm) chỉ sự trọng hiền đãi sĩ, lấy lễ đối đãi với nhân sĩ, nồng nhiệt cầu người tài.

Không manh áo ấm che người khổ thân
Khuê phòng chày vải xa gần
Rộn ràng bóng xế chiều tàn tịch liêu

乞食

嶒崚長劍倚青天
輾轉泥塗三十年
文字何曾為我用
饑寒不覺受人憐
(...)

18. Khất thực

Dịch nghĩa: Khất thực
Tựa kiếm dài, ngạo nghễ nhìn trời xanh. Lăn lộn trong đám bùn dơ ba mươi năm nay. Văn chương chữ nghĩa nào đã dùng được việc gì cho ta. Đâu ngờ phải đói rét để người thương hại[1] (...)

Dịch thơ

Khất thực

Chống gươm ngạo nghễ trời xanh
Ba mươi năm đấy tung hoành bùn nhơ
Văn chương vô dụng thẫn thờ
Nào ngờ đói rách chực chờ người thương
(...)

[1] Truyền bản bị thiếu 4 câu

雜吟

踏遍天涯又海涯
乾坤隨在即為家
平生不起蒼蠅念
今古誰同白蟻窩
寥落壯心虛短劍
蕭條旅悶對時歌
閉門不記[1]春深淺
但見棠蔾落盡花

19. Tạp ngâm

Dịch nghĩa: Tạp ngâm

Đi khắp chân trời góc biển. Trong khoảng trời đất, đến đâu là nhà đó. Bình sinh chưa hề có ý nghĩ của loài ruồi nhặng[2]. Xưa nay ai lại sống chung tổ với lũ mối[3]. Hùng tâm tráng chí lụi tàn khiến đoản kiếm trở nên vô dụng. Nỗi sầu muộn lữ thứ càng tiêu điều khi nghe khúc hát đương thời. Cửa nhà đóng kín, chẳng biết xuân sớm hay muộn nữa. Chỉ thấy cây đường lê đã rụng hết hoa rồi.

---

[1] 識

[2] Ruồi nhặng thường sống bám vào chỗ dơ uế nên chỉ bọn tiểu nhân sống với lòng xấu xa, dơ bẩn, ác độc.

[3] Mối hay đục khoét phá hoại đồ vật nên chỉ bọn tiểu nhân tham lam vơ vét, phá hoại.

Dịch thơ

Tạp ngâm

Chân trời góc bể mênh mang
Dấu chân lưu lạc lang thang tận cùng
Đất trời khắp chốn ruổi rong
Mái nhà lữ thứ ung dung giữa đời
Bình sinh lòng vẫn sáng ngời
Ruồi xanh ý nghĩ xa rời bấy lâu
Nào ai kim cổ trước sau
Sống cùng lũ mọt loài sâu bao giờ
Hùng tâm tráng chí không ngờ
Bụi mờ đoản kiếm, thẫn thờ quạnh hiu
Sầu dâng quán khách tiêu điều
Chạnh lòng khúc hát buồn thiu đương thời
Cài then khép cửa lâu rồi
Biết xuân sớm muộn bên đời ra sao
Chỉ còn trông thấy một điều
Hoa đường lê rụng rơi nhiều xác xơ

撥悶

十載塵埃暗玉除
百年城府半荒墟
么麽蟲鳥高飛盡
滓濊乾坤血戰餘
桑梓兵前千里淚
親朋燈下數行書
魚龍冷落閒秋夜
百種幽懷未一攄[1]

20. Bát muộn

Dịch nghĩa: Xua đi sầu muộn

Cát bụi che mờ thềm ngọc[2] đã mười năm. Thành phủ[3] xây dựng trăm năm nay, một nửa đã thành gò hoang. Những loài chim, côn trùng bé nhỏ đều cao bay hết cả. Sau cuộc huyết chiến, chỉ còn lại đất trời nhơ nhớp. Ở xa ngàn dặm, rơi lệ khóc quê nhà trong cơn binh lửa. Bằng hữu, thân quyến chỉ còn lại mấy hàng thư dưới đèn. Cá rồng vắng lặng, đêm thu yên tĩnh [4]. Trăm mối u hoài vẫn chưa phôi phai.

---

[1] 攎

[2] Chỉ nơi cao sang quyền quý.

[3] Thành vua Lê, phủ chúa Trịnh chỉ kinh thành Thăng Long.

[4] Ý thơ có lẽ cảm hứng từ bài *Thu hứng* của Đỗ Phủ: "魚龍寂寞秋江冷" (Cá rồng vắng vẻ trên sông thu lạnh). Chỉ hùng tâm tráng chí đã suy tàn.

Dịch thơ

Xua đi sầu muộn

Mười năm thềm ngọc bụi mờ
Kinh thành hoang phế gò trơ tiêu điều
Côn trùng chim nhỏ bay cao
Trời ô đất uế máu đào chiến tranh
Lệ rơi ngàn dặm điêu linh
Quê nhà binh lửa tan tành bi thương
Thân bằng quyến thuộc tha hương
Dưới đèn soi tỏ mấy hàng thư phai
Đêm thu yên tĩnh một trời
Ngư long vắng lặng ngậm ngùi bấy lâu
Vẫn chưa rũ sạch trước sau
Xiết bao trĩu nặng u sầu trong tim

滯客

滯客淹留南海中
寂寥良夜與誰同
歸鴻悲動天河水
戍鼓寒侵夏夜風
人到窮途無好夢
天回苦海促浮蹤
風塵隊裏留皮骨
客枕蕭蕭兩鬢蓬

21. Trệ khách

Dịch nghĩa: Khách trọ lâu ngày

Người khách trọ lâu ngày ở lì mãi vùng biển nam. Đêm thâu vắng lặng, biết trò chuyện cùng ai. Con chim hồng bay về, tiếng kêu bi thương làm xao động dải Thiên Hà. Ở biên cương, tiếng trống canh toát lạnh vào luồng gió đêm hè. Người đến bước đường cùng không có mộng đẹp. Trời xoay vần bể khổ, thúc giục gót chân phiêu bạt. Trong đám gió bụi cõi đời, thân mình chỉ còn da bọc xương. Gối đầu nơi đất khách quạnh hiu, hai mái tóc bơ phờ.

Dịch thơ

Khách trọ lâu ngày

Dây dưa lữ khách còn đây
Cõi nam biển rộng tháng ngày lang thang
Tịch liêu đêm thẳm mênh mang
Biết ai chia sẻ vấn vương đáy lòng
Bay về lạc lõng cánh hồng
Kêu thương xao động một giòng sông Ngân
Đồn canh tiếng trống râm ran
Gió hè thêm lạnh nơi miền biên cương
Người đi lạc bước cùng đường
Còn đâu mộng đẹp vấn vương một đời
Xoay vần bể khổ từ trời
Gót chân thôi thúc nổi trôi tháng ngày
Phong trần một cõi lất lây
Còn đây da bọc xương gầy xác xơ
Quạnh hiu lữ khách xa nhà
Rối bời gối mộng bơ phờ tóc mai

代人戲筆

錯落人家珥水濱
居然別占一城春
東西橋閣兼天起
胡漢衣冠特地分
苜蓿秋驕金勒馬
葡萄春醉玉樓人
年年自得繁華勝
不管南溟幾度塵

22. Đại nhân hí bút

Dịch nghĩa: Thay người viết đùa chơi[1]

Trên bến sông Nhị, nhà cửa nhấp nhô. Nghiễm nhiên riêng chiếm cảnh xuân của cả một thành đô. Phía đông và phía tây, cầu treo và nhà lầu cao ngất trời. Áo mũ người Hán và người Hồ[2] *phân biệt rõ ràng. Mùa thu, ngựa đeo giàm vàng kiêu hãnh ăn rau mục túc*[3]*. Ngày xuân, người trong lầu ngọc uống rượu bồ đào*[4] *say khướt. Tha hồ hưởng thú phồn hoa hết năm này đến năm khác. Không quản biển Nam mấy phen nổi cơn gió bụi*[5]

---

[1] Có thể Nguyễn Du viết thay cho một người Hoa kiều quen biết để đùa vui (có ý châm biếm).

[2] Người Hồ chỉ người Việt theo quan niệm nhà Nho xưa (Đào Duy Anh). Từ đây có thể đoán biết Nguyễn Du làm thơ đùa cho một người Hoa kiều.

[3] *Mục túc*: còn gọi là cỏ linh lăng, loại rau cỏ dành cho ngựa, gia súc.

[4] Rượu Nho.

[5] Người Hoa kiều chốn phồn hoa chẳng thèm quan tâm đến nước Việt phương Nam thăng trầm, hưng phế ra sao.

Dịch thơ

Thay người viết đùa chơi

Nhấp nhô cao thấp đua chen
Nhà ven sông Nhị mọc lên giữa đời
Ngang nhiên chiếm cứ một trời
Thành đô xuân sắc tuyệt vời còn đâu
Cầu treo cùng với nhà lầu
Đông tây ngất ngưởng bấy lâu che trời
Áo xiêm mũ mão ngược xuôi
Hoa kiều dân Việt rạch ròi phân chia
Nạm vàng giàm ngựa kiêu kỳ
Ăn rau mục túc thụ về nơi đây
Người trong lầu ngọc ngất ngây
Rượu nho xuân mộng đắm say chén nồng
Bao năm qua lại xoay vòng
Đê mê hưởng lạc thỏa lòng phồn hoa
Chẳng màng lo lắng thiết tha
Bao phen gió bụi mịt mờ biển Nam

黄梅橋晚眺[1]

黄梅橋上夕陽紅
黄梅橋下水流東
元氣浮沉滄海外
晴嵐吞吐亂流中
短蓑漁枕孤舟月
長笛童吹古徑風
大地文章隨處見
君心何事太匆匆

23. Hoàng Mai kiều vãn diểu

Dịch nghĩa: Ngắm cảnh chiều ở cầu Hoàng Mai[2]
Trên cầu Hoàng Mai, bóng chiều nhuốm đỏ. Dưới cầu Hoàng Mai, nước chảy về đông. Nguyên khí[3] nổi chìm ngoài biển rộng. Khí núi toả từng đợt xuống dòng sông. Dưới ánh trăng, ông chài nằm gối trên áo tơi ngắn trong chiếc thuyền lẻ loi. Trên con đường mòn, em bé thổi sáo trước làn gió. Mặt đất rộng lớn ở đâu cũng có cảnh đẹp. Anh có việc gì mà phải vội vàng?

---

[1] 遠渺

[2] Xã Hoàng Mai ở huyện Quỳnh Lưu, có sông Hoàng Mai. Chắc xưa có bắc cầu qua sông.

[3] Khí nguyên thủy của trời đất, tạo tác và vận hành muôn vật.

Dịch thơ

Ngắm cảnh chiều ở cầu Hoàng Mai

Mặt trời khuất bóng về đâu
Bóng chiều nhuộm đỏ trên cầu Hoàng Mai
Dưới cầu dòng nước miệt mài
Về đông tuôn chảy ra khơi ngàn trùng
Giữa vùng biển rộng mênh mông
Nổi chìm nguyên khí vẫy vùng xưa nay
Núi non sương khói chốn này
Tỏa lan sông nước bao ngày quẩn quanh
Dưới trăng thuyền lẻ long lanh
Ngư ông gối mộng bồng bềnh áo tơi
Đường mòn lối cũ thảnh thơi
Mục đồng thổi sáo vang trời gió bay
Đất đai bát ngát còn đây
Khắp nơi thắng cảnh ngất ngây tuyệt vời
Việc chi vội vã giữa đời
Người ơi dừng bước thảnh thơi ngắm nhìn

遙望乾海祠

茫茫海水接天樞
隱約孤祠接小洲
古木寒連鳧渚暮
晴煙淸引海門秋
號天相將丹心盡
撫地琼崖塊肉無
笑爾明妃長出塞
琵琶杯酒勸單于

24. Dao vọng Càn Hải từ

Dịch nghĩa: Xa trông đền Càn Hải[1]

Nước biển mênh mông tận chân trời. Thấp thoáng ngôi đền lẻ loi trên bãi cát nhỏ. Buổi chiều hôm, cây cổ thụ lạnh lẽo tiếp liền với bến sông đậu đầy chim âu. Trời vào thu, làn khói sương lúc trời tạnh dịu mát bay lan ra phía cửa biển. Các bậc tướng văn, tướng võ[2] *đã dốc hết lòng son, bây giờ đành kêu trời. (Dương Thái hậu) khi đến đất Quỳnh Nhai*[3]*, vỗ đất khóc, vì không còn ai dòng dõi họ Triệu nữa*[4]*. Cười cho bà Minh Phi*[5] *đem thân ra ngoài cửa ải. Phải gảy đàn tì bà, chuốc rượu mua vui cho chúa Thiền Vu!*

---

[1] *Đền Càn Hải*: đền Còn ở Quỳnh Lưu, Nghệ An thờ Dương Thái hậu, vợ vua Tống Độ Tông. Khi nhà Tống mất nước, bà và con gái đi thuyền ra biển lánh nạn bị đắm thuyền, xác giạt vào cửa Còn, được dân địa phương chôn cất và lập đền thờ.

[2] Các đại thần văn võ cuối triều Tống.

[3] Chỉ địa danh Nhai Sơn bên eo biển Quỳnh Châu (eo biển giữa bán đảo Lôi Châu và đảo Hải Nam) thuộc tỉnh Quảng Đông, nơi diễn ra trận hải chiến Nhai Môn giữa nhà Nguyên và nhà Tống vào năm 1279 trên vùng biển ngoài khơi Nhai Môn, Quảng Đông. Trận Nhai Môn đã đánh dấu sự diệt vong của nhà Tống.

[4] Nguyên văn 塊肉, *Tống sử* (*Kỷ Đế Bính*): "趙氏一塊肉" (Một khối thịt của họ Triệu), chỉ dòng dõi nhà Tống, họ Triệu từ Triệu Khuông Dận, Tống Thái tổ khai sáng nhà Tống.

[5] *Minh Phi*: Vương Tường, tự Chiêu Quân là cung nhân thời Hán Nguyên đế, bị gả cho chúa Thiền Vu của Hung Nô.

Dịch thơ

Xa trông đền Càn Hải

Mênh mông biển rộng mãi trôi
Dạt dào về cõi đất trời giao duyên
Giữa cồn cát nhỏ bình yên
Mơ hồ thấp thoáng ngôi đền cô liêu
Cây xưa lạnh buốt bóng chiều
Bến bờ chim biển liêu xiêu bay về
Trời thu cửa biển tái tê
Khói sương thanh thoát toả về chơi vơi
Bá quan văn võ suốt đời
Lòng son tận hiến kêu trời bi thương
Quỳnh Nhai vỗ đất bàng hoàng
Không người nối dõi tông đường bi ai
Minh Phi số phận đáng cười
Vùi thân cửa ải góc trời xa xôi
Tỳ bà dạo khúc ngậm ngùi
Cúi đầu nâng chén rượu mời Thiền Vu

再踰三疊山

雲際山三疊
天涯客再踰
眼中收大地
海外見漁[1]舟
瘴靜峯巒[2]瘦
天寒草木秋
行人回看處
無那故鄉愁

25. Tái du Tam Điệp sơn

Dịch nghĩa: Lại vượt qua núi Tam Điệp[3]

Mây và núi Tam Điệp gặp nhau. Bên góc trời, người khách lại vượt qua dãy núi này. Tầm mắt nhìn như gom vào cả mặt đất bao la. Ngoài khơi xa, thấy các thuyền đánh cá. Khí độc của núi rừng đã lắng đọng, dáng núi ốm gầy đi. Giữa trời lạnh lẽo, cây cỏ nhuốm sắc thu. Người đi ngoảnh đầu nhìn lại chốn này. (Với) nỗi sầu nhớ quê hương khôn xiết.

---

[1] 五

[2] 彎

[3] Xem chú số 4, bài số 5.

Dịch thơ

Lại vượt qua núi Tam Điệp

Tụ về Tam Điệp mây ngàn
Góc trời lữ khách thêm lần vượt qua
Vời trông đất rộng bao la
Thuyền chài vượt biển cõi xa mịt mờ
Hao gầy dáng núi chơ vơ
Sơn lam chướng khí lặng lờ tàn vơi
Hắt hiu se lạnh một trời
Sắc thu bàng bạc ngậm ngùi cỏ cây
Bâng khuâng nhìn lại chốn này
Cố hương da diết lòng day dứt sầu

渡富農江感作

農水東流去
滔滔更不回
青山傷往事
白髮復重來
春日商船合
西風古壘開
遊人無限感
芳草遍天涯

26. Độ Phú Nông giang cảm tác

Dịch nghĩa: Cảm tác khi qua sông Phú Nông[1]

Nước sông Phú Nông chảy xuôi về hướng đông. Nước sông mênh mông chảy cuồn cuộn không quay trở về. Ngọn núi xanh kia khiến ta thương cảm nghĩ đến chuyện cũ. Bây giờ mái đầu đã bạc phơ lại quay trở về nơi đây. Ngày xuân các thuyền buôn họp đông đảo. Lũy thành xưa trống trải, gió tây thổi vào. Người đi xa lòng thương cảm không nguôi. Cỏ thơm trải khắp chân trời.

Dịch thơ

Cảm tác khi qua sông Phú Nông

Phú Nông sông chảy về đông
Ra khơi cuồn cuộn mênh mông không về
Núi xanh lặng ngắm tái tê
Xót thương chuyện cũ ùa về tâm tư
Mà nay tóc đã bạc phơ
Trở về vùng đất ngày xưa mơ mòng
Ngày xuân về đến bến sông
Thuyền buôn tấp nập bềnh bồng trước sau
Gió tây thổi đến lao đao
Lũy thành hoang vắng tiêu điều chốn xưa
Tình dâng du khách vô bờ
Cỏ thơm xanh tận bao la chân trời

[1] *Sông Phú Nông*: có lẽ là sông Nông (Nông giang) ở tỉnh Hưng Yên.

和海翁段阮俊甲寅奉命入富春京登程留別北城諸友之作

橫山山外嶺南程
琴劍相隨上玉京
兔髓未完新大藥
豹皮仍累舊浮名
滄溟水引杯中綠
故國蟾隨馬後明
此去家兄如見問
窮途白髮正星星
(摘 海 翁 詩 集)

27. Hoạ Hải Ông Đoàn Nguyễn Tuấn Giáp Dần phụng mệnh nhập Phú Xuân kinh, đăng trình lưu biệt Bắc thành chư hữu chi tác

[1]

Dịch nghĩa: Hoạ vần bài thơ "Năm Giáp Dần (1794) vâng mệnh vào kinh đô Phú Xuân, lúc lên đường đề thơ từ biệt các bạn ở Bắc thành" của Hải Ông Đoàn Nguyễn Tuấn[2]

---

[1] 附錄原作. 琴書走遍北南程. 又附公車上帝京. 敢向畏途爭捷步. 錯將小藝起浮名. 杯中天地奇懷闊. 馬首江山老眼明. 鄭重柳亭一揮手. 論文後會週星. 段阮俊(海翁詩集). *Dịch nghĩa: Phụ lục nguyên tác. Ôm đàn cắp sách đi khắp Bắc Nam. Nay lại theo xe công vào kinh đô nhà vua. Trên đường hiểm trở đáng sợ, dám đâu giành lấy bước nhanh. Trót lầm lỡ làm nghề mọn mà được cái danh hão. Trời đất thu cả vào chén rượu, hoài bão mở rộng. Nhìn cảnh non sông trước đầu ngựa, mắt già sáng ra. Ở chốn liễu đình trịnh trọng chia tay ra đi. Cuộc gặp mặt bàn chuyện văn chương xin hẹn năm sau. (Đoàn Nguyễn Tuấn, Hải Ông thi tập)*

[2] Đoàn Nguyễn Tuấn, tác giả tập thơ *Hải Ông thi tập*, là con Hoàng giáp Đoàn Nguyễn Thục đời Lê Mạt và là anh vợ Nguyễn Du, quê làng Hải Yên, huyện Quỳnh Côi, tỉnh Thái Bình. Ông đỗ hương cống đời Lê, nhưng không ra làm quan, sau ra giúp Tây Sơn, làm đến chức Hàn lâm trực học sĩ, sau ông được giao nhiệm vụ đón tiếp sứ giả nhà Thanh sang phong vương cho vua Quang Trung rồi được phong Tả thị lang bộ Lại, tước Hải Phái hầu.

Ra khỏi dãy Hoành Sơn[1] là con đường phía Nam Hồng Lĩnh[2]. Mang theo cây đàn và thanh gươm lên kinh đô. Tủy thổ[3] để chế thuốc quý mới vẫn chưa xong. (Ông) đã phải chịu lụy danh hão như con báo bị lụy vì tấm da[4]. Nước biển xanh ánh vào chén rượu có màu xanh biếc. Vầng trăng ở cố quốc[5] giõi chiếu theo sau vó ngựa. Ra đi lần này, nếu có gặp anh tôi[6] hỏi thăm (đến tôi). (Xin trả lời) Tôi đang bước đường cùng, mái tóc trên đầu đã lốm đốm bạc. (Trích Hải Ông thi tập).

Dịch thơ

Họa vần bài thơ "Năm Giáp Dần vâng mệnh vào kinh đô Phú Xuân, lúc lên đường đề thơ từ biệt các bạn ở Bắc thành" của Hải Ông Đoàn Nguyễn Tuấn

Hoành Sơn một dãy mịt mờ
Phía nam Hồng Lĩnh đường xa ngút ngàn
Vào kinh theo lệnh vua ban
Mang theo nửa gánh gươm đàn ruổi rong
Tủy xương thổ tráng khổ công
Chưa xong thuốc thánh hằng mong đêm ngày.

---

[1] Là một dãy núi ở phía nam tỉnh Hà Tĩnh, phía bắc tỉnh Quảng Bình.
[2] Xem chú số 3, Bài 1.
[3] Phép luyện thuốc tiên.
[4] Vương Ngạn Chương, danh tướng đời Hậu Lương thường nói: "豹死留皮, 人死留名" (Báo chết để da, người chết để tiếng).
[5] Cố hương, quê nhà. Xem chú số 1, Bài 9.
[6] Tức Nguyễn Nễ (Nguyễn Đề), hiệu Quế Hiên là anh cùng mẹ với Nguyễn Du. Khi nghĩa quân Tây Sơn ra Bắc, ông đang giữ chức Hiệp tán quân cơ đạo quân Sơn Tây. Năm Kỷ dậu 1789, Lê Chiêu Thống chạy sang Trung Quốc, ông về ẩn náu nơi quê ngoại ở Bắc Ninh. Đời Tây Sơn, ông được vời ra giúp việc từ hàn, bổ làm Hàn lâm viện thị thư, rồi sung Phó sứ Trung Quốc. Trở về được thăng Đông các đại học sĩ, gia tặng Thái sử, thự Tả nghi lang, tước Nghi Thành Hầu. Năm Giáp dần 1794, lại thăng Tả phụng nghị bộ Binh, vào thành Qui Nhơn giữ chức Hiệp tán nhung vụ. Nguyễn Du có lẽ làm bài thơ vào lúc này.

Rục xương da báo còn đây
Lụy danh phù phiếm lất lây một đời
Xanh xanh sắc biển chân trời
Ánh vào chén rượu chơi vơi mơ màng
Vầng trăng cố quốc vấn vương
Dõi soi vó ngựa dặm trường xa xôi
Trở về nhắn gửi anh tôi
Cùng đường bạc tóc giữa đời tang thương

江亭有感

憶昔吾翁謝老時
飄飄蒲駟此江湄
仙舟激水神龍鬦
寶蓋浮空瑞鶴飛
一自衣裳無覓處
兩堤烟草不勝悲
百年多少傷心事
近日長安大已非

28. Giang Đình hữu cảm

Dịch nghĩa: Cảm xúc ở bến Giang Đình[1]

Nhớ xưa, cha ta cáo lão về hưu. Xe bồ ngựa tứ[2] *đưa về bến sông này, oai vệ làm sao! Đoàn thuyền tiên rẽ nước lướt tới như rồng*

---

[1] *Giang đình*: là ngôi đình bên sông Lam gần làng Tiên Điền. Đây là một trong tám cảnh đẹp của huyện Nghi Xuân, Nghệ An. Xưa là nơi đón tiếp các quan về hưu hay các tân khoa vinh quy về làng.

[2] Nguyễn Nghiễm khi về hưu năm 1771, được thăng chức Đại tư đồ, chúa Trịnh cho 3 thuyền hải mã đưa về làng. Tháng ba năm sau lại vời ra làm Tể tướng. Năm

thần đấu nhau. Tàn lọng quý phất phới trên không như chim hạc bay báo điềm lành. Từ khi bóng áo xiêm không thấy đâu nữa. Làn cỏ chìm trong khói sương đôi bờ sông chạnh lòng khôn xiết bi thương. Cuộc đời trăm năm biết bao nhiêu chuyện thương tâm. Gần đây Trường An[1] *đã khác xưa lắm rồi.*

Dịch thơ

Cảm xúc ở bến Giang Đình

Nhớ ngày xưa ấy đã xa
Cha già quy ẩn về nhà ung dung
Xe bồ ngựa tứ bến sông
Uy nghi khinh khoái phiêu bồng biết bao
Thuyền tiên lướt sóng dạt dào
Rồng thần cứ ngỡ tranh nhau chốn này
Điềm lành cánh hạc tung bay
Lọng che phất phới chen mây giữa trời
Áo xiêm từ thuở phôi phai
Tìm đâu thấy nữa u hoài vấn vương
Bờ sông cỏ mọc hai hàng
Nhạt nhòa lãng đãng khói sương mịt mờ
Trăm năm trong cõi người ta
Biết bao những chuyện xót xa đau lòng
Trường An bao thuở nhớ mong
Gần đây thay đổi lạ lùng khác xưa

1774, ông làm Tả tướng quân đi đánh Đàng Trong, bị cảm bệnh về đến nhà thì mất (1775). *Xe bồ* là xe được bọc cỏ bồ vào bánh xe cho êm để vua dùng đi đón người hiền, tỏ lòng tôn kính. *Ngựa tứ* là cỗ xe do bốn ngựa kéo dùng cho các bậc lão thần, quan lớn.

[1] Xem chú số 1, Bài 7.

憶家兄

六塔城南縶一官
海雲夜度石巑岏
窮陬嵐瘴三年戍
故國烟花二月寒
一别不知何處住
重逢當作再生看
海天茫渺千餘里
神魄相求夢亦難

29. Ức gia huynh

Dịch nghĩa: Nhớ anh[1]

Chức quan buộc chân anh ở phía nam thành Lục Tháp[2]*. Ban đêm phải vượt đèo Hải Vân*[3] *đá lởm chởm để đi vào. (Anh) Đồn thú ở nơi tận cùng đầy sơn lam chướng khí ấy đã ba năm trời. Tiết tháng hai lạnh lẽo chắc nhớ hoa khói ở quê nhà lắm. Kể từ khi từ biệt, nay không biết (anh) ở nơi đâu. Cuộc trùng phùng có lẽ phải đợi đến kiếp sau. Trời bể mênh mang, đường xa ngàn dặm. Hồn phách tìm nhau trong giấc mộng cũng thấy khó khăn.*

---

[1] Chỉ Nguyễn Nễ.

[2] Tức thành Quy Nhơn, Bình Định ngày nay, có 8 cụm tháp nhưng chỉ còn 6 cụm gần đường dễ thấy. (Quách Tấn)

[3] Đèo nằm giữa Thừa Thiên – Huế và Đà Nẵng rất hiểm yếu từng được gọi là "Đệ nhất hùng quan"

Dịch thơ

Nhớ anh

Chức quan trói buộc bao năm
Lũy thành Lục Thấp phía nam cũng đành
Về đêm tăm tối khởi hành
Hải Vân lởm chởm hành trình vượt qua
Tận cùng đồn thú cõi xa
Sơn lam chướng khí đã ba năm trời
Sắc hoa sương khói chơi vơi
Cố hương buốt giá tháng hai mơ màng
Một lần từ biệt vấn vương
Mà nay lưu lạc dặm trường nơi đâu
Trùng phùng một thuở bên nhau
Cũng đành mong đợi kiếp sau bẽ bàng
Trời cao biển rộng mênh mang
Ngàn trùng muôn dặm nẻo đường xa xôi
Tâm hồn lưu luyến khôn nguôi
Tìm nhau trong mộng ngậm ngùi gian nan

記夢

逝水日夜流
遊子行未歸
經年不相見
何以慰相思
夢中分明見
尋我江之湄
顏色是疇昔
衣飭多參差
始言苦病患
繼言久別離
帶泣不終語
彷彿如隔帷
平生不識路
夢魂還是非
疊山多虎兕
藍水多蛟螭
道路險且惡
弱質將何依
夢來孤燈清
夢去寒風吹
美人不相見
柔情亂如絲
空屋漏斜月
照我單裳衣

30. Ký mộng

Dịch nghĩa: Ghi lại giấc mộng

Nước chảy suốt ngày đêm. Người đi xa chưa về. Bao nhiêu năm không gặp nhau. Biết lấy gì yên ủi mỗi nhớ mong. Nay trong mộng thấy rõ ràng. Đến tìm ta ở bến sông. Nhan sắc vẫn như xưa. Nhưng quần áo xộc xệch. Thoạt tiên, kể nỗi ốm đau. Rồi than thở nỗi lâu ngày xa cách. Sụt sùi nói không hết lời. Phảng phất như cách nhau một bức màn. Bình sinh vốn không biết đường[1]*. Hồn mộng chẳng rõ thực hay hư. Núi Tam Điệp nhiều hổ báo. Sông Lam*[2] *lắm thuồng luồng. Đường đi đều hiểm trở, khó khăn. Thân yếu đuối biết nhờ cậy ai. Mộng đến, ngọn đèn cô đơn rọi sáng. Mộng tàn, gió thổi lạnh lùng. Người đẹp không thấy nữa. Tình vương vấn rối như tơ vò. Nhà trống, ánh trăng tà lọt vào kẽ hở. Giọi chiếu xuống tấm áo đơn chiếc của ta.*

Dịch thơ

Ghi lại giấc mộng

Ngày đêm nước chảy về đâu
Bóng người biền biệt xa nhau chưa về
Bao năm không gặp lê thê
Nhớ nhung khôn xiết, lấy gì ủi an
Thấy trong mộng đẹp vô vàn
Bến sông xưa cũ ước nguyền tìm nhau
Như xưa nhan sắc thuở nào
Xiêm y hờ hững bạc màu điểm trang
Bệnh tình kể lể đau thương
Ngàn trùng xa cách vấn vương u hoài

---

[1] Bài này nói về người vợ trước của Nguyễn Du là em gái của Đoàn Nguyễn Tuấn, đã mất ở Quỳnh Hải, Thái Bình. Lúc này Nguyễn Du ở Hà Tĩnh chiêm bao thấy vợ nên mới viết lúc sống bà chưa biết đường làm sao tìm được ông trong giấc chiêm bao.

[2] *Sông Lam*: sông lớn ở Nghệ An, thường xảy ra lũ lụt lớn.

Sụt sùi đẫm lệ nghẹn lời
Rèm ngăn che khuất xa xôi mơ hồ
Đường đi nào biết mịt mù
Thực hư hồn mộng biết đâu tin vào
Cọp, beo Tam Điệp đã nhiều
Sông Lam thủy quái ly, giao rập rình
Đường xa hiểm trở rùng mình
Tấm thân yếu đuối cũng đành nổi trôi
Đèn chong mộng đến chơi vơi
Mộng đi theo gió lạnh người thoảng qua
Giai nhân nào thấy thẫn thờ
Tình vương vấn rối tơ vò xót xa
Rơi vào nhà vắng trăng tà
Chiếu soi tấm áo chơ vơ bên mình

縻中漫興

鐘子援琴操南音
莊舄病中猶越吟
四海風塵家國淚
十旬牢獄死生心
平章遺恨何時了
孤竹高風不可尋
我有寸心無與語
鴻山山下桂江深

31. My trung mạn hứng

Dịch nghĩa: Cảm hứng lan man trong tù[1]

Chung Tử[2] *gảy đàn theo điệu phương Nam, Trang Tích*[3] *khi ốm ngâm nga bằng tiếng Việt. Bốn bể đầy gió bụi, nghĩ tình nhà việc nước mà rơi lệ. Mười tuần lao tù, lòng coi thường về chuyện sống chết. Bao giờ mới hết mối hận Bình Chương*[4]*. Khó mà tìm được phong cách cao thượng của người nước Cô Trúc. Ta có một tâm sự không biết bày tỏ cùng ai. Dưới chân núi Hồng, sông Quế Giang* [5]*sâu thẳm.*

---

[1] Mùa đông năm Bính Thìn (1796), Nguyễn Du toan vào Gia Định giúp Nguyễn Ánh. Việc bại lộ, bị Quận Công Thận bắt bỏ tù mấy tháng nhưng rồi lại thả vì tiếc tài năng Nguyễn Du và cũng vì ông là bạn của Nguyễn Nễ (anh Nguyễn Du).

[2] *Chung Tử* : tức Chung Nghi, người nước Sở, bị nước Tấn bắt. Người ta đưa đàn cho ông gảy, ông chỉ gảy những bài hát phương nam (nước Sở) gảy đàn theo điệu Nam, được người Tấn khen là người không vong bản

[3] *Trang Tích*: sống ở thời Xuân Thu, Trung Quốc. Ông là người nước Việt, làm quan nước Sở. Khi ông ốm, Sở Vương hỏi cận thần: "Tích là kẻ tầm thường ở đất Việt, nay làm quan nước Sở, được phú quý rồi, thì còn nhớ nước Việt nữa không?". Viên thị ngự đáp: "Phàm người ta có nhớ nước cũ hay không, thường tỏ ra trong lúc đau ốm. Nếu lúc này ông ta nói tiếng Việt tức là nhớ nước Việt, bằng không thì nói tiếng nước Sở". Sở Vương sai người lén nghe thì thấy Trang Tích nói tiếng Việt.

[4] *Bình Chương*: tức núi Bình chương. Tống sử chép: Trương Thế Kiệt, một tướng giỏi đời Tống, đồng thời với Văn Thiên Tường, Lục Tú Phu, phò Đế Bính chống quân Nguyên, mong khôi phục nhà Tống. Sau thua, ông Kiệt lên thuyền chạy đến núi Bình chương, gặp bão, thuyền đắm, ông chết và nhà Tống cũng mất.

[4] *Cô Trúc*: một nước lập từ đời nhà Ân. Khi nhà Ân bị nhà Chu chiếm lấy, Bá Di và Thúc Tề, con vua Cô Trúc không phục nhà Chu, lên ẩn ở núi Thú dương rồi nhịn đói mà chết, chứ không thèm ăn thóc nhà Chu.

[5] Có thể là tên khác của sông Lam gần làng Tiên Điền.

Dịch thơ

Cảm hứng lan man trong tù

Nam âm Chung Tử gảy đàn
Việt ngâm Trang Tích thở than trên giường
Phong trần tứ hải mênh mang
Tình nhà nợ nước xót thương lệ trào
Mười tuần tù ngục lao đao
Xem thường sinh tử sớm chiều tâm tư
Bình Chương tàn hận bao giờ
Thanh cao Cô Trúc trong mơ dõi tìm
Biết ai bày tỏ nỗi niềm
Lòng ta u uất nhói tim ưu sầu
Dưới chân Hồng lĩnh ngàn thu
Quế giang cuồn cuộn thẳm sâu muôn trùng

村夜

青草村前臥老翁
江南夜色上簾櫳
滿天明月一池水
半壁寒燈萬樹風
老去未知生計拙
障消時覺夙心空
年年結得漁樵侶
笑傲湖烟野草中

32. Thôn dạ

Dịch nghĩa: Xóm đêm

Có một ông già nằm trước thôn Thanh Thảo[1]. Bóng đêm từ vùng Giang Nam[2] đã phủ dần lên bức mành. Vầng trăng sáng đầy trời rọi xuống mặt nước ao. Ngọn đèn lạnh leo lét bên nửa vách tường trước làn gió muôn cây. Già rồi, vẫn chưa biết mình vụng đường sinh kế. Tiêu tan nghiệp chướng mới biết bản tâm vốn hư không. Làm bạn với khách ngư tiều hết năm này sang năm khác. Cười ngạo nghễ giữa khói mặt hồ và đồng cỏ nội.

Dịch thơ

Xóm đêm

Trước thôn Thanh Thảo yên bình
Lão nông say giấc mộng lành đêm thanh
Giang Nam đêm tối mông mênh
Âm u phủ bám trên mành chơi vơi
Vầng trăng vằng vặc giữa trời
Ao sâu lấp lánh chiếu soi mơ màng
Hàng cây gió thổi nhẹ nhàng
Ngọn đèn lạnh lẽo vách tường đìu hiu
Thân già mòn mỏi liêu xiêu
Vụng đường sinh kế lao đao ngỡ ngàng
Tiêu tan nghiệp chướng vô thường
Hư không tâm vốn tỏ tường trước sau
Ngư tiều bầu bạn bấy lâu
Cười trong ngạo nghễ khói hồ cỏ hoang

---

[1] Không rõ thôn này ở đâu.
[2] Đào Duy Anh chú là thôn miền Hồng Lĩnh.

寄友

漠漠塵埃滿太空
閉門高枕臥其中
一天明月交情在
百里鴻山正氣同
眼底浮雲看世事
腰間長劍掛秋風
無言獨對庭前竹
霜雪消時合化龍

33. Ký hữu

Dịch nghĩa: Gửi bạn

Mờ mịt cát bụi đầy bầu trời. Đóng cửa, gối cao, nằm trong nhà. Trăng sáng giữa trời, tình bạn còn mãi. Núi Hồng dài trăm dặm, cùng chung một chính khí. Mắt xem việc đời như mây bay. Kiếm dài đeo lưng trước gió thu. Một mình lặng ngắm cây trúc trước sân. Sương tuyết tan rồi, chắc sẽ hoá rồng.

Dịch thơ

Gửi bạn

Đầy trời cát bụi mịt mờ
Cài then kê gối nằm trơ với đời
Giao tình, trăng sáng giữa trời
Đồng chung chính khí, cao vời Hồng sơn
Nhìn xem thế sự phù vân

Gió Thu, trường kiếm miên man xoay vần
Lặng nhìn khóm trúc trước sân
Sương tan tuyết chảy, rồng vờn hóa thân

寄玄虛子

天台山前獨閉門
西風塵垢滿中原
田家不治南山豆
貧戶常空北海樽
野鶴浮雲時一見
清風明月夜無言
遠來識取相尋路
家在鴻山第一村

34. Ký Huyền Hư tử

Dịch nghĩa: Gửi Huyền Hư tử[1]

Ở trước núi Thiên Thai[2]*, (có căn nhà) luôn luôn đóng cửa. Gió tây tung cát bụi đầy trung nguyên*[3]*. Là nhà nông, nhưng lại không trồng đậu ở núi Nam Sơn*[4]*. Nhà lại nghèo, thường để chén rượu Bắc Hải*[5] *rỗng không. (Anh) như hạc nội mây ngàn, thỉnh thoảng mới gặp nhau một lần. (Tôi chỉ) Lặng lẽ trầm ngâm trong đêm tối với gió mát trăng thanh. Anh ở xa đến, thì hãy nhớ đường mà tìm đến nhau. Nhà tôi ở ngay xóm đầu dãy núi Hồng.*

---

1 *Huyền Hư tử*: tên đạo hiệu, không rõ tên thực là gì và là ai quen với Nguyễn Du.

2 *Thiên Thai*: tên một ngọn núi ở Hồng Lĩnh.

3 Trung tâm cả nước, chỉ Bắc Hà.

4 *Cây đậu ở núi Nam Sơn*: Dương Vận đời Hán Tuyên Đế, làm quan bị cách, có làm bài thơ nói rằng: "Trên núi Nam Sơn, cây cối rậm quá, Trồng một khoảnh đậu, trái rụng xơ xác cây", ngụ ý cùng giúp vua Hán, nhưng vì triều đình rối loạn, không có kỷ cương nên không giúp được.

5 *Chén rượu Bắc Hải*: Khổng Dung làm thái thú Bắc Hải đời Hán, ở nhà hàng ngày khách chật nhà, không lúc nào thiếu rượu.

Dịch thơ

Gửi Huyền Hư tử

Nhà ai trước núi Thiên Thai
Đêm ngày cửa đóng then cài quạnh hiu
Gió tây thổi đến sớm chiều
Mịt mù cát bụi cuốn vào trung nguyên
Nông gia tự tại thản nhiên
Không màng trồng đậu ở miền Nam Sơn
Nhà nghèo khốn khó mỏi mòn
Chén không Bắc Hải rượu ngon cũng đành
Mây bay hạc lánh bóng hình
Gặp nhau khoảnh khắc mong manh vô thường
Trăng thanh gió mát mơ màng
Đêm đêm thinh lặng mênh mang chốn này
Phương xa người đã đến đây
Nhớ đường quen lối một ngày hữu duyên
Căn nhà đầu xóm điềm nhiên
Núi Hồng một ngọn giữa miền cheo leo

寄江北玄虛子

長安去不息
鄉思在天涯
天涯不可見
但見塵與沙
西風脫木葉
白露損黃花
珍重好自愛
秋高霜露多

35. Ký giang bắc Huyền Hư Tử

Dịch nghĩa: Gửi đến Huyền Hư tử ở phía bắc sông

Anh đi Trường An[1] biệt tăm hơi. Lòng vẫn nhớ quê hương ở tận chân trời. Chân trời thì không thấy. Chỉ thấy bụi và cát. Gió tây thổi lá rụng. Sương xuống làm hoa cúc vàng rụng xác xơ. Xin anh hãy trân trọng giữ mình. Càng vào thu, sương càng nhiều.

Dịch thơ

Gửi đến Huyền Hư tử ở phía bắc sông

Trường An biền biệt tăm hơi
Nhớ nhung da diết chân trời quê hương
Chân trời mờ mịt mơ màng
Còn đây cát bụi dặm trường tung bay
Ngỡ ngàng hiu hắt gió tây

[1] Xem chú số 1, Bài 7.

Thổi về xào xạc lá cây rụng rời
Sương giăng bàng bạc một trời
Cúc vàng se sắt tả tơi bẽ bàng
Giữ mình, trân trọng thân thương
Càng vào thu lạnh mù sương giăng đầy

渡龍尾江

故國回頭淚
西風一路塵
纔過龍尾水
便是異鄉人
白髮沙中見
離鴻海上聞
親朋津口望
為我一沾巾

36. Độ Long Vĩ giang

Dịch nghĩa: Qua sông Long Vĩ[1]

Ngoảnh nhìn cố hương, nước mắt rơi. Gió tây thổi bụi suốt dọc đường. Vừa qua sông Long Vĩ. Đã thành người tha hương. Giữa bãi cát, càng thấy rõ mái tóc bạc. Nghe chim hồng lìa đàn kêu ngoài biển. Bạn bè thân thích đứng trên bến sông nhìn theo. Vì ta mà nước mắt ướt khăn.

[1] *Long Vĩ*: sông Lam từ nguồn cho đến ngã ba Hưng Nguyên có tên gọi là Long giang. Khúc sông Lam gần biển qua làng Tiên Điền có tên là Long Vĩ giang.

Dịch thơ

Qua sông Long Vĩ

Lệ rơi nhìn lại cố hương
Gió tây bụi cuốn dặm đường xa xa
Qua sông Long Vĩ nào ngờ
Trở thành khách lạ chốn tha hương rồi
Tóc mây in cát ven trời
Chim hồng kêu thảm biển khơi lìa đàn
Bến sông bạn hữu người thân
Vì ta rơi lệ thấm khăn nghẹn ngào

別阮大郎

一

我且浮江去
送君歸故丘
乾坤餘草屋
風雨宿孤舟
秋夜魚龍蟄
深山麋鹿遊
休其不甚遠
相見在中洲

37. Biệt Nguyễn Đại lang I

Dịch nghĩa: Tiễn biệt Nguyễn Đại lang[1] I

Tôi sắp sửa đi qua sông. Tiễn anh về quê cũ. Giữa đất trời vẫn còn mái lều tranh. Trong gió mưa trú ngụ trong chiếc thuyền lẻ loi. Đêm thu cá rồng ẩn nấp. Núi thẳm hươu nai rong chơi. Ngày vui không còn xa lắm. Sẽ gặp mặt nhau tại trung châu[2].

Dịch thơ

Tiễn biệt Nguyễn Đại lang

I

Lênh đênh tôi sắp sang sông
Tiễn người trở lại về vùng đất xưa
Nhà tranh một mái chơ vơ
Trời cao đất rộng bao la vô cùng
Mưa bay gió thổi lạnh lùng
Co ro thuyền lẻ vẫy vùng cô đơn
Cá rồng đêm tối ẩn thân
Hươu nai núi thẳm an nhàn nhởn nhơ
Ngày vui gần đến hằng mơ
Trung châu hẹn ước người xưa tương phùng

二

送君歸故丘
我亦浮江漢
千里不相聞

---

[1] Xem chú số 2, Bài 13.
[2] Như *trung nguyên*, chỉ Bắc Hà.

一心未嘗間
夜黑豺虎驕
月明鴻雁散
兩地各相望
浮雲應不斷

38. II

Dịch nghĩa: II

Đưa tiễn anh về chốn cũ. Tôi cũng sắp vượt qua sông lớn[1]*. Ngàn dặm xa cách dù chẳng nghe được tin nhau. Nhưng tấm lòng (nhung nhớ) vẫn không ngăn cách. Đêm tối, những loài sói hổ kiêu căng càn quấy. Đàn nhạn hồng tan tác dưới trăng sáng. Hai ta vẫn ngóng trông nhau dù cách đôi nơi. Đám mây trôi trên trời vẫn không hề đứt đoạn.*

Dịch thơ

II

Tiễn anh về chốn đất xưa
Lênh đênh sông lớn vượt qua bây giờ
Ngàn trùng tin tức cách xa
Tấc lòng da diết đợi chờ vấn vương
Đêm khuya hổ sói ngang tàng
Nhạn hồng tan tác dưới trăng sáng ngời
Xa nhau đôi ngả đất trời
Mong tin thạ thiết ngậm ngùi nhớ nhau
Tâm hồn ước nguyện bấy lâu
Ngàn mây trôi mãi trước sau không ngừng

---

[1] Nguyên văn 江漢, chỉ sông Trường Giang và sông Hán Thủy, hai sông lớn miền Nam Trung Quốc. Ở đây chỉ sông lớn.

三

君歸我亦去
各在亂離中
生死交情在
存亡苦節同
柴門開夜月
殘笠走秋風
千里不相見
浮雲迷太空

39. III

Dịch nghĩa: III

Anh về thì tôi cũng đi. Hai ta cùng sống trong buổi loạn lạc. Sống hay chết, tình bạn vẫn nguyên. Còn hay mất, tiết khí trước khổ lụy vẫn giống nhau. Dưới đêm trăng, cửa sài[1] để ngỏ. Trong gió thu, nón rách long đong. Ngàn dặm không trông thấy nhau. Chỉ thấy mây trôi mờ mịt bầu trời.

Dịch thơ

III

Người về chốn cũ xa xôi
Còn tôi cất bước xa rời, nhớ mong
Cùng trong loạn lạc ruổi rong
Tình còn nguyên vẹn giữa vòng tử sinh
Tồn vong khổ lụy điêu linh
Thanh cao khí tiết đồng hành bên nhau
Cửa sài hé mở trăng thâu

[1] *Cửa sài*: nhà ẩn sĩ sống bần hàn nên cổng, cửa của thường làm bằng tre.

Long đong nón rách, gió thu lạnh lùng
Mà nay xa cách ngàn trùng
Một trời mây phủ mông lung mịt mờ

道意

明月照古井
井水無波濤
不被人牽扯
此心終不搖
縱被人牽扯
一搖還復止
湛湛一片心
明月古井水

40. Đạo ý

Dịch nghĩa: Đạo ý[1]

Trăng sáng chiếu giếng xưa. Nước giếng không nổi sóng. Không bị người khuấy động. Lòng này không lay chuyển. Dù bị người khuấy lên. Lay chuyển một lúc lại lặng ngay. Tấm lòng này trong suốt. Như giếng xưa dưới ánh trăng sáng.

Dịch thơ

Đạo ý

Trăng soi vằng vặc giếng xưa
Giếng không sóng nước lặng lờ bấy lâu

---

[1] Thường được dịch là "*Nói ý mình*", "*Định hướng tâm trí*". Chúng tôi để nguyên đầu đề.

Không người khuấy động trước sau
Cũng không dao động thẳm sâu lòng này
Dù ai khuấy động cho hay
Chút dao động nhẹ phút giây lại ngừng
Tấm lòng thanh khiết lâng lâng
Giếng xưa lấp lánh dưới trăng sáng ngời

行樂詞

一

俊犬黃白毛
金鈴繫秀頸
輕衫少年郎
牽向南山嶺
南山多香麋
血肉甘且肥
金刀切玉饌
美酒累百卮
人生無百載
行樂當及時
無為守貧賤
窮年不開眉
夷齊無大名
跖蹻無大利
中壽只八十
何事千年計
有犬且須殺
有酒且須傾

眼前得喪已難認
何事茫茫身後名

41.Hành lạc từ I

Dịch nghĩa: (Bài từ) Hành lạc I

Con chó săn khôn lông vàng đốm trắng. Cổ đẹp đeo chiếc chuông vàng. Còn chàng trai trẻ mặc chiếc áo mỏng nhẹ. Dắt chó đi về dãy núi Nam Sơn. Núi Nam Sơn có lắm cầy hương và hươu nai. Huyết ngọt, thịt béo. Dùng chiếc dao vàng thái làm món bày tiệc sang. Rượu quý uống hàng trăm chén. Đời người không ai sống được trăm tuổi. Nên hãy mau vui chơi cho kịp thời. Chớ nên giữ nếp nghèo khó làm chi. Cả một năm không mở mặt mở mày ra được. Bá Di, Thúc Tề[1] danh tiếng chẳng lớn lao. còn Đạo Chích, Trang Cược[2] cũng chẳng giàu sang to tát. Trung thọ cũng chỉ tám mươi tuổi. Cần chi tính kế ngàn năm. Có chó hãy cứ làm thịt. Có rượu hãy cứ nghiêng bầu uống cạn. Trước mắt, chuyện được hay mất khó nhận biết được. Cần gì phải bận tâm đến cái danh xa vời sau khi chết.

Dịch thơ

Hành lạc (Bài từ)

I

Lông vàng có đốm trắng tinh
Chó khôn cổ đẹp long lanh chuông vàng
Chàng trai khoác áo nhẹ nhàng
Nam Sơn dắt chó theo đường núi non
Nai hương huyết đỏ như son
Thịt ngon béo ngậy thơm ngon chốn này
Dao vàng làm món ngon thay

---

[1] Liên quan đến Bá Di, Thúc Tề, xem chú số 4, Bài 31.

[2] Đạo Chích và Trang Cược, nổi tiếng trộm cướp đời Xuân Thu. Đạo Chích là em Liễu Hạ Huệ, có khoảng 9.000 lâu la, đi bắt trâu bò, cướp vợ người. Trang Cược là em Sở Trang Vương là tay cướp đại bợm.

Trăm chung rượu quý uống say ngất trời
Mấy ai trăm tuổi trên đời
Rong chơi thỏa chí kịp thời mới hay
Dại gì nghèo khó lất lây
Cả năm không nở mặt mày với ai
Di Tề danh lớn tàn phai
Trắng tay Chích Cược một đời tham lam
Lo gì tính chuyện ngàn năm
Đời người bất quá chỉ tầm tám mươi
Có chó cứ giết ăn chơi
Có rượu cứ uống đã đời ngất ngây
Được còn trước mắt ngay đây
Còn chưa biết được mảy may sự tình
Cần gì lo lắng hư danh
Sau khi đã chết nhục vinh trên đời

二

山上有桃花
綽約如紅綺
清晨弄春妍
日暮著泥滓
好花無百日
人壽無百歲
世事多推移
浮生行樂事

席上有妓嬌如花
壺中有酒如金波
翠管玉簫緩更急
得高歌處且高歌
君不見
王戎牙籌手自捉
日日會計常不足
三公臺傾好李死
金錢散作他人福
又不見
馮道晚年稱極貴
歷朝不離卿相位
鐘鳴鼎食更還空
千載徒留長樂敘
眼前富貴如浮雲
浪得今人笑古人
古人墳塋已纍纍
今人奔走何紛紛
古今賢愚一邱土
生死關頭莫能度
勸君飲酒且為歡
西窗日落天將暮

42. II

Dịch nghĩa: II

Trên núi có hoa đào. Tươi đẹp như tấm lụa hồng. Sáng sớm cùng đùa giỡn với sắc xuân tươi đẹp. Chiều tối đã nằm dưới bùn lầy. Hoa dù đẹp cũng không được trăm ngày. Người sống thọ mấy ai được trăm tuổi. Chuyện đời biết bao đổi thay. Sống kiếp phù sinh nên cứ vui chơi. Trên bàn tiệc có kỹ nữ đẹp xinh như hoa. Trong vò có rượu quý sóng sánh như vàng. Tiếng sáo biếc, tiêu ngọc lúc khoan lúc nhặt. Đương lúc hát vang cứ hát vang. Anh có thấy chăng, Vương Nhung[1] tay cầm thẻ ngà. Mỗi ngày tính toán mà bụng vẫn chưa thấy đủ. Đài Tam công[2] cũng đổ, cây mận ngon cũng chết khô. Bạc, vàng cũng tiêu hoang cho kẻ khác được hưởng. Lại không thấy, Phùng Đạo[3] lúc về già phú quý xiết bao. Trải qua mấy triều vua vẫn không rời chức khanh tướng. Thế mà tiếng chuông ngân bên đỉnh chung rốt cuộc vẫn là không. Ngàn năm chỉ còn lưu lại bài Trường Lạc tự[4]. Phú quý trước mắt, chẳng khác gì phù vân. Thật hão huyền, người ngày nay chỉ biết cười cợt người xưa. Còn người xưa chết, mồ mả đã nối tiếp ngổn ngang. Người sau sao vẫn cứ bôn tẩu rộn ràng. Xưa nay, kẻ hiền người ngu chỉ còn trơ lại một nắm đất. Cửa ải sống chết, không ai vượt qua được. Khuyên anh cứ uống rượu rồi vui chơi. Kìa ở cửa sổ phía tây, bóng mặt trời đã xế rồi.

Dịch thơ

II

Hoa đào trên núi gần xa
Đẹp như giải lụa thướt tha thắm hồng
Hồn nhiên đùa giỡn hừng đông
Sắc xuân diễm lệ đắm lòng ngất ngây
Hoàng hôn buông xuống buồn thay
Rụng rơi lăn lóc bùn lầy trước sau

---

[1] *Vương Nhung*: Người đời Tấn, nhà giầu nhưng biển lận, ngày nào cũng cầm thẻ ngà trong tay để tính toán. Trong nhà có cây mận rất ngon, bán quả sợ người ta lấy giống nên dùi nát hột rồi mới bán.

[2] *Tam công* chỉ ba chức quan cao cấp nhất trong triều đình phong kiến như Trung Quốc và Việt Nam. Thời Nguyên, Minh và Thanh, Tam công chỉ Thái sư, Thái phó cùng Thái bảo.

[3] *Phùng Đạo*: Người đời Ngũ Đại, tính chất phác, văn hay, làm khanh tướng dưới bốn triều Đường, Tống, Hán, Chu. Tự đặt tên là Trường Lạc Lão, có làm bài Trường Lạc Lão Tự Sự kể chuyện mình thờ bốn họ, sáu vua.

[4] Phùng Đạo hiệu là Trường Lạc lão, đã từng viết "長樂老自敘" (*Trường Lạc tự tự*: Tự thuật của Trường Lạc lão).

Trăm ngày hoa đẹp mãi đâu
Con người ai thọ bạc đầu trăm năm
Chuyện đời biến đổi thăng trầm
Phù sinh kiếp sống, cõi trần rong chơi
Ca nhi yến tiệc lả lơi
Đẹp như hoa nở tuyệt vời thế gian
Trong vò rượu quý vô ngần
Long lanh sóng sánh chứa chan ánh vàng
Sáo tiêu ngọc biếc ngân vang
Nhặt khoan giai điệu mơ màng thiên thai
Giọng đang cao vút chơi vơi
Càng say sưa hát ngất trời vút cao
Vương Nhung tính toán xiết bao
Vẫn không thỏa mãn lao đao từng ngày
Đài Tam Công đổ lung lay
Xanh tươi cây mận có ngày chết khô
Bạc vàng phung phí không đâu
Để ai hưởng thụ mai sau huy hoàng
Kìa xem Phùng Đạo thảm thương
Về già phú quý vẻ vang dường nào
Giữ ngôi khanh tướng mấy triều
Chuông ngân trống vắng tiêu điều đỉnh chung
Ngàn năm muôn vật tiêu vong
Bài Trường Lạc tự, thỏa lòng còn đây
Vinh hoa phú quý cho hay
Chỉ như những đám mây bay vật vờ

Người nay cười nhạo người xưa
Người xưa mồ mả chơ vơ dãi dầu
Người nay tất bật đâu đâu
Xưa nay nấm đất, hiền ngu bẽ bàng
Tử sinh cửa ải tang thương
Không ai vượt nổi, mơ màng đấy thôi
Khuyên anh cạn chén, vui chơi
Phía tây khung cửa tàn phai bóng chiều

藍江

清晨望藍江
藍江漲秋水
魚鼈遊丘陵
牛馬迷涯涘
圮岸崩暴雷
鴻濤見奇鬼
危險勝人心
傾覆亦天意
我望藍江頭
寸心常惴惴
常恐一失足
汨沒無底止
如何世間人
乘險不知畏
去者何滔滔
來者尚未已

帝德本好生
那得長如是
擬驅千仞山
填平五百里

43. Lam giang

Dịch nghĩa: Sông Lam[1]
Sáng sớm nhìn xa về dòng sông Lam. Vào mùa thu nước sông Lam dâng lớn. Cá, ba ba bơi bám trên gò đất. Trâu ngựa lạc bờ bến. Bờ sông sạt lở ầm ầm như tiếng sấm dữ. Sóng dâng lên trông như lũ quỷ kỳ dị. Hiểm nguy làm nản lòng người. Sạt lở đều do ý trời. Ta nhìn xa về bờ sông Lam. Lòng thường lo lắng sợ hãi. Nếu không may sẩy chân xuống. Sẽ chìm sâu xuống không biết đâu là đáy. Vậy mà sao người đời. Cứ xông pha nơi hiểm nghèo chẳng biết sợ gì. Người trước đã cuồn cuộn qua rồi. Người sau vẫn còn tiếp đến không ngừng. Trời vốn có đức hiếu sinh. Không lẽ nào cứ để mãi như thế. Muốn làm sao xô đẩy dãy núi Thiên Nhận[2]. Để lấp bằng năm trăm dặm (dòng sông này).

Dịch thơ

Sông Lam

Tinh mơ nhìn phía sông Lam
Mùa thu dâng nước đầy tràn bao la
Ngựa trâu lạc lối bến bờ
Ba ba cùng cá bám gò ngoi lên
Ngỡ như sấm nổ vang rền
Ào ào đất lở vùng ven sông này
Sóng cao rộng lớn ghê thay

---

[1] Xem chú số 2, Bài 30.
[2] *Thiên Nhận*: dãy núi giáp giới hai huyện Hương Sơn (Hà Tĩnh) và Thanh Chương (Nghệ An), ngăn sông Phố và sông Lam.

Tựa như kỳ quái một bầy quỷ ma
Giữa vùng nguy hiểm gần xa
Kinh hồn khiếp vía người ta nản lòng
Ngả nghiêng sụt lở hãi hùng
Cũng là thiên ý cam lòng mà thôi
Tấc lòng lo sợ khôn nguôi
Sông Lam sóng nước xa vời nhìn theo
Thường lo sảy bước đâm nhào
Đắm chìm mất tích chốn nào đáy sâu
Người đời sao lại vô ưu
Hiểm nguy mất mạng cũng liều xông pha
Người xưa tấp nập đã qua
Người nay tiếp tục vẫn chưa chịu ngừng
Hiếu sinh ân đức trời thương
Nỡ lòng mãi để phũ phàng xiết bao
Đẩy rơi Thiên Nhận mong sao
Dòng sông vùi lấp bao nhiêu dặm dài

寧公城

獨上高山眼界新
英雄往事掛江津
一城上下盡喬木
十里威風見古人
此地北南歸一軸

當時井竈駐三軍
十年未泄男兒恨
彈劍長歌對白雲

44. Ninh công thành

Dịch nghĩa: Thành ông Ninh[1]

Một mình trèo lên núi cao, quang cảnh mới hiện ra trong tầm mắt. Chuyện cũ anh hùng vẫn còn sống động như tranh vẽ trên bến sông. Tòa thành trên, dưới đều là tầng lớp cây cao. Nhìn xa mười dặm vẫn còn thấy oai phong người xưa. Nơi đây từng là chỗ xung yếu giữa nam, bắc. Thuở ấy có giếng có bếp làm nơi đóng quân. Mười năm trôi qua, vẫn chưa rửa được mối hận của nam nhi. Gõ nhịp vào gươm, ca hát mãi trước chòm mây trắng.

Dịch thơ

Thành ông Ninh

Trèo lên đỉnh núi ngất trời
Mênh mông cảnh mới xa vời vợi trông
Cảnh xưa chuyện cũ anh hùng
Tưởng như tái hiện bến sông bây giờ
Nhấp nhô cổ thụ thành xưa
Cổ nhân lẫm liệt dặm xa tương phùng
Bắc Nam xung yếu một vùng
Trú quân, giếng nước bếp hồng thuở xưa
Mười năm đằng đẵng trôi qua

---

[1] *Thành Ông Ninh*: do Trịnh Ninh, còn có tên là Trịnh Toàn làm Trấn Thủ Nghệ An xây dựng để chống quân Nam Hà. Có lẽ, Nguyễn Du đề cập đến thành gần sông Lam gần Bến Thủy, trên núi Dũng Quyết nơi xảy ra các trận đánh giữa quân đàng trong và quân đàng ngoài (quân chúa Trịnh và quân nhà Nguyễn) vì Trịnh Ninh đã cho xây rất nhiều thành trì ở Nghệ An để chống lại các thế lực phía nam.

Nam nhi rửa hận vẫn chưa thỏa lòng
Trước làn mây trắng bềnh bồng
Hát vang gõ kiếm ung dung giữa đời

開窗

門前烟景近如何
閒日開窗生意多
六月培風鵬徙地
一庭積雨蟻移窩
青氈舊物苦珍惜
白髮雄心空咄嗟
再病尚須調攝力
不知秋思到誰家

45. Khai song

Dịch nghĩa: Mở cửa sổ

Phong cảnh mây khói trước cửa nhà, nay như thế nào rồi? Nhàn rỗi, mở cửa sổ ra xem, thấy mọi vật vẫn đầy sức sống. Chim bằng cưỡi gió lớn bay suốt sáu tháng không nghỉ[1]*. Sân đọng nước mưa kiến dời tổ đi. Có chiếc nệm xanh là vật cũ, khư khư nâng niu. Tóc bạc rồi, có hùng tâm cũng ngồi than thở suông mà thôi. Bệnh trở lại, phải lo điều dưỡng. Không biết tứ thu đến nhà ai?*

---

1 Trang tử, *Nam Hoa Kinh*: "鵬之徙于南冥也，水擊三千里，搏扶搖而上者九萬里，去以六月息者也." (Khi chim bằng dời sang biển Nam, nước dậy sóng ba ngàn dặm. Nó sải cánh theo gió cuốn bay lên chín muôn dặm, bay suốt sáu tháng mới nghỉ).

Dịch thơ

Mở cửa sổ

Khói mây khung cửa trước nhà
Gần đây biết có mịt mờ mông lung
Ngày nhàn hé cửa ngắm trông
Tràn trề sức sống mênh mông giữa đời
Đất trời sáu tháng chia phôi
Chim bằng cưỡi gió vút trời bao la
Sân nhà mưa ngập gần xa
Kiến đành lìa tổ dời qua chốn nào
Đệm xanh gắn bó cùng nhau
Cũ rồi nhưng vẫn nâng niu giữ gìn
Mái đầu bạc trắng ưu phiền
Hùng tâm than vãn hão huyền mà thôi
Bệnh đang tái phát trong người
Phải lo điều dưỡng chẳng rời thuốc thang
Nhà ai thu mộng vấn vương
Về đâu hiu hắt mơ màng về đâu

對酒

跌坐閒窗醉眼開
落花無數下蒼苔
生前不盡樽中酒
死後誰澆墓上杯
春色漸遷黃鳥去

年光暗逐白頭來
百期但得終朝醉
世事浮雲眞可哀

46. Đối tửu

Dịch nghĩa: Uống rượu

Ngồi xếp bằng tròn cạnh cửa sổ, say, mắt lim dim. Vô số cánh hoa rơi trên thảm rêu xanh. Lúc sống không uống cạn chén rượu. Chết rồi, ai nghiêng chén rưới rượu trên mồ. Sắc xuân thay đổi dần, chim hoàng oanh bay đi. Năm tháng ngầm thôi thúc đầu bạc. Cuộc đời trăm năm, chỉ mong được say suốt ngày. Thế sự như mây nổi, thật đáng buồn.

Dịch thơ

Uống rượu

Mắt say hé mở song nhàn
Muôn hoa rụng xuống ngập tràn rêu xanh
Sao không cạn chén bình sinh
Mai sau giọt rượu vắng tanh bên mồ
Hoàng anh khuất bóng về đâu
Mà nay xuân sắc chuyển màu đổi thay
Năm tàn, tóc bạc như mây
Trăm năm khao khát suốt ngày say sưa
Đời như mây nổi vật vờ
Đáng thương biết mấy xót xa chạnh lòng

山村

萬山深處絕風塵
錯落柴門閉暮雲
長者衣冠猶是漢
山中甲子迥非秦
牧兒角搥荒郊暮
汲女筒連玉井春
那得跳離浮世外
長松樹下最宜人

47. Sơn thôn

Dịch nghĩa: Thôn xóm miền núi

Ở sâu thẳm giữa muôn ngọn núi, xa cách gió bụi. Mây chiều che kín những cổng tre lác đác. Áo mũ các cụ già vẫn theo kiểu đời Hán[1]*. Lịch pháp ở trong núi khác hẳn đời Tần. Buổi chiều, mục đồng gõ sừng trâu giữa đồng hoang. Ngày xuân, cô gái kéo gàu múc nước ở giếng ngọc*[2]*. Ước gì thoát được vòng trần tục. Mà ngồi dưới gốc tùng, thú biết bao nhiêu.*

Dịch thơ

Thôn xóm miền núi

Thẳm sâu dãy núi mênh mông
Mịt mù gió bụi ngàn trùng cách xa
Chiều buông mây phủ giăng mờ

---

[1] *Đời Hán*: là vương triều dài lâu và thịnh trị bậc nhất trong lịch sử Trung Quốc (206 TCN-220). Chỉ niềm tự hào của người Hán, một thời thịnh trị.
[2] *Giếng ngọc*: từ đẹp yêu quý chỉ lợi ích của giếng nước trong vắt đối với sự sống con người.

Cổng tre lác đác gần xa thôn làng
Cụ già vẫn giữ bình thường
Áo xiêm mũ mão vấn vương Hán triều
Giữa miền núi thẳm cheo leo
Vẫn dùng lịch pháp không theo đời Tần
Đồng hoang bóng xế tan dần
Gõ sừng mục tử lan man lối về
Xuân sang thôn nữ rủ rê
Kéo gàu giếng ngọc tràn trề nước trong
Mong sao thoát chốn bụi hồng
Niềm vui thỏa nguyện gốc tùng chở che

弔羅城歌者

一枝濃艷下蓬瀛
春色嫣然動六城
天下何人憐薄命
塚中應自悔浮生
胭脂不洗生前障
風月空留死後名
想是人間無識趣
九泉去伴柳耆卿

48. Điếu La Thành ca giả

Dịch nghĩa: Viếng ca nhi ở La Thành[1]

Cành hoa đẹp lộng lẫy từ cõi tiên xuống. Sắc xuân tươi thắm làm rung động cả sáu thành. Thiên hạ ai người thương kẻ bạc mệnh. Dưới mồ, chắc cũng hối hận cho kiếp phù sinh. Nghiệp chướng phấn son, lúc sống đã không rửa sạch được. Sau khi chết chỉ để lại tiếng trăng gió mà thôi. Chắc nghĩ rằng trên đời không ai biết niềm vui thú cảm thương phận mình. Nên xuống suối vàng làm bạn với Liễu Kỳ Khanh[2].

Dịch thơ

Viếng ca nhi ở La Thành

Cõi tiên huyền ảo giáng trần
Cành hoa diễm lệ nồng nàn thắm tươi
Sắc xuân mơn mởn tuyệt vời
Nụ cười ánh mắt chơi vơi sáu thành
Nào ai thương xót đến mình
Giai nhân bạc mệnh mong manh giữa đời
Dưới mồ nuối tiếc ngậm ngùi
Phận mình trôi nổi kiếp người điêu linh
Phấn son nghiệp chướng nhục vinh
Vẫn chưa rửa sạch ngày xanh lỡ làng
Rồi khi khuất bóng, vấn vương
Trăng hoa lưu tiếng đáng thương bẽ bàng

---

[1] *La Thành*: tức thành Nghệ An còn gọi là Lam Thành

[2] *Liễu Kỳ Khanh*: tức Liễu Vĩnh (987-1053), một từ nhân nổi tiếng đời Tống, thường tới xóm kỹ nữ. Sau ông lưu lạc chết trong cảnh túng kiết, được chị em xóm Bình Khang góp tiền mai táng và tổ chức ngày viếng.

Phận mình ai cảm ai thương
Liễu Kỳ Khanh đó, suối vàng tri giao

雜詩

一

壯士白頭悲向天
雄心生計兩茫然
春蘭秋菊成虛事
夏暑冬寒奪少年
黃犬追歡鴻嶺下
白雲臥病桂江邊
村居不厭頻沽酒
尚有囊中三十錢

49. Tạp thi I

Dịch nghĩa: Tạp thi I

Tráng sĩ đầu bạc bi thương ngẩng nhìn trời. Hùng tâm, sinh kế mờ mịt cả hai. Xuân có lan, thu có cúc đã thành chuyện hão. Lần lữa đông rét hè nóng cướp cả tuổi trẻ. Dắt chó vàng, mãi vui thú dưới núi Hồng Lĩnh[1]. Dưới mây trắng, nằm bệnh bên bờ sông Quế[2]. Ở thôn quê, thích được mua rượu luôn. Trong túi hãy còn ba mươi đồng tiền.

---

[1] Xem chú số 3, Bài 1.
[2] Xem chú số 5, Bài 31.

Dịch thơ

Tạp thi

I

Bạc đầu tráng sĩ bi ai
Đăm đăm ngước mắt nhìn trời thẳm xanh
Hùng tâm, sinh kế mong manh
Mệnh mang mờ mịt cũng đành phận chung
Xuân lan, thu cúc hư không
Tuổi xanh lấy mất, lạnh đông, nóng hè
Chó vàng săn bắt mải mê
Dưới chân Hồng Lĩnh ê hề truy hoan
Mây bay trắng xóa ngút ngàn
Bên bờ sông Quế bệnh tàn nằm trơ
Rượu quê say đắm cứ mua
Ba mươi đồng vẫn chực chờ giắt lưng

二

鴻山一色臨平渠
清寂可為寒士居
千里白雲生几席
一窗明月上琴書
笑啼狗俗干戈際
緘默藏生老病餘
葉落花開眼前事
四時心鏡自如如

50. II

Dịch nghĩa: II

Núi Hồng một màu soi bóng xuống làn nước phẳng. Nơi thanh tú tĩch mịch này, kẻ hàn sĩ[1] có thể ở được. Mây trắng từ ngàn dặm bay đến, vờn quanh giường chiếu. Trăng sáng soi qua cửa sổ, chiếu vào cặp sách túi đàn. Lúc loạn lạc, cười khóc cũng phải theo thói đời. Thân già yếu nên trầm lặng để giữ mình. Chuyện trước mắt thay đổi như hoa nở lá rụng. Quanh năm, tấm lòng vẫn mãi trong sáng như gương.

Dịch thơ

II

Núi Hồng soi bóng mơ màng
Suối khe lờ lững nhẹ nhàng viễn du
Chọn nơi thanh vắng thâm u
Để người hàn sĩ nhàn cư thỏa lòng
Xa xôi ngàn dặm mênh mông
Bên giường mây trắng bềnh bồng nổi trôi
Cầm thư lấp lánh chơi vơi
Qua khung cửa hẹp trăng soi ngập tràn
Khóc cười theo thói, cầu an
Binh đao loạn thế tương tàn đời nay
Trầm ngâm lặng lẽ bao ngày
Già nua lắm bệnh loay hoay thân tàn
Chuyện đời trước mắt biến thiên
Chỉ như hoa nở, lá tàn rụng rơi
Bốn mùa biến đổi đất trời
Tâm hồn vẫn mãi sáng ngời như gương

---

[1] *Hàn sĩ*: hay *hàn nho* chỉ học trò nghèo, kẻ sĩ nghèo chưa đỗ đạt.

漫興

龍尾洲邊多白鷗
藍江堂上有寒儒
一生詞賦知無益
滿架琴書徒自愚
百歲為人悲瞬息
暮年行樂惜須臾
寧知異日西陵下
能飲重陽一滴無

51. Mạn hứng

Dịch nghĩa: Cảm hứng lan man

Bên bãi Long Vĩ[1] *có nhiều chim âu trắng. Trong ngôi nhà bên sông Lam có nhà Nho nghèo. Một đời chuyên về từ phú, biết là vô ích. Sách đàn đầy giá, chỉ mình làm ngu mình. Cuộc đời trăm năm, buồn thay như chớp mắt. Tuổi già mới vui chơi, tiếc quá ngắn ngủi. Biết rồi đây, khi nằm xuống dưới gò phía tây. Tiết Trùng dương*[2] *đến, liệu có uống được một giọt rượu nào không.*

---

[1] Bãi trên sông Long Vĩ, xem chú số 1, Bài 36.

[2] *Trùng dương*: tức *trùng cửu*, ngày 9 tháng 9 Âm lịch. Thời trước, các nhà thơ vào tiết này thường uống rượu, ngắm hoa cúc tìm hứng thơ.

Dịch thơ

Cảm hứng lan man

Từng đàn cò trắng phau phau
Bên bờ Long Vĩ hẹn nhau sum vầy
Sông Lam vẫn chảy nơi đây
Nhà tranh một mái, chốn này, hàn Nho
Một đời từ phú mộng mơ
Biết là vô ích mơ hồ đấy thôi
Cầm thư chồng chất bùi ngùi
Chỉ là tự chuốc một đời ngu ngơ
Trăm năm trong cõi người ta
Chỉ như chớp mắt thoáng qua nhẹ nhàng
Tiếc thay ngắn ngủi bẽ bàng
Tuổi già vui thú vấn vương những ngày
Rồi mai dưới mộ phía tây
Biết còn giọt rượu uống ngày Trùng Dương

臥病

一

多病多愁氣不舒
十旬困臥桂江居
癘神入室吞人魄
饑鼠緣床喫我書
未有文章生孽障
不容塵垢雜清虛
三蘭窗下吟聲絕
點點精神遊太初

52. Ngọa bệnh I

Dịch nghĩa: Nằm bệnh I

Lắm bệnh, hay buồn sầu, tâm thần không được thư thái. Mười tuần[1] nay nằm co bên bờ Quế Giang[2]. Thần bệnh tật vào nhà muốn bắt vía người. Chuột đói leo giường gặm sách vở của ta. Chưa từng có chuyện văn chương sinh ra nghiệt chướng. Không để cho bụi bặm lẫn vào tâm hồn trong sạch (của mình). Vài gốc lan dưới cửa sổ, vắng bặt tiếng ngâm nga. Tinh thần dần dần thư thái, lãng du cõi thái sơ[3].

---

[1] *Tuần*: 10 ngày.

[2] Xem chú số 5, Bài 31.

[3] *Thái Sơ*: chỉ trời đất trước khi chưa phân chia, nguyên khí hỗn tạp mà thành một còn gọi là Thái Cực.

Dịch thơ

Nằm bệnh

I

Thân ta đa bệnh đa sầu
Tâm hồn thư thái còn đâu những ngày
Nơi dòng sông Quế còn đây
Trăm ngày khốn khổ lất lây thân tàn
Vào nhà thần bệnh vơ càn
Muốn đem phách vía mê man của người
Leo giường chuột đói ngược xuôi
Sách ta gặm nát tả tơi ngỡ ngàng
Chưa từng nhìn thấy văn chương
Sinh ra nghiệt chướng phũ phàng xưa nay
Tâm hồn thuần khiết còn đây
Quyết không để bụi bám đầy lấm lem hoen nhơ
Hoa lan mấy khóm phất phơ
Dưới song lặng tiếng ngâm nga bồi hồi
Tinh thần thư thái khoan thai
Lãng du về cõi đất trời thái sơ

二

春寒夏暑故相侵
一臥鴻山歲月深
明鏡曉寒開老瘦

柴扉夜靜閉[1]呻吟
十年夙疾無人問
九轉還丹何處尋
安得玄關明月見
陽光下照破羣陰

53. II

Dịch nghĩa: II

Xuân lạnh hè nóng cứ thay nhau xâm hại đến (sức khỏe) mãi. Về nằm bệnh ở núi Hồng đã mấy năm rồi. Buổi sáng lạnh, soi gương thấy mình gầy gò và già nua. Đêm thanh vắng, cửa sài đóng kín, nằm rên rỉ. Bệnh cũ mười năm không ai thăm hỏi. Tìm đâu ra thuốc tiên luyện chín lần. (Mong sao) có thể thấy được vầng trăng sáng[2] hiện ra trước cửa (chính của căn) nhà[3]. Ánh sáng chan hòa rọi xuống xua đuổi mọi bóng tối.

Dịch thơ

II

Xuân hè nóng lạnh đẩy đưa
Núi Hồng nằm bệnh bốn mùa đổi thay
Soi gương lạnh lẽo sớm nay
Tóc thêm bạc trắng, thân gầy guộc sao
Cửa sài khép kín liêu xiêu
Thở than đêm thẳm tịch liêu đất trời
Mười năm bệnh cũ rã rời
Nào ai thăm hỏi đến người chơ vơ

---

1 困

2 *Trăng sáng*: minh nguyệt, có thể ngầm chỉ Minh Nguyệt thiên tử, hóa thân của Đại Thế Chí Bồ Tát?

3 *Cửa chính của căn nhà*: Huyền môn, có thể ngầm chỉ cửa đạo huyền diệu, chỉ đạo Phật?

Tìm đâu giữa cõi người ta
Thuốc tiên huyền diệu như mơ chế thành
Mong vầng trăng sáng long lanh
Hiện về trước cửa nhà mình giờ đây
Rạng ngời ánh sáng ngất ngây
Xua tan bóng tối đọa đầy bấy lâu

夜行

老衲安眠鴻嶺雲
浮鷗靜宿煖沙津
南溟殘月浮千里
古陌寒風共一人
黑夜何其迷失曉
白頭無賴拙藏身
不愁久露霑衣袂
且喜鬚眉不染塵

54. Dạ hành

Dịch nghĩa: Đi trong đêm

Vị sư già ngon giấc trong mây núi Hồng. Chim âu cũng nằm yên trên bãi cát ấm. Ánh trăng tàn trôi nổi ngoài biển nam, xa ngàn dặm. Trên lối cũ, gió lạnh dồn cả vào một người. Đêm tối mờ mịt, lúc nào rồi, sao vẫn chưa thấy trời sáng. Già rồi, không làm nên chuyện gì, lại vụng về chuyện náu thân. Không buồn vì đi lâu dưới sương, áo bị thấm ướt. Lại mừng vì mày râu chẳng nhuốm bụi trần.

Dịch thơ

Đi trong đêm

Núi Hồng mây phủ bồng bềnh
Sư già ngon giấc yên bình trong đêm
Chim âu ấm áp êm đềm
Nằm trên bãi cát lim dim ngủ vùi
Trăng tàn mờ ảo chơi vơi
Biển Nam lấp lánh xa xôi ngàn trùng
Lối xưa gió thổi lạnh lùng
Lùa vào tê tái ruổi rong một người
Mịt mờ tăm tối đêm dài
Bao giờ mới sáng rã rời năm canh
Bạc đầu vô dụng thân mình
Vụng đường ẩn náu cũng đành nổi trôi
Sương khuya hiu hắt bên đời
Chẳng màng ướt áo, sầu thôi đong đầy
Thỏa lòng vui sướng này đây
Mày râu chưa nhuốm lấm lây bụi trần

雜吟

一

秋聲一夜渡藍河
無影無形入我家
萬里西風來白髮
一窗秋色在黄花
百年哀樂何時了
四壁圖書不厭多
庭植孤松高百尺
不知青帝奈人何

55. Tạp ngâm I

Dịch nghĩa: Tạp ngâm I

Tiếng thu một đêm vượt qua sông Lam[1]. Không bóng, không hình lọt vào nhà ta. Gió tây muôn dặm làm cho mái tóc thêm bạc. Tràn đầy cửa sổ, sắc thu trên khóm hoa vàng[2]. Cuộc vui buồn trăm năm bao giờ mới hết. Sách vở đầy bốn vách, bao nhiêu cũng vừa. Trước sân trồng một cây tùng cao trăm thước. Không biết chúa Xuân sẽ làm gì được người (trồng cây).

Dịch thơ

Tạp ngâm

I

Tiếng Thu đêm lướt sông Lam
Vô hình vô ảnh lọt thầm nhà ta
Gió Tây ngàn dặm cõi xa

[1] Xem chú số 2, Bài 30.
[2] *Hoa vàng*: chỉ hoa cúc vàng tượng trưng mùa thu.

Vương sầu hiu hắt bạc phơ mái đầu
Sắc thu bàng bạc một màu
Đầy song hoa cúc chen nhau sắc vàng
Trăm năm trong cõi vô thường
Bao giờ chấm dứt sầu thương, vui vầy
Sách dồn bốn vách chất đầy
Mà chưa thỏa nguyện mê say vô vàn
Gốc tùng cao vút trước sân
Chúa Xuân biết có giận hờn được ai

二

龍尾江頭屋一間
幽居愁極忽知歡
達人心境光如月
處士門前青者山
枕畔束書扶病骨
燈前斗酒起衰顏
灶頭終日無烟火
窗外黃花秀可餐

56. II

Dịch nghĩa: II

Đầu sông Long Vĩ[1] có một gian nhà. Ở ẩn buồn đến cực độ, bỗng thấy vui. Cõi lòng của bậc đạt nhân, sáng tỏ như vầng trăng. Trước cửa nhà ẩn dật toàn là màu núi xanh. Cạnh gối, có chồng sách đỡ tấm thân bệnh tật. Trước đèn, uống chén rượu cho vẻ mặt tiều tụy

---

[1] Xem chú số 1, Bài 36.

tươi lên. Suốt ngày, bếp không đỏ lửa. Ngoài cửa sổ, hoa cúc vàng tươi tốt có thể ăn được.

Dịch thơ

II

Đầu sông Long Vĩ lửng lơ
Một gian nhà nhỏ bên bờ nước trôi
Thanh nhàn ẩn dật giữa đời
Sầu dâng cao vút, chợt cười hoan ca
Đạt nhân tâm cảnh bao la
Như trăng chiếu sáng chan hòa lung linh
Trước cửa ẩn sĩ, núi xanh
Sách chồng bên gối tựa mình ốm đau
Trước đèn leo lét đêm thâu
Rượu đây cạn chén thắm màu dung nhan
Lạnh tanh bếp núc lửa tàn
Hoa vàng ngon mắt chập chờn ngoài song

三

漠漠秋光八月深
茫茫天氣半晴陰
受風高竹鳴天籟
零雨黃花布地金
遠岫寒侵遊子夢
澄潭清共主人心
出門徐步看秋色
半在江頭楓樹林

57. III

Dịch nghĩa: III

Cuối tháng tám, sắc thu mịt mờ. Khí trời mênh mang, nửa quang đãng, nửa âm u. Bụi trúc cao đón gió thu thổi, nổi vang lên tiếng sáo trời. Hoa vàng sau trận mưa dầm dề, rải sắc vàng khắp mặt đất. Khí lạnh ở rặng núi xa thấm vào giấc mộng người lữ khách. Nước đầm lặng yên, trong vắt tựa như lòng thi nhân. Ra cửa, bước thong thả, ngắm nhìn cảnh sắc thu. Thấy một nửa (sắc thu) ở trên giải rừng phong mé đầu sông.

Dịch thơ

III

Phôi pha tháng tám sắp tàn
Sắc thu mờ ảo miên man cuối trời
Nửa như quang đãng chơi vơi
Nửa như mù mịt khí trời mênh mang
Cao cao khóm trúc vấn vương
Sáo trời gió thổi du dương sớm chiều
Dầm dề mưa đổ liêu xiêu
Hoa vàng rơi rụng đất gieo sắc vàng
Núi xa lạnh lẽo dặm trường
Thấm hồn du tử vẫn thường mộng mơ
Nước đầm trong vắt lặng lờ
Như hồn thanh khiết người thư thái này
Khoan thai ra cửa ngất ngây
Mà mê đắm sắc thu day dứt lòng
Còn đây đỏ thắm rừng phong
Xa xa nửa giải đầu sông nồng nàn

贈實亭

天鶴潭魚何處尋
羅城一別十年深
同年對面隔千壤
往事回頭成古今
白髮消磨貧士氣
綈袍珍重故人心
莫愁僻地無佳客
藍水鴻山足詠吟

58. Tặng Thực Đình

Dịch nghĩa:Tặng Thực Đình[1]

Hạc trên trời, cá dưới đầm biết đâu mà tìm. Từ ngày chia tay ở La Thành[2] *chốc đã mười năm. Bạn đồng niên*[3] *muốn gặp mặt mà nay thành cách biệt nhau như trời với đất. Chuyện cũ nay ngoảnh đầu lại đã thành chuyện cổ kim rồi. Tóc bạc làm tiêu ma chí khí của kẻ sĩ nghèo. Chiếc áo sồi*[4]*, trân trọng tấm lòng người cũ. Chớ lo cho tôi ở nơi hẻo lánh này không ai đến bầu bạn. Sông Lam*[5] *núi Hồng (có nhiều cảnh đẹp), đủ để mà ngâm vịnh.*

---

[1] *Thực Đình*: chưa rõ là ai.
[2] Xem chú số 1, Bài 48.
[3] *Đồng niên*: bạn cùng tuổi, bạn thi đỗ cùng khoa.
[4] Nguyên bản "đề bào" 綈袍: thời Xuân Thu, khi Phạm Thư bị nạn, có người bạn tặng cho áo sồi. Vì thế gọi nghĩa bè bạn là "đề bào".
[5] Xem chú số 2, Bài 30.

Dịch thơ

Tặng Thục Đình

Hạc trên trời cá trong đầm
Biết đâu bóng dáng mà tìm kiếm đây
La Thành lưu luyến chia tay
Mười năm thoáng chốc đong đầy nhớ nhung
Đồng niên thuở trước hằng mong
Trời cao đất rộng khó lòng gặp nhau
Chuyện xưa ngoảnh lại còn đâu
Đã thành kim cổ phai màu thời gian
Mà nay tóc trắng thân tàn
Bần cùng kẻ sĩ tiêu tan tinh thần
Áo sồi tặng vật cố nhân
Vẫn hằng trân trọng biết ơn tấm lòng
Chốn này cô tịch mênh mông
Đừng lo khách quý sẽ không ghé vào
Tha hồ ngâm vịnh nghêu ngao
Sông Lam dào dạt đỉnh cao núi Hồng

復實亭

冬寒夏暑故侵尋
老大頭顱歲月深
京國鶯花千里外
江湖簑笠十年今
聚頭難得常青目
理髮當知未白心
藍水鴻山無限勝
憑君收拾助清吟

59. Phúc Thực Đình

Dịch nghĩa: Trả lời Thực Đình

Mùa đông lạnh, mùa hạ nóng, lần lữa trôi qua. Năm tháng chồng chất trên mái đầu già cỗi. Cảnh chim oanh (hót) hoa (nở) chốn kinh kỳ, nay đã ở ngoài ngàn dặm. Mười năm qua, sống giang hồ với áo tơi nón lá. Thường khó gặp được những người bạn mắt xanh[1] mà tụ họp cùng nhau. Gỡ tóc rối mới biết lòng mình vẫn chưa thanh sạch. Sông Lam, núi Hồng đẹp vô cùng. Anh tha hồ nhặt nhạnh để làm đề tài ngâm vịnh thanh tao.

---

[1] Theo *Tấn thư* (*Nguyễn Tịch truyện*): Lúc Kê Hỉ đến điếu, Nguyễn Tịch coi khinh liếc ngang lộ mắt lòng trắng, Kê Hỉ đành cáo từ ra về. Em trai Hỉ là Kê Khang mang rượu ôm đàn đến, Nguyễn Tịch rất vui, tỏ lòng quý trọng, mắt nhìn thẳng Kê Khang với cặp mắt xanh (đen). Chỉ người vừa ý hợp mắt; tri âm, tri kỷ.

Dịch thơ

Trả lời Thục Đình

Đông lạnh hè nóng ngược xuôi
Tháng năm chồng chất tả tơi bạc đầu
Hoa cười oanh hót còn đâu
Kinh đô ngàn dặm mịt mù cõi xa
Mười năm ròng rã trôi qua
Áo tơi nón lá gần xa giang hồ
Cùng người tụ tập bấy lâu
Tri âm khó gặp trước sau một người
Sửa sang mái tóc rối bời
Lòng chưa thanh khiết ngậm ngùi mênh mông
Dòng sông Lam đỉnh núi Hồng
Thanh tao ngâm vịnh động lòng thi nhân

獵

衣冠達者志青雲
吾亦樂吾麋鹿羣
解釋[1]閒情安在獲
屏除異類不妨仁
麝眠淺草香猶濕
犬渡重山吠不聞
浮世為歡各有道
驅車擁蓋是何人

60. Liệp

Dịch nghĩa: Đi săn

Những người làm quan hiển đạt, chí thường ở mây xanh[2]*. Còn ta, ta vui với đàn hươu nai. Đi săn, cốt sao tâm tình thư thái, chứ không cốt bắt được nhiều thú. Dù có giết giống loài khác cũng chẳng hại đến lòng nhân. Con xạ hương ngủ ở bãi cỏ non, mùi hương thơm còn đượm ướt. Con chó chạy băng qua dãy núi trập trùng, không còn nghe rõ tiếng sủa. Ở cõi đời phù sinh, mỗi người có một cách tìm thú vui. Lọng đón xe đưa là ai đấy nhỉ.*

---

[1] 適

[2] *Thanh vân*: mây xanh, Chỉ con đường công danh, làm quan hiển đạt (cao tận mây trên trời xanh).

Dịch thơ

Đi săn

Làm quan hiển đạt vẻ vang
Khát khao tâm chí nẻo đường thanh vân
Còn ta tự tại cõi trần
Vui chơi thỏa thích với đàn hươu nai
Tâm tình khuây khỏa thảnh thơi
Săn bao nhiêu thú sướng vui chẳng màng
Diệt muông thú thấy xót thương
Lòng nhân chẳng hại nên thường an nhiên
Cỏ non hươu xạ ngủ yên
Hương thơm thấm đượm một miền mông lung
Chó săn băng núi trập trùng
Mơ hồ chó sủa một vùng gần xa
Cuộc đời trôi nổi vật vờ
Niềm vui lẽ sống riêng tư mỗi người
Xe đưa lọng đón trên đời
Ngẩn ngơ chẳng biết là người nào đây

寄友

鴻山山月一輪明
千里長安此夜情
太璞[1]不全眞面目
一州何事小功名
有生不帶公侯骨
無死終尋豕鹿盟
羡殺北窗高臥者
平居無事到虛靈

61. Ký hữu

Dịch nghĩa: Gửi bạn

Trên núi Hồng Lĩnh, trăng tròn sáng vằng vặc trong đêm. Ở Trường An[2] xa ngàn dặm, đêm nay tâm tình nhớ nhung. Viên ngọc chất phác trong đá[3] không giữ vẹn được vẻ đẹp chân thật nữa rồi. Chút công danh nho nhỏ ở một châu có đáng kể gì. Sinh ra vốn chẳng mang sẵn cốt cách công hầu. Chưa chết, sẽ có ngày làm bạn với hươu nai[4]. Rất thèm được như có người nằm khểnh bên cửa sổ phía bắc[5]. Thường ngày, sống yên vui, chẳng có gì bận đến tâm hồn sáng suốt, thanh cao.

---

[1] 朴

[2] Xem chú số 1, Bài 7.

[3] Nguyên văn *thái phác* 太璞, theo *Chiến Quốc sách,* vua Tề trọng dụng ẩn sĩ Nhan Xúc nhưng Nhan Xúc từ chối nói: "Ngọc trong đá nếu đập vỡ lấy ra sẽ không còn nguyên vẹn dù quý giá".

[4] Nguyên văn *thỉ lộc* 豕鹿, heo và hươu nhưng tối nghĩa, nên theo bản dịch của Lê Thước là *hươu nai*.

[5] *Cửa sổ phía bắc* (*bắc song)*: Đào Tiềm, một cao hiền đời Tấn, có câu: "Tiết tháng năm tháng sáu, nằm nơi cửa sổ phía bắc, gió mát thoảng đến, tự coi như người đời Hi Hoàng".

Dịch thơ

Gửi bạn

Trăng tròn vằng vặc mông lung
Đêm nay trên đỉnh núi Hồng sáng soi
Trường An muôn dặm xa xôi
Nhớ nhung tình tự bồi hồi đêm nay
Ngọc trong đá vỡ này đây
Sắc hình nguyên vẹn buồn thay mất rồi
Một châu quan chức cõi ngoài
Công danh hèn mọn miệt mài như không
Vốn sinh bình dị ung dung
Công hầu cốt cách đèo bồng với ai
Trời còn để có hôm nay
Cũng đành sống với hươu nai giữa rừng
Khát khao ước vọng vô cùng
Bắc song nằm nghỉ ung dung thỏa lòng
An cư vô sự thong dong
Tâm linh sáng suốt vô cùng thanh cao

羅浮江水閣獨坐

水閣閣[1]下江水深
水閣閣[2]上人沉吟
悠悠雲影變晨夕
滾滾浪花浮古今
塵世百年開眼夢
鴻山千里倚欄心
徘徊對影獨無語
白髮數莖垂我襟

62. La Phù giang thủy các độc tọa

Dịch nghĩa: Ngồi một mình trên thủy các sông La Phù[3]

Dưới thuỷ các, nước sông sâu. Trên thuỷ các, người ngồi trầm ngâm. Bóng mây trôi lững lờ sớm chiều biến đổi. Lớp sóng cuồn cuộn kéo cả cổ kim đi. Cõi trần gian trăm năm chỉ là giấc mộng vừa mở mắt. Tựa lan can, lòng nhớ núi Hồng xa ngàn dặm. Một mình bồi hồi ngắm bóng mình, chẳng nói năng gì. Mấy sợi tóc bạc phất phơ rủ xuống vạt áo.

---

[1] 之

[2] 之

[3] *La Phù*: chưa rõ sông này ở đâu. Theo Đào Duy Anh, sông ở bắc núi Mai Lĩnh, chảy qua tổng La Phù, phủ Hoài Đức.

Dịch thơ

Ngồi một mình trên thủy các sông La Phù

Dưới thủy các dòng sông sâu
Người trên thủy các cúi đầu trầm ngâm
Bóng mây lãng đãng nhẹ êm
Sớm chiều thay đổi thăng trầm chơi vơi
Sóng hoa cuồn cuộn cuốn trôi
Biết bao kim cổ chuyện đời lênh đênh
Trăm năm trần thế nhục vinh
Vừa tan giấc mộng mong manh bẽ bàng
Tựa lan can, lòng vấn vương
Núi Hồng ngàn dặm nhớ thương một trời
Trầm tư mặc tưởng không lời
Bóng mình lặng ngắm bồi hồi chơ vơ
Vài sợi tóc bạc lơ thơ
Rụng rơi vạt áo phất phơ chạnh lòng

初月

吸得陽光纔上天
初三初四未團圓
嫦娥粧鏡微開匣
壯士彎弓不上弦
千里關山無改色
一庭霜露共愁眠
徘徊正憶鴻山夜
却在羅浮江水邊

63. Sơ nguyệt

Dịch nghĩa: Trăng non

Trăng hút được ánh sáng mặt trời, vừa mới mọc lên trên bầu trời. Mồng ba mồng bốn trăng chưa tròn. (như) Hộp gương trang điểm của Hằng Nga vừa hé mở. Vành cung tráng sĩ giương lên mà chưa mắc dây. Ở nơi ngàn dặm quan san, cảnh sắc vẫn không thay đổi. Đầy sân sương móc, giục giấc ngủ buồn thiu. Chính lúc bồi hồi nhớ đêm nào ở núi Hồng Lĩnh. Giờ đây mình đã ở trên bến sông La Phù.

Dịch thơ

Trăng non

Trăng thu ánh sáng trời chiều
Lung linh trăng mọc trong veo giữa trời
Mùng ba mùng bốn sơ khai
Vẫn chưa đầy đặn đến thời vầng trăng
Hộp gương trang điểm chị Hằng
Chỉ vừa hé mở mơ màng đêm đen
Vành cung tráng sĩ giương lên
Dây cung nào thấy hiện trên nền trời
Quan san ngàn dặm xa vời
Cảnh xưa sắc cũ chưa phai bao mùa
Đầy sân sương xuống mịt mù
Càng thêm say giấc mộng sầu chơi vơi
Chính khi chạnh nhớ bồi hồi
Một đêm Hồng Lĩnh góc trời mênh mang
Mà nay thoáng chốc ngỡ ngàng
La Phù sông nước thênh thang bến bờ

偶興

一

初更鼓角五更雞
終夜徘徊思轉迷
明月滿天何故故
西風吹我正淒淒
傷殘物性悲鳧脛
刻雒[1]天真失馬蹄
若遇山中麋鹿友
烟霞舊話不堪提[2]

64. Ngẫu hứng I

Dịch nghĩa: Ngẫu hứng I

Canh một nghe tiếng trống, tiếng tù và, canh năm nghe tiếng gà gáy. Suốt đêm lòng bồi hồi, nghĩ ngợi mê man. Làm sao trăng sáng đầy trời mãi thế? Gió tây thổi đến, mình thấy lạnh buốt. Làm hại tính tự nhiên của vật, thương cho chân con vịt trời[3] bị nối dài ra. Xuyên tạc chân tính thiên nhiên mà mất đạo lý "Mã đề"[4]. Nếu gặp bạn hươu nai trong núi. Khó lòng mà nói đến chuyện mây khói ngày trước nữa.

---

[1] 絡

[2] 題

[3] Xem chú số 2, Bài 3.

[4] *Mã đề*: tên một thiên trong sách Trang tử, ý nói Bá Nhạc đem ngựa gọt móng chân, đốt lông, xén bờm, đóng yên cương làm mất chân tính của loài ngựa vốn trước kia sống, ăn uống, chạy nhảy tự nhiên.

Dịch thơ

Ngẫu hứng

I

Canh một tiếng trống tù và
Canh năm gà gáy gần xa vang trời
Suốt đêm trằn trọc bồi hồi
Mê man tâm tưởng chơi vơi mơ màng
Mà sao trăng sáng mênh mang
Mênh mang trăng sáng vấn vương một trời
Gió tây thổi đến từng hồi
Thấu xương buốt giá bóng người bơ vơ
Làm hại tính vật xót xa
Vịt trời chân nối dài ra thuở nào
Thiên chân xuyên tạc thế sao
Mã đề tổn hại sớm chiều vô tư
Nếu như trong núi bất ngờ
Hươu nai bạn cũ cách xa tương phùng
Nghẹn lời lặng lẽ chạnh lòng
Chuyện xưa phiêu lãng muôn trùng khói mây

二

一淚天涯灑斷蓬
羅浮江上起秋風
黃雲白水兩相照
急管悲絲萬不同

六尺拘縻長役役
四時抛擲太匆匆
征鴻影裏家何在
隱隱琼雲三兩峯

65. II

Dịch nghĩa: II

Ở nơi chân trời, thương thân như ngọn cỏ bồng lìa gốc mà rơi lệ. Gió thu nổi dậy trên sông La Phù[1]. Mây vàng, nước trắng soi chiếu lẫn nhau. Tiếng sáo gấp, tiếng tơ buồn không hợp điệu chút nào. Tấm thân sáu thước bị câu thúc, cứ vất vả mãi. Bốn mùa đổi thay, coi như không, trôi qua mau thế. Dưới bóng chim hồng bay kia, nhà mình ở đâu. Chỉ thấy vài ba ngọn núi thấp thoáng trong đám mây quỳnh[2].

Dịch thơ

II

Khóc thương riêng một góc trời
Cỏ bồng mất gốc phận người bơ vơ
La Phù dậy sóng xa xa
Gió thu hiu hắt mịt mờ về đây
Chiếu soi hòa quyện đã đầy
Mây vàng, nước bạc sum vầy giao duyên
Lạc cung lỡ nhịp triền miên
Gắt gao tiếng sáo, muộn phiền tơ ngân
Trầm luân lao nhọc mê man
Xích xiềng trói buộc tấm thân rã rời
Bốn mùa thay đổi đất trời

---

[1] Xem chú số 3, Bài 62.

[2] *Quỳnh vân*: mây đẹp như ngọc quỳnh.

Như thoi vun vút một đời như không
Nhà đâu, diệu vợi cánh hồng
Mây quỳnh thấp thoáng trập trùng núi xa

暮春漫興

一年春色九十日
抛擲春光殊可憐
浮世功名看鳥過
閒庭節序帶鶯遷
側身不出有形外
千歲長憂未死前
浮利榮名終一散
何如及早學神仙

66. Mộ xuân mạn hứng

Dịch nghĩa: Cảm hứng cuối xuân

Một năm có chín mươi ngày xuân sắc. Phung phí cảnh xuân tươi thật đáng tiếc. Công danh ở đời phù ảo, tựa như cánh chim bay vút qua. Trước sân vắng, thời tiết cũng theo chim oanh mà thay đổi. Tấm thân không thể thoát ra khỏi vòng hữu hình. Chưa chết, vẫn lo buồn mãi chuyện ngàn năm. Danh lợi hão huyền cuối cùng sẽ tiêu tan hết. Sao bằng hãy sớm học theo đạo thần tiên.

Dịch thơ

Cảm hứng cuối xuân

Một năm xuân sắc thắm tươi
Thiều quang chín chục đất trời hoan ca
Mùa xuân cảnh đẹp phôi pha
Ngậm ngùi tiếc nuối xót xa vô vàn
Công danh phù ảo cõi trần
Như chim tung cánh mây ngàn vút qua
Quạnh hiu sân vắng chơ vơ
Đổi thay thời tiết mịt mờ chim oanh
Xác thân hệ lụy nhục vinh
Vẫn chưa thoát kiếp hữu hình bấy lâu
Vẫn chưa khuất bóng, xuống mồ
Ngàn năm kim cổ lo âu cõi người
Vinh hoa danh lợi cuộc đời
Cuối cùng tan biến phôi phai hão huyền
Chi bằng buông xả ưu phiền
Sớm lo học đạo thần tiên mơ màng

清明偶興

東風晝夜動江城
人自悲悽草自青
春日有身非少壯
天涯無酒[1]对清明
村歌初學桑麻語
野哭時聞戰伐聲
客舍含愁已無限
莫教茅草近堦生

67. Thanh Minh ngẫu hứng

Dịch nghĩa: Ngẫu hứng tiết Thanh minh

Suốt ngày đêm, gió đông lay động toà thành bên sông. Người cứ buồn thương, cỏ cứ xanh. Ngày xuân, thân mình không còn trẻ nữa. Ở góc trời, không có rượu để uống vui trong tiết Thanh minh. Câu hát thôn quê giúp ta hiểu được tiếng nói của nghề trồng dâu, gai. Ngoài đồng nội, có tiếng người khóc mà như nghe tiếng binh đao chiến tranh. Ở lữ quán, lòng u sầu vô hạn. Chớ để cỏ tranh[2] mọc gần thềm nhà.

---

[1] 物

[2] Khuất Nguyên, *Ly Tao*: "荃蕙化而為茅" (Cỏ thơm, hoa huệ hóa thành cỏ tranh). Ý nói, tránh xa, không để những thói xấu xa, hèn kém làm tổn hại đến tâm hồn thanh cao.

Dịch thơ

Ngẫu hứng tiết Thanh minh

Ven sông thành quách rung rinh
Ngày đêm vi vút tung hoành gió đông
Cỏ cây xanh mãi tận cùng
Con người tự khổ đau lòng bi thương
Một mùa xuân sắc mênh mang
Tấm thân trai tráng ngỡ ngàng còn đâu
Góc trời lữ thứ dãi dầu
Thanh minh không rượu buồn sầu héo hon
Khúc ca dân dã xóm thôn
Lắng nghe thông hiểu người trồng dâu gai
Đồng hoang tiếng khóc bi ai
Gươm đao dậy tiếng mà day dứt lòng
Quạnh hiu lữ quán long đong
Tấc lòng viễn xứ, mênh mông ưu phiền
Người ơi xin chớ có quên
Cỏ tranh len lỏi mon men bên thềm

清決江晚眺

浮橋盡處出平田
歷歷青山在眼前
古徑樵歸明月担
潮門漁送夕陽船
茫茫遠水三春樹
落落人家兩岸烟
極目鄉關在何處
征鴻數點白雲邊

68. Thanh Quyết giang vãn diểu

Dịch nghĩa: Ngắm cảnh chiều tà trên sông Thanh Quyết[1]
Đi hết chiếc cầu nổi[2] *là đến đồng bằng. Trước mắt nhìn thấy rõ từng đọt núi xanh. Trên con đường mòn, tiều phu trở về gánh cả ánh trăng. Khi nước triều dâng, ngư ông đưa thuyền ra ngập ánh tà dương. Phía xa, nước sông mênh mang chìm lẫn bóng cây mùa xuân. Khói bay lên từ mấy nóc nhà lác đác hai bên bờ sông. Cố rán mắt nhìn xem quê hương mình ở chỗ nào. Chỉ thấy vài chấm nhỏ là những cánh chim hồng bay qua đám mây trắng.*

---

[1] *Sông Thanh Quyết*: một khúc của sông Đáy huyện Thanh Liêm (tỉnh Hà Nam), giữa đường tỉnh Ninh Bình đi Phủ Lý, tức sông Gián Khẩu.
[2] *Phù kiều*: dùng thuyền bè và vật nổi khác buộc chặt để làm cầu phao.

Dịch thơ

Ngắm cảnh chiều tà trên sông Thanh Quyết

Cầu phao quá bước, dừng chân
Cánh đồng bát ngát miên man trải dài
Hiện ra thấp thoáng chân trời
Xanh xanh sắc núi xa vời vợi trông
Nẻo về lối cũ mịt mùng
Tiều phu cất bước gánh gồng ánh trăng
Ngư ông theo sóng triều dâng
Đẩy thuyền ngập ánh chiều vàng mông lung
Xa xăm sông nước mênh mông
Ngàn cây xuân sắc bóng lồng thướt tha
Ven sông lác đác mái nhà
Khói vương thấp thoáng mịt mờ tỏa lan
Quê hương khuất bóng ngút ngàn
Mỏi mòn con mắt triền miên chạnh lòng
Xa xôi chấm phá cánh hồng
Giữa làn mây trắng bềnh bồng chơi vơi

同籠江

同籠江水去悠悠
今古閒愁不住流
沙嘴殘蘆飛白鷺
隴頭落月臥寒牛
亂山翠接孤城暮
水竹寒生小店秋
羨爾野鷗隨水去
浮生勞碌幾時休

69. Đồng Lung giang

Dịch nghĩa: Sông Đồng Lung[1]

Nước sông Đồng Lung chảy xa thăm thẳm. Xưa nay, mối sầu man mác cũng trôi mãi không ngừng. Đàn cò trắng bay trên đám lau tàn tạ nơi bãi cát. Con trâu nằm đầu ghềnh dưới bóng trăng tà lạnh lẽo. Trong ánh chiều tà, những ngọn núi xanh biếc nhấp nhô, ngổn ngang tiếp liền với toà thành trơ trọi. Mấy khóm tre nước toả hơi lạnh vào một quán trọ nhỏ giữa tiết thu. Lòng mến mộ, thèm muốn được như bầy chim âu đồng nội kia, lênh đênh trôi theo dòng nước. Cuộc sống phù ảo, vất vả đến bao giờ mới thôi.

---

[1] *Đồng Lung*: khúc sông Đáy phía nam trấn Sơn Nam, còn gọi là Lung Giang.

Dịch thơ

Sông Đồng Lung

Đồng Lung sông chảy miên man
Sầu vương kim cổ triền miên xuôi dòng
Lượn bay cò trắng ung dung
Cát hoang tàn tạ một vùng cỏ lau
Trâu nằm gò lạnh dãi dầu
Trăng theo bóng xế mịt mù dõi soi
Tòa thành cô quạnh núi đồi
Ngổn ngang xanh biếc ngậm ngùi chiều buông
Ven bờ trúc lạnh hơi sương
Sang thu lữ quán ven đường hắt hiu
Ước mong được sống phiêu diêu
Hải âu tung cánh theo chiều nước trôi
Phù du khốn khổ trên đời
Bao giờ chấm dứt thảnh thơi tâm hồn

同廬路上遙見柴山

柴山山上多浮雲
柴山山下石磷磷
同廬路上西翹首
秀色蒼然來照人
歷歷樓臺天外見
微微鐘鼓月中聞
青衫走遍紅塵路
猿鶴何從認舊鄰

70. Đồng Lư lộ thượng dao kiến Sài Sơn

Dịch nghĩa: Trên đường Đồng Lư[1], từ xa trông thấy núi Thầy[2]
Trên đỉnh núi Thầy, nhiều mây trôi nổi. Dưới chân núi Thầy, nhiều đá ngổn ngang. Đi trên đường Đồng Lư, ngước đầu nhìn về phía tây. Màu xanh đẹp chiếu vào người. Ngoài khoảng trời xa, lâu đài hiện lên rõ mồn một. Nghe văng vẳng tiếng chuông tiếng trống dưới ánh trăng. Chiếc áo xanh[3] đi khắp nẻo đường cõi bụi hồng. Con vượn, con hạc làm sao nhận ra người hàng xóm cũ.

---

[1] *Đồng Lư*: thuộc làng Tiên Lữ, huyện Yên Sơn, phủ Quốc Oai xưa.
[2] *Sài Sơn*: núi Sài hay núi Thầy, núi Phật Tích, một danh thắng huyện Quốc Oai, xứ Đoài xưa.
[3] *Áo xanh*: thơ (Tỳ Bà hành) Bạch Cư Dị đời Đường: "江州司馬青衫濕" (Áo xanh của Tư mã Giang Châu ướt đẫm lệ), chỉ làm quan thất chí.

Dịch thơ

Trên Đường Đồng Lư, từ xa trông thấy núi Thầy

Mây trôi che đỉnh núi Thầy
Đá quanh chân núi phơi bày ngổn ngang
Đồng Lư băng nẻo dặm đường
Phía tây ngước mặt thênh thang ngắm nhìn
Xanh xanh tươi đẹp tự nhiên
Chiếu soi sắc núi như in bóng người
Lâu đài tỏ hiện giữa trời
Cõi ngoài xa thẳm trông vời mênh mông
Giữa vùng trăng sáng mông lung
Văng vẳng tiếng trống tiếng chuông nhẹ nhàng
Bụi hồng mù mịt mênh mang
Áo xanh đi khắp nẻo đường chốn xa
Vượn xưa hạc cũ ngẩn ngơ
Làm sao biết được nhận ra láng giềng

諒山道中

萬木山前可卜居
白雲在岫水通渠
山僧對竹兩無恙
牧豎騎牛一不如
影裏鬚眉看老矣
夢中松菊憶歸與
坐家村叟多閒事
只為平生不讀書

71. Lạng Sơn đạo trung

Dịch nghĩa:Trên đường Lạng Sơn

Trước núi một rừng cây, có thể chọn làm nơi ở. Mây trắng trên khắp rặng núi, nước chảy thành khe suối. Nhà sư trên núi trước khóm trúc, cả hai đều an lành, vô sự. Mục đồng cưỡi trâu kia, mình sao sánh bằng. Soi gương nhìn râu râu tóc, biết mình đã già rồi. Trong mộng thấy tùng cúc, lại muốn quay trở về. Ông già thôn quê ngồi trong nhà, không bận tâm đến chuyện gì khác. Chỉ vì bình sinh không đọc sách.

Dịch thơ

Trên đường Lạng Sơn

Rừng cây trước núi bạt ngàn
Dựng nhà lý tưởng bình yên cõi đời
Đỉnh cao mây trắng lướt trôi
Nước khe tuôn chảy chơi vơi một dòng
An nhiên vô sự hằng mong
Nhà sư khóm trúc đồng lòng bấy lâu
Mình sao sánh nổi trước sau
Mục đồng nhàn nhã cưỡi trâu trên đường
Mày râu bạc trắng trước gương
Thấy mình già cỗi võ vàng vậy sao
Cõi tùng đóa cúc chiêm bao
Chạnh lòng tơ tưởng tiêu dao trở về
Cụ già thôn xóm sơn khê
Ngồi nhàn chẳng bận chuyện gì ngoài kia
Mà nay mới chợt hiểu ra
Chẳng hề đọc sách thờ ơ suốt đời

望夫石

石耶人耶彼何人
獨立山頭千百春
萬劫杳無雲雨夢
一貞留得古今身
淚痕不絕三秋雨
苔篆長銘一段文
四望連山渺無際
獨教兒女擅彝倫

72. Vọng phu thạch

Dịch nghĩa: Hòn Vọng Phu[1]

Đá chăng? Người chăng? Người đó là ai. Đứng một mình trên mỏm núi hàng trăm ngàn năm nay. Muôn kiếp mênh mang không bao giờ có mộng mây mưa[2]*. Một đức kiên trinh, lưu được tấm thân còn mãi. Mưa ba tháng thu như dòng lệ chảy không ngớt. Lớp rêu như ghi khắc lại mãi một đoạn văn chữ triện. Nhìn bốn phía, núi non lớp lớp mênh mông. Đạo luân thường chỉ dành riêng cho nữ nhi chăng.*

---

[1] *Vọng phu thạch*: hòn Vọng phu, một thắng tích của tỉnh Lạng Sơn

[2] *Vân vũ*: mây mưa, theo lời tựa bài *Cao Đường phú* của Tống Ngọc: Vua Sở Tương Vương cùng Tống Ngọc ngự chơi ở đài Vân Mộng thấy cảnh tượng mây lạ ở đất Cao Đường, Tống Ngọc giải thích là trước đây tiên vương từng đến săn bắn ở Cao Đường, vì mệt nên ngủ và nằm mộng thấy một cô gái xinh đẹp đến nói: "Thiếp là thần nữ ở Vu Sơn, làm khách ở Cao Đường, nghe nói ngài đến chơi ở Cao Đường, thiếp nguyện đến hầu chăn gối cho ngài". Khi từ biệt nàng nói rằng: "Thiếp ở phía nam Vu Sơn, trên núi cao hiểm yếu, sáng sớm làm mây, chiều tối làm mưa ở Cao Đường". Sau người ta hay dùng chữ "Vu sơn", "mây mưa" để chỉ việc ân ái giữa trai gái.

Dịch thơ

Hòn Vọng Phu

Là người hay đá tảng đây
Người là ai đó xưa nay mơ hồ
Cô đơn đứng lặng trơ vơ
Ngàn năm đỉnh núi mịt mờ mây bay
Trải qua muôn kiếp chốn này
Mây mưa cõi mộng đắm say chẳng màng
Tấm thân trinh tiết vĩnh hằng
Mưa thu đổ lệ rưng rưng tháng ngày
Rêu phong chữ triện còn đây
Minh văn chạm khắc xưa nay mãi truyền
Mịt mờ xa thẳm triền miên
Bốn bề trùng điệp một miền núi non
Nữ nhi một dạ sắt son
Luân thường đạo lý vẫn luôn giữ gìn

題二青洞

盤古初分不記年
山中生窟窟生泉
萬般水石擅大巧
一粒乾坤開小天
滿境皆空何有相
此心常定不離禪
大師無意亦無盡
俯嘆城中多變遷

73. Đề nhị thanh động

Dịch nghĩa: Đề thơ động Nhị Thanh[1]

Từ thời Bàn Cổ[2] *đến nay, không biết đã bao nhiêu năm rồi. Trong núi có hang, trong hang có suối. Mọi thứ, suối, đá sắp đặt rất khéo léo. Một hạt càn khôn*[3] *mở ra một cõi cảnh tượng nhỏ. Khắp cõi đều là hư không, thì làm gì có hình tướng? Tâm này vốn thường định, không xa rời đạo Thiền. Đức Phật vô ý, vô tận. Cúi nhìn thấy cảnh trong thành có nhiều sự đổi thay mà ngậm ngùi than thở.*

---

[1] *Động Nhị Thanh*: phía bắc thị xã Lạng Sơn có dãy núi đá trong đó có ba cái động: Nhất Thanh, Nhị Thanh, Tam Thanh. Động Nhị Thanh đẹp nhất.

[2] *Bàn Cổ*: theo thần thoại Trung Quốc là tên gọi người đầu tiên của loài người từ thuở hỗn mang vào lúc phân chia thành trời và đất.

[3] *Càn khôn*: trời đất.

Dịch thơ

Đề thơ động Nhị Thanh

Từ thời Bàn Cổ hỗn mang
Bao năm nào biết tỏ tường đã qua
Hang sâu trong núi từ xưa
Từ hang có suối chảy ra một dòng
Một vùng nước chảy đá chồng
Bày ra khéo léo vô cùng tự nhiên
Càn khôn một hạt tinh tuyền
Cõi trời cảnh nhỏ diệu huyền mở ra
Hư không khắp cõi bao la
Vô hình vô tướng huyễn mơ vô thường
Một lòng thường định vững vàng
Không rời Thiền đạo một đường thủy chung
Đức Phật vô ý, vô cùng
Trong thành biến đổi chạnh lòng thở than

鬼門道中

鬼門石徑出雲根
征客南歸欲[1]斷魂
樹樹東風吹送馬
山山落月夜啼猿
中旬老態逢人懶
一路寒威仗酒溫
山塢何家大貪睡
日高猶自[2]掩柴門

74. Quỷ môn đạo trung

Dịch nghĩa: Trên đường qua Quỷ Môn quan[3]

Đường đá ở Quỷ Môn quan từ chân mây đi ra. Lữ khách đường xa về nam, cảm thấy kinh hồn bạt vía. Gió đông thổi qua hàng cây vào đàn ngựa đi tiễn. Trăng tà lặn sau dãy núi, ban đêm nghe tiếng vượn hú. Tuổi trung niên mà đã có vẻ già, rất ngại tiếp xúc, gặp người. Dọc đường trời lạnh giá, nhờ hơi rượu để ấm lòng. Trong xóm dưới núi kia, nhà ai ham ngủ thế? Mặt trời lên cao rồi mà cửa sài còn đóng kín.

---

1 興
2 有
3 *Quỷ Môn quan*: tức ải Chi Lăng, có núi như đầu quỷ nên gọi là *Quỷ Môn quan*.

Dịch thơ

Trên đường qua Quỷ Môn quan

Chân mây núi đá lờ mờ
Quỷ Môn hiểm trở mở ra nẻo đường
Xa xôi lữ khách dặm trường
Về nam hồn vía kinh hoàng ghê thay
Gió đông thổi lướt hàng cây
Cuốn vào bầy ngựa một ngày tiễn đưa
Trăng tà khuất núi mịt mờ
Đêm khuya vượn hú gần xa lạnh người
Trung niên sao thấy già rồi
Bấy lâu e ngại gặp người giao lưu
Dọc đường buốt giá hắt hiu
Lòng thêm ấm áp nương theo rượu nồng
Thôn làng vùng núi mênh mông
Nhà ai say đắm giấc nồng thế sao
Mặt trời thức giấc lên cao
Mà đây đóng kín liêu xiêu cửa sài

春宵旅次

蕭蕭蓬鬢老風塵
暗裏偏驚物候新
池草未闌千里夢
庭梅已換一年春
英雄心事荒馳騁
名利營場累笑顰
人自蕭條春自好
團城城下一沾巾

75. Xuân tiêu lữ thứ

Dịch nghĩa: Đêm xuân lữ thứ

Mái tóc bơ phờ rối như cỏ bồng, già với gió bụi phong trần. Thấy thời tiết, cảnh vật đổi thay, lòng âm thầm kinh sợ. Ngoài ngàn dặm chưa tàn giấc mộng "Trì thảo"[1]. Trước sân, cây mai trải qua một mùa xuân nữa. Tâm sự anh hùng, không còn nghĩ đến chuyện ruổi rong. Trong trường danh lợi, nhiều lúc phải cười hay nhăn mày. Người cứ tiêu tuỵ, còn xuân vẫn tươi đẹp. Đứng dưới Đoàn Thành[2], nước mắt thấm khăn.

---

[1] *Trì thảo*: thơ của Tạ Linh Vận đời Tấn: Nguyên Tạ Linh Vận có người em học tên là Tạ Huệ Liên mới 10 tuổi đã biết làm thơ. Linh Vận thường tán thán và nói rằng khi ngồi cùng Huệ Liên thì thế nào cũng nghĩ được thơ hay. Một hôm Linh Vận ngồi nơi bờ ao nghĩ thơ, nhưng không tìm ra tứ. Về nhà nằm ngủ chiêm bao thấy Huệ Liên, thức dậy làm được câu "池塘生春草" (Bờ ao sinh cỏ xuân), rất lấy làm đắc ý.

[2] *Đoàn Thành*: Tên riêng của thành Lạng Sơn. Có tên như vậy vì góc tây bắc của thành hình vòng tròn.

Dịch thơ

Đêm xuân lữ thứ

Phất phơ mái tóc rối bời
Già nua năm tháng tả tơi phong trần
Lặng người luống sợ bần thần
Khí trời, cảnh vật xoay vần đổi thay
Mơ màng Trì thảo còn đây
Xa xôi ngàn dặm buồn thay chưa tàn
Cành mai năm cũ trước sân
Thanh tân tươi thắm đón xuân mới về
Anh hùng tâm sự còn chi
Ruổi rong một thuở đam mê lụi tàn
Trong trường danh lợi đảo điên
Cười vui, sầu héo truân chiên cõi người
Mùa xuân vẫn mãi thắm tươi
Còn đây tiều tụy phận người sầu vương
Đoàn Thành lẻ bóng chân tường
Đẫm khăn lệ tủi buồn thương chạnh lòng

孔雀舞

孔雀腑懷毒
誤服不可醫
外露文章體
中藏殺伐機
人誇容止善
我惜羽毛奇
海鶴亦會舞
不與世人知

76. Khổng tước vũ

Dịch nghĩa: Chim công múa

Tạng phủ chim công có chất độc. Lỡ ăn lầm, không có thuốc chữa. Bề ngoài có văn vẻ hoa mỹ. Nhưng bên trong giấu chất độc giết người. Người ta khen dáng điệu nó đẹp. Ta thì tiếc cho bộ lông kỳ lạ của nó. Con hạc biển cũng biết múa. Nhưng không cho người đời nhìn thấy.

Dịch thơ

Chim công múa

Gan mật tạng phủ chim công
Giấu đầy chất độc vô cùng thế gian
Lỡ ăn lỡ uống một lần
Vô phương cứu chữa khóc than kêu trời
Mỹ miều văn vẻ bên ngoài
Mà trong chứa độc giết người nào hay
Bao người khen ngợi vỗ tay
Công khoe dáng điệu phô bày thướt tha
Còn ta thương tiếc xót xa
Bộ lông kỳ lạ như mơ trên đời
Âm thầm hạc biển múa chơi
Mà không để lộ cho người nào hay

蝶死書中

芸牕曾幾染書香
謝却風流未是狂
薄命有緣留簡籍
殘魂無淚哭文章
蠹魚易醒繁花夢
螢火難灰錦繡腸
聞道也應甘一死
淫書猶勝爲花忙

77. Điệp tử thư trung

Dịch nghĩa: Bướm chết trong sách

Vân song[1] *đã bao lâu đượm hương thơm của sách. Từ bỏ phong lưu chưa hẳn là dại. Mệnh bạc, có duyên lưu lại với trong sách. Hồn tàn không nước mắt khóc văn chương. Con mọt sách dễ làm tỉnh mộng phồn hoa. Lửa đom đóm khó đốt cháy được tấm lòng gấm vóc. Được nghe đạo lý, rồi chết cũng cam lòng. Ham mê sách còn hơn bận lòng vì hoa.*

---

[1] *Vân song*: song mây, thư song; cửa sổ thư phòng.

Dịch thơ

Bướm chết trong sách

Song mây thoang thoảng thư hương
Phải đâu cuồng dại dứt đường phong lưu
Còn đây duyên nợ dạt dào
Lưu truyền sách vở mệnh nào bạc đâu
Hồn tàn không giọt lệ sầu
Còn đâu than khóc nghẹn ngào văn chương
Này đây mọt sách dọc ngang
Phồn hoa tỉnh mộng dễ dàng như không
Dễ đâu lửa đóm dám mong
Mà thiêu cháy nổi gấm lòng thêu hoa
Lắng nghe đạo lý thỏa thuê
Cam lòng nguyện chết trở về hư không
Mê hoa lụy sắc thỏa lòng
Sao bằng đám sách mơ mòng cố nhân

讀小青記

西湖花苑盡成墟
獨吊窗前一紙書
脂粉有神憐死後
文章無命累焚餘
古今恨事天難問
風韻奇冤我自居
不知三百餘年後
天下何人泣素如

78. Độc Tiểu Thanh ký

Dịch nghĩa: Đọc Tiểu Thanh[1] ký

Vườn hoa bên Tây Hồ [2]đã thành bãi hoang rồi. Chỉ viếng nàng qua một tập sách[3] đọc trước cửa sổ. Son phấn có thần, sau khi chết còn để lại niềm tiếc thương. Văn chương không có số mệnh mà cũng bị đốt dở. Những mối hận cổ kim, khó mà hỏi trời được. Ta tự coi như người cùng một hội một thuyền với người đẹp đã khuất mắc nỗi oan lạ lùng. Không biết hơn ba trăm năm sau. Thiên hạ ai người khóc Tố Như.

---

[1] *Tiểu Thanh*: một người con gái có tài, có sắc, sống vào đầu đời Minh. Nàng họ Phùng lấy lẽ một người cũng tên là Phùng, vì tránh tên chồng nên gọi là Tiểu Thanh. Vợ cả ghen bắt ở một ngôi nhà trên núi Cô sơn, cạnh Tây Hồ, chẳng bao lâu buồn mà chết. Lúc bấy giờ mới mười tám tuổi. Nay ở Cô Sơn (Chiết Giang) vẫn còn mộ. *Tiểu Thanh ký*: sách viết về chuyện nàng Tiểu Thanh.

[2] *Tây Hồ*: chỗ ở nàng Tiểu Thanh.

[3] *Nhất chỉ thư*: Lê Thước, Trương Chính dịch là "*một tập sách*". Chúng tôi hiểu là những trang giấy sách, sách đây là *Tiểu Thanh ký* mà Nguyễn Du đang đọc trước cửa sổ.

Dịch thơ

Đọc Tiểu Thanh ký

Vườn hoa muôn sắc Tây Hồ
Đã thành hoang phế đất gò tang thương
Lặng nhìn song cửa xốn xang
Sách dành ai điếu tiếc thương một người
Thần son hồn phấn ngậm ngùi
Tiếc thương bạc mệnh một đời giai nhân
Văn chương vô mệnh cõi trần
Cớ sao lụy đến thư tàn phôi phai
Oán hờn kim cổ còn đây
Hỏi han vô vọng giãi bày trời xanh
Đem lòng gắn kết bóng hình
Kỳ oan phong vận chung tình với nhau
Ba trăm năm nữa về sau
Biết ai nhỏ lệ u sầu Tố Như

南中雜吟

NAM TRUNG TẠP NGÂM

鳳凰路上早行

征夫懷往路
夜色尚蒙蒙
月落猿聲外
人行虎跡中
力衰常畏露[1]
髮短不禁風
野宿逢樵者
相憐不在同

79. Phượng Hoàng lộ thượng tảo hành

Dịch nghĩa: Sáng sớm đi trên đường núi Phượng Hoàng[2]

Lữ khách nghĩ đến con đường phía trước. Sắc trời đêm vẫn còn mờ mịt. Trăng lặn phía bên kia, nơi có tiếng vượn hú. Người đi trong vùng có vết chân hổ. Sức yếu thường sợ sương khuya. Tóc ngắn mặc cho gió thổi. Nghỉ trọ nơi đồng quê gặp người đốn củi. Thương nhau không cứ vì chỗ giống nhau.

---

[1] Bản của Lê Thước ghi chữ 路 lộ (đường), chúng tôi theo bản của Quách Tấn ghi chữ 露 lộ (sương).

[2] *Phượng Hoàng*: từ Hà Tĩnh đi vào có núi Phượng Hoàng.

Dịch thơ

Sáng sớm đi trên đường núi Phượng Hoàng

Nẻo đường xa thẳm về đâu
Chạnh lòng lữ khách ưu sầu khôn nguôi
Màn đêm mờ mịt chơi vơi
Cõi ngoài vượn hú trăng rơi phai tàn
Người đi lỡ bước bụi trần
Lạc vùng hổ dữ vết chân tung hoành
Tấm thân yếu ớt mong manh
Đêm đêm luống sợ rùng mình sương giăng
Phất phơ tóc ngắn chẳng màng
Thản nhiên gió thổi ngỡ ngàng trước sau
Đồng quê tá túc đêm thâu
Gặp người hái củi nơi đâu trở về
Đồng thanh, tương khí, ngại chi
Thương nhau đâu phải tại vì giống nhau

夢得採蓮

一

緊束蚨蝶[1]裙
採蓮棹小艇
湖水何泱瀜
水中有人影

80. Mộng đắc thái liên I

Dịch nghĩa: Mộng thấy hái sen I

Buộc chặt quần cánh bướm. Chèo thuyền con hái sen. Nước hồ sao lai láng. Dưới nước có bóng người.

Dịch thơ

Mộng thấy hái sen

I

Thắt dây cánh bướm quần là
Hái sen chèo lướt lững lờ thuyền nan
Hồ sen lai láng vô vàn
Long lanh đáy nước lan man bóng người

二

採採西湖蓮
花實俱上船

[1] Đồng nghĩa với 蝴蝶 (con bướm)

花以贈所畏
實以贈所憐

81.II

Dịch nghĩa:II

Hái, hái sen Hồ Tây[1]. Cả hoa và gương sen đều để trên thuyền. Hoa để tặng người mình trọng. Gương để tặng người mình thương.

Dịch thơ
II

Hồ Tây sen hái miệt mài
Gương, hoa xanh thắm thuyền đầy thỏa thuê
Với người kính trọng dâng hoa
Gương sen thương tặng thiết tha một người

三
今晨去採蓮
乃約東鄰女
不知來不知
隔花聞笑語

82. III

Dịch nghĩa:III

Sớm nay đi hái sen. Có hẹn với cô láng giềng. Đến lúc nào chẳng biết. Cách hoa nghe tiếng cười nói.

---

[1] Hồ Tây là hồ lớn nhất ở Hà Nội, từ xưa là thắng cảnh nổi tiếng.

Dịch thơ
III

Hái sen vào buổi sớm mai
Láng giềng thôn nữ hẹn mời với nhau
Đến đây chẳng biết lúc nào
Cách hoa khúc khích xôn xao nói cười

四
共知憐蓮花
誰者憐蓮幹
其中有眞絲
牽連不可斷

83. IV

Dịch nghĩa:IV

Mọi người đều thích hoa sen. Nhưng mấy ai thích thân sen. Trong thân cây sen thật có những sợi tơ. Vương vấn không đứt được.

Dịch thơ
IV

Cùng yêu sen thắm sen tươi
Thân sen đâu dễ có người yêu thương
Trong thân tơ óng mịn màng
Vấn vương không dứt tình vương vấn tình

五
蓮葉何青青
蓮花嬌盈盈
採之勿傷藕
明年不復生

84. V

Dịch nghĩa:V

Lá sen xanh biết bao. Hoa sen đẹp mơn mởn. Hái sen chớ làm hỏng ngó sen. Năm sau sen không mọc lại được.

Dịch thơ
V

Lá sen lướt mướt xanh xanh
Hoa sen kiều diễm xinh xinh xinh tuyệt vời
Ngó sen chớ để rụng rơi
Sen không sống lại bên đời năm sau

秋至

香江一片月
今古許多愁
往事悲青塚
新秋到白頭
有形徒[1]役役
無病故拘拘

[1] Nguyên văn là chữ 彼, theo Lê Thước là 徒 mới đúng.

回首藍江浦
閒心謝白鷗

85. Thu chí

Dịch nghĩa: Chớm thu

Một mảnh trăng trên sông Hương.[1] *Gợi bao mối sầu kim cổ. Chuyện cũ chạnh thương nấm mồ xanh cỏ. Thu mới đến trên đầu tóc bạc. Có thân luống vất vả như lao dịch. Không bệnh mà lưng cứ khom khom. Ngoảnh đầu nhìn về bến sông Lam. Long muốn nhàn đành phải tạ từ với chim âu trắng.*

Dịch thơ

Chớm thu

Sông Hương vằng vặc trăng khuya
Xiết bao sầu muộn đầm đìa cổ kim
Nấm mồ xanh cỏ nhói tim
Bi thương tràn ngập âm thầm chuyện xưa
Chớm thu nhuộm tóc bạc phơ
Hình hài khổ ải bơ phờ mãi thôi
Thân vô bệnh tật giữa đời
Lưng khom đành lụy với người, xót xa
Sông Lam ngoảnh mịt mờ
Lòng nhàn, cò trắng tạ từ chia phôi

---

[1] *Sông Hương*: con sông đẹp, nổi tiếng chảy giữa kinh thành Huế, một thắng cảnh của tỉnh Thừa Thiên.

悼犬

駿馬不老死
烈女無善終
凡生負奇氣
天地非所容
念爾屬所畜
與人毛骨同
貪進不知止
隕身寒山中
隕身勿嘆惋
數試無全功

86. Điệu khuyển

Dịch nghĩa: Truy điệu chú chó

Ngựa hay không chết già. Gái trinh liệt không chết yên lành. Phàm người sinh ra có khí phách khác thường. Trời đất không có chỗ dung túng. Nghĩ mày thuộc giống gia súc. Lông xương cũng giống với loài người. Ham tiến không biết dừng. Bỏ mình trong núi lạnh. Bỏ mình chớ oán than. Bao lần thử sức mà không thành công.

Dịch thơ

Truy điệu chú chó

Tuấn mã không chết lúc già
Chẳng lành liệt nữ rời xa cõi đời
Vốn sinh khí phách tuyệt vời
Lại không nơi chốn đất trời cưu mang
Giống nòi gia súc xót thương
Với người xác thịt lông xương cũng đồng
Tiến lên tham vọng đến cùng
Vùi thân núi lạnh tiêu vong một đời
Vùi thân chớ oán than trời
Bao lần thử sức ngược xuôi không thành

偶書公館壁

一

朝餐一盂飯
暮浴一盆水
閉門謝知交
開窗建荊杞
窗外荊杞蔓且長
美人悠悠隔高牆

杜宇(一)聲(春)去矣[1]
魂兮歸來悲故鄉

87. Ngẫu thư Công quán bích I

Dịch nghĩa: Ngẫu nhiên đề thơ trên vách Công quán I
Sớm ăn một bát cơm. Chiều tắm một bồn nước. Đóng cửa không tiếp bạn thân. Mở cửa sổ thấy cây kinh cây kỷ [2]. Ngoài cửa sổ, cây kinh cây kỷ mọc dài tràn lan. Mỹ nhân[3] xa vời cách cao tường. Chim cuốc lên tiếng kêu là xuân tàn. Hồn ơi về đi thương nhớ cố hương.

Dịch thơ

Ngẫu nhiên đề thơ trên vách Công quán

I

Tinh mơ một chén cơm xoàng
Thảnh thơi tắm mát ngập hoàng hôn buông
Cài then khép cửa bụi hồng
Tạ từ buông xả ngại ngùng tri giao
Hé song, gai góc từ đâu
Tràn lan hoang dại chen nhau cửa ngoài
Người trong mộng đẹp xa xôi
Cách tường vời vợi ngậm ngùi bấy lâu
Quốc kêu một tiếng u sầu
Xuân đi biền biệt về đâu cuối trời
Về đi hồn hỡi hồn ơi

---

[1] Nguyên văn: 杜宇聲去矣, Lê Thước đoán là do người sao chép thiếu hai chữ 一, 春.

[2] *Kinh kỷ*: đại khái là gai góc, ẩn ý chỉ bọn tiểu nhân, gian thần

[3] *Mỹ nhân*: không phải thiếu nữ đẹp, ở đây chỉ bậc chính nhân quân tử, cũng có khả năng ám chỉ quân vương.

Cố hương yêu dấu u hoài xót thương

二

閶闔門前春色闌
隔江遙對御屏山
春從江上來何處
人倚天涯滯一官
滿地繁聲聞夜雨
一床孤悶敵春寒
桃花莫仗東君意
傍有風姨性最酸

88. II

Dịch nghĩa: II

Trước cửa nhà vua, sắc xuân sắp tàn. Cách sông nhìn núi Ngự Bình[1] xa xa. Xuân theo dòng sông đi về đâu. Người mòn mỏi bên chân trời, cột chặt vì một chức quan. Đêm nghe tiếng mưa rả rích đầy đất. Trên một giường, cô đơn u buồn chịu đựng giá rét đêm xuân. Hoa đào chớ cậy được chúa Xuân[2] yêu dấu. Bên cạnh có dì Gió[3] tính rất hay ghen.

Dịch thơ

II

Xuân tàn héo hắt cửa rồng
Xa xa núi Ngự một giòng sông trôi
Về đâu xuân sắc ngậm ngùi

---

[1] *Ngự Bình*: núi Ngự, một danh sơn ở Huế, phía nam sông Hương, như một tấm bình phong che trước Hoàng thành nơi vua ngự, nên gọi là *Ngự Bình*.
[2] *Chúa Xuân*: thần mùa xuân, ở đây chỉ nhà vua.
[3] *Dì Gió*: ám chỉ quan trong triều.

Cuốn theo sông chảy bồi hồi về đâu
Góc trời người mộng bạc đầu
Sống lây sống lất dãi dầu chức quan
Mưa đêm tầm tã miên man
Tiếng vang đầy đất ngập tràn mưa rơi
Với xuân buốt giá một trời
Bên giường cam chịu, u hoài chơ vơ
Hoa đào chớ có vội mơ
Chúa Xuân như ý, cậy nhờ ơn trên
Nào hay đì gió hay ghen
Chua ngoa đỏng đảnh mon men gần kề

三
東望江頭望故郊
浮雲無定水滔滔
風吹古塚浮榮盡
日落平沙戰骨高
山月江風如有待
岩棲谷飲不辭勞
平生已絕雲霄夢
怕見傍人問羽毛

89. III

Dịch nghĩa: III

Hướng về đầu sông ở phía đông trông về quê cũ. Đám mây nổi trôi vô định, nước chảy cuồn cuộn. Gió thổi vào nấm mồ xưa, bao nhiêu vinh hoa hão huyền tan hết. Bóng chiều trên bãi cát, đống xương chiến sĩ chất cao. Trăng núi gió sông như có ý đợi chờ. Dù ở hang núi uống nước suối khe cũng không quản gian lao. Bình sinh đã dứt hẳn giấc mộng lên tầng mây xanh. Chỉ sợ người bên cạnh hỏi đến lông cánh.

Dịch thơ

III

Phía đông sông nước đầu nguồn
Trông vời quê cũ thả hồn miên man
Mây trôi lãng đãng ngút ngàn
Sông trôi cuồn cuộn triền miên tận cùng
Gió lùa cổ mộ lạnh lùng
Vinh hoa phù ảo hư không cõi người
Bóng chiều trên cát phôi phai
Đống xương tử sĩ lạc loài chất cao
Gió theo sông nước dạt dào
Trăng treo đỉnh núi hẹn nhau đợi chờ
Thẳm sâu hang núi xa xa
Suối trong uống mát mệt phờ nhẹ tênh
Ngất trời mộng mị mây xanh
Bình sinh đoạn tuyệt cũng đành xót xa
Lãng quên đôi cánh ngày xưa
Sợ người bên cạnh bất ngờ hỏi han

送人

香芹官道柳青青
江北江南無限情
上苑鶯嬌多妬色
故鄉蓴老尚堪羹
朝庭有道成君孝
竹石多慚負爾盟
惆悵深宵孤對影
滿床滯雨不堪聽

90. Tống nhân

Dịch nghĩa: Tiễn bạn

Trên đường cái quan Hương Cần[1]*, hàng liễu xanh xanh. Kẻ phía bắc sông, người phía nam sông, tình vô hạn. Những con chim oanh đẹp trong vườn thượng uyển ghen nhau vì sắc đẹp. Rau thuần*[2] *già nơi quê cũ vẫn còn nấu canh được. Triều đình hữu đạo nên anh tròn chữ hiếu. (Riêng tôi) Rất thẹn vì lỗi phụ ước thề cùng khóm trúc, đá tảng*[3]*. Đêm khuya cô tịch sầu muộn, một mình đối bóng. Nằm trên giường nghe tiếng mưa tầm tã, lòng thấy day dứt khôn nguôi.*

---

[1] *Hương Cần*: tên làng phía bắc Huế, đường Thiên lý chạy ngang qua.

[2] *Canh thuần*: món ăn mộc mạc dân dã. Trương Hàn, người đời Tấn, đang làm quan ở Lạc Dương, một hôm nhân thấy gió thu bắt đầu thổi, chạnh nhớ tới những món ăn ở quê nhà: canh thuần, gỏi cá lư bèn từ quan trở về làng cũ. Truyện Kiều: "*Non quê thuần hức bén mùi*".

[3] *Trúc xanh, đá tảng*: về ở ẩn cùng với trúc xanh, đá tảng.

Dịch thơ

Tiễn bạn

Liễu xanh đường cái Hương Cần
Sông chia nam bắc tình dâng vô bờ
Hoàng oanh thượng uyển như mơ
Ganh đua khoe sắc nhởn nhơ rộn ràng
Canh thuần thấm vị quê hương
Triều đình hữu đạo anh thường hiếu trung
Thề xưa đành phụ tấc lòng
Trúc xanh đá tảng, ngại ngùng xót xa
Não nùng đêm thẳm chơ vơ
Lặng nhìn chiếc bóng ngẩn ngơ góc tường
Mưa rơi rả rích chán chường
Nghe sao day dứt bên giường, khôn nguôi

偶興

一

三月春時長豆苗
黃狐肥滿白狐驕
主人在旅不歸去
可惜鴻山屬晚樵

91. Ngẫu hứng I

Dịch nghĩa: Ngẫu hứng I

Tháng ba mùa xuân, đậu, lúa lớn. Cáo vàng béo mập, cáo trắng nhanh mạnh. Chủ nhân tha hương không về. Đáng tiếc cho núi Hồng Sơn thuộc về bác tiều phu vào lúc xế chiều.

Dịch thơ

Ngẫu Hứng

I

Mùa xuân vừa đến tháng ba
Mọc cao lúa đậu gần xa ven trời
Cáo vàng béo múp thảnh thơi
Kiêu hùng cáo trắng nhảy chơi ngang tàng
Chủ nhân lữ thứ dặm trường
Bấy lâu cách biệt tha hương chưa về
Chạnh lòng Hồng Lĩnh tái tê
Tiều phu sướng thỏa lối về tịch dương

二
蘆花初白菊初黃
千里鄉心夜共長
彊起推窗望明月
綠陰重疊不遺光

92. II

Dịch nghĩa: II

Hoa lau chớm bạc, hoa cúc vừa chớm vàng. lòng nhớ quê ngàn dặm xa thẳm cùng đêm dài. Cố dậy đẩy song cửa sổ ngắm trăng sáng. Bóng cây xanh trùng điệp làm ánh sáng (trăng) không chiếu giọi qua được.

Dịch thơ
II

Hoa lau bạc trắng đầu mùa
Chớm vàng hoa cúc mới vừa nở ra
Lòng quê ngàn dặm mịt mờ
Đêm dài thao thức cõi xa mơ màng
Gượng mình đẩy cửa khẽ khàng
Lặng người nhìn ngắm vầng trăng sáng ngời
Ngàn cây xanh thẵm khuất trời
Ngăn ánh trăng giọi ngậm ngùi đêm nay

三

一帶芭蕉綠覆階
半間烟火雜塵埃
可憐庭草芟除盡
他日春風[1]何處來

93. III

Dịch nghĩa: III

Một dãy cây chuối xanh phủ kín thềm nhà. Nửa gian bếp lửa đầy khói bụi. Đáng thương đám cỏ trong sân đã bị cắt trụi. Ngày sau gió xuân biết chốn nào để trở về.

Dịch thơ

III

Xanh xanh tàu lá chuối tiêu
Phủ che một dãy liêu xiêu bên thềm
Nửa gian bếp lửa bốc lên
Khói giăng khắp chốn bụi chen mịt mù
Trước sân đám cỏ bấy lâu
Mà nay trơ trụi héo sầu tang thương
Ngày sau trở lại ngỡ ngàng
Gió xuân biết thổi vấn vương chốn nào

---

[1] 從

四
故鄉亢旱久[1]妨農
十口孩兒菜色同
譬似蓴鱸最關切
懷歸原不待秋風

94. IV

Dịch nghĩa: IV
Quê hương hạn hán đã lâu làm hại việc nhà nông. Mười miệng trẻ đói, mặt xanh như rau. Giá như tha thiết tới rau thuần cá hức[2]. Thì lòng muốn về quê không cần chờ tới gió thu về.

Dịch thơ
IV
Cố hương hạn hán đã lâu
Mùa màng thất bát hoa màu xác xơ
Mười miệng con trẻ ngây thơ
Xanh như tàu lá vật vờ tái tê
Non quê thuần hức say mê
Gió thu không đợi đã về quê hương

五
有一人焉良可哀
破衣殘笠色如灰
避人但覓道傍走

[1] 大
[2] Xem chú số 2, Bài 90.

知是昇龍城裏來

95. V

Dịch nghĩa: V

Có một người sao rất đáng thương. Áo rách, nón tả tơi, sắc mặt xám như tro. Tránh người chỉ tìm lề đường mà đi. Biết đó là người từ thành Thăng Long đến.

Dịch thơ

V

Có người trông rất đáng thương
Tả tơi áo mũ mặt dường tro than
Tránh người lủi thủi thân tàn
Lề đường khép nép cho yên phận mình
Thoáng nhìn đã biết sự tình
Là người trôi dạt từ thành Thăng Long

偶題

白地庭墀夜色空
深堂悄悄下簾櫳
丁東砧杵千家月
蕭索芭蕉一院風
十口啼饑横嶺北
一身臥病帝城東
知交怪我愁多夢
天下何人不夢中

96. Ngẫu đề

Dịch nghĩa: Ngẫu nhiên đề thơ

Thềm sân trống trải, màn đêm thanh tĩnh. Nhà sâu thăm thẳm, lặng lẽ, rèm buông xuống. Dưới ánh trăng soi ngàn nhà, tiếng chày nện vải rộn ràng. Trước ngọn gió thổi đầy sân, tàu chuối tiêu điều, xào xạc. Nhà mười miệng ăn đang kêu đói ở phía bắc Hoành Sơn. Một thân ta nằm bệnh ở góc phía đông Hoàng Thành[1]. Các bạn thân thấy lạ mới hỏi ta sao hay sầu mộng. Nhưng thiên hạ ai là người không ở trong mộng.

Dịch thơ

Ngẫu nhiên đề thơ

Thềm hoang sân vắng chơ vơ
Đêm thâu tĩnh lặng mịt mờ đêm thâu
Căn nhà tịnh mịch thẳm sâu
Rèm buông phủ kín trước sau vật vờ
Trăng soi chiếu sáng ngàn nhà
Chày vang đập vải gần xa liên hồi
Hắt hiu tàu chuối buông lơi
Xạc xào gió thổi tả tơi sân nhà
Hoành sơn mạn bắc cõi xa
Mười miệng kêu đói một nhà ngóng trông
Hoàng Thành một góc phía đông
Co ro nằm bệnh khốn cùng bấy lâu

[1] *Hoàng Thành*: thành nội Huế.

Tri giao lạ hỏi đâu đâu
Cớ sao lắm mộng đa sầu mênh mang
Nào ai thiên hạ bốn phương
Lại không mộng mị mơ màng đắm say

水連道中早行

悲莫悲兮行道難
草頭露宿犯衰顏
百年古道皆成壑
一帶平林[1]不見山
多病一身供道路
五更殘夢續鄉關
偶逢歸客向余[2]話
昨歲朝天乍放還

97. Thuỷ Liên đạo trung tảo hành

Dịch nghĩa: Sáng sớm đi trên đường Thủy Liên[3]
Không gì buồn hơn là đi đường khó khăn. Nằm gối trên cỏ đầy sương làm sắc mặt hốc hác thêm. Đường xưa trải qua một trăm năm đều thành ngòi rãnh. Một dải rừng bằng phẳng, không thấy núi non. Xác thân nhiều bệnh phó thác cho đường xá. Trong giấc mộng tàn canh vẫn mơ về quê hương. Tình cờ gặp một người đang trên đường về nói chuyện cùng ta. Năm ngoái vào chầu vua, bỗng được tha cho về nhà.

---

[1] Nguyên tác là 臨
[2] Nguyên tác là 茶
[3] *Thủy Liên*: chưa rõ ở đâu.

Dịch thơ

Sáng sớm đi trên đường Thủy Liên

Buồn nào sánh nổi trên đời
Gian nan đường xá dặm dài thảm thương
Gối đầu ngọn cỏ đầy sương
Càng thêm tiều tụy võ vàng dung nhan
Trăm năm đường cổ điêu tàn
Đã thành ngòi rãnh tràn lan vũng lầy
Núi non không thấy chốn này
Đồng bằng một dải rừng cây muôn trùng
Một thân lắm bệnh hãi hùng
Cũng đành phó mặc long đong nẻo đường
Năm canh tàn mộng bẽ bàng
Còn vương vấn mãi cố hương thuở nào
Tình cờ khách lạ nơi đâu
Đường về trò chuyện với nhau đôi lời
Chầu vua năm ngoái mới rồi
Bỗng nhiên được hưởng niềm vui về nhà

新秋偶興

江城一臥閱三周
北望家鄉天盡頭
麗水錦山皆是客
白雲紅樹不勝秋
此身已作樊籠物
何處重尋汗漫遊
莫向天涯嘆淪落
何南今是帝王州

98. Tân thu ngẫu hứng

Dịch nghĩa:Ngẫu hứng đầu thu

Nằm ở thành bên sông[1], chốc đã ba năm tròn. Trông về bắc, quê nhà ở tận cuối trời. Ở Lệ Thuỷ, Cẩm Sơn[2] mình vẫn chỉ là khách. Mây trắng xóa, cây lá đỏ đượm biết bao sắc thu. Thân này đã làm vật trong lồng cũi. Biết tìm đâu lại cuộc chơi phóng đãng. Chớ nhìn chân trời mà than thân lưu lạc. Phía nam sông[3] nay đã là đất của nhà vua rồi.

---

[1] *Thành bên sông*: thành Đông Hải bên sông Nhật Lệ, Quảng Bình.

[2] *Lệ Thủy*: sông Nhật Lệ. *Cẩm Sơn*: núi Cẩm Lý.

[3] *Phía nam sông*: từ sông Nhật Lệ trở về nam (kể cả Gia Định) đều thuộc nhà Nguyễn.

Dịch thơ

Ngẫu hứng đầu thu

Ba năm đằng đẵng trôi qua
Ven sông thành lũy nằm co ngậm ngùi
Trông về phương bắc xa xôi
Quê hương mờ mịt cuối trời mênh mông
Cẩm Sơn Lệ Thủy hai vùng
Đều là lữ khách long đong tháng ngày
Thu về tràn ngập ngất ngây
Mây trôi trắng xóa ngàn cây đỏ hồng
Thân này cá chậu chim lồng
Tìm đâu phóng túng thỏa lòng rong chơi
Đứng trông về cuối chân trời
Than thân luân lạc giữa đời tang thương
Phía nam sông nước mênh mang
Đã là vùng đất đế vương cả rồi

夜坐

四壁蛩聲鬧夜眠
矮床移向曲欄邊
微風不動霜垂地
斜月無光星滿天
今古閒愁來醉後
蓴鱸鄉思在秋先
白頭所計惟衣食
何得狂歌似少年

99. Dạ tọa

Dịch nghĩa: Ngồi trong đêm

Tiếng dế kêu đêm râm ran bốn vách, làm rộn giấc ngủ. Dời giường chõng về bên lan can. Cơn gió nhẹ không lay động, màn sương buông xuống mặt đất. Trăng tà mờ nhạt, ánh sao đầy bầu trời. Sau cơn say, nghĩ ngợi chuyện kim cổ mà lòng buồn man mác. Mùa thu chưa về, đã nhớ món cá hức, rau thuần[1] ở quê nhà. Tóc đã bạc rồi vẫn còn mãi lo chuyện cơm áo. Sao được như thuở còn trai trẻ mà hát ngông.

[1] Xem chú số 2, Bài 90.

Dịch thơ

Ngồi trong đêm

Bốn bề tiếng dế gáy vang
Quấy rầy giấc ngủ bàng hoàng nửa đêm
Lan can, giường chuyển kề bên
Mơ hồ gió thoảng, đầy thềm sương giăng
Trăng tà mờ ảo mơ màng
Sao khuya lấp lánh mênh mang một trời
Men say chợt tỉnh chơi vơi
Mối sầu kim cổ ngậm ngùi sầu vương
Món ngon thuần hức quê hương
Mùa thu chưa đến nhớ thương đong đầy
Mái đầu nhuốm bạc, buồn thay
Mải lo cơm áo từng ngày điêu linh
Còn đâu tuổi trẻ ngày xanh
Cuồng ngông ca hát say tình đắm yêu

贈人

盈盈一水界孤村
中有高人不出門
蕉鹿夢場心不競
秦隋往事口能言
春雲滿徑群麋鹿
秋稻登場督子孫
我欲挂冠從此逝
與翁壽歲樂琴樽

100. Tặng nhân

Dịch nghĩa: Tặng người

Một dòng sông tràn trề ngăn cách một xóm hẻo lánh. Trong đó có một cao sĩ không hề ra khỏi cửa. Giấc mộng "lấy lá chuối giấu hươu"[1] *lòng không tranh đua. Chuyện cũ đời Tần, Tùy*[2] *miệng vẫn kể lại được. Mây mùa xuân phủ đầy nẻo đường, làm bạn cùng hươu nai. Mùa thu gặt lúa chín, lo đôn đốc con cháu. Ta muốn từ nay treo mũ từ quan về quê. Để cùng ông hưởng tuổi già vui thú gảy đàn, uống rượu.*

---

[1] *Tiêu, lộc*: Lá chuối và con nai. Theo *Liệt Tử*, có người tiều phu thấy một con nai bị thợ săn đuổi hoảng chạy, bèn đón đường đánh chết, sợ người ta thấy bèn đem dấu một nơi kín đáo và lấy lá chuối phủ kín. Về sau quên bẵng không biết dấu nơi nào, bèn cho là chuyện chiêm bao.

[2] *Tần, Tùy*: Chuyện đời Tần Tùy. Có lẽ do tích trong bài "Đào hoa nguyên kí" của Đào Tiềm: Những người trong núi không biết chuyện bên ngoài thời họ đang sống, nhưng nhớ chuyện đời xưa nhà Tần nhà Tùy.

Dịch thơ

Tặng người

Dòng sông cuồn cuộn tràn trề
Thôn làng hẻo lánh cách chia đôi bờ
Cài then đóng cửa cách xa
Cao nhân ẩn sĩ thiết tha chốn này
Tiêu, lộc mộng, thực nào hay
Tâm không vướng bận mảy may tranh giành
Tần, Tùy cố sự nhục vinh
Tỏ tường kể lể ngọn ngành trước sau
Hươu nai bầu bạn cùng nhau
Đường mòn phủ kín một màu mây xuân
Mùa thu gặt lúa đến gần
Cháu con thúc giục quây quần lo toan
Ước mong treo mũ từ quan
Như hằng ôm ấp bao lần khôn nguôi
Hưởng già thỏa thích cuối đời
Cùng ông cạn chén thảnh thơi gảy đàn

再次原韻

湛原流水發山村
日麗潮頭湧海門
清渭濁涇同不息
黄花綠竹兩忘言
歲收秫米堪供客
天假松年及抱孫
浮世幾經桑鹵變
床頭依舊酒盈樽

101. Tái thứ nguyên vận

Dịch nghĩa: Họa vần bài thơ trước

Sông Trạm[1] bắt nguồn từ các làng núi. Ở cửa biển Nhật Lệ sóng triều cường vỗ mạnh mẽ. Sông Vị trong, sông Kinh[2] đục, đều chảy không ngừng. Hoa vàng, trúc xanh, đều quên lời nói. Hàng năm, lúa nếp thu hoạch đủ để đãi khách. Trời cho tuổi thọ như cây tùng để còn kịp bồng cháu. Cuộc đời phù sinh trải qua bao phen ruộng dâu hóa thành ruộng muối. Đầu giường luôn luôn có bầu rượu đầy như cũ.

---

[1] *Sông Trạm*: là sông Bình chảy từ Bang Môn vào Hạt Hải, có nhánh chảy vào sông Nhật Lệ rồi ra biển đông.

[2] *Sông Vị, sông Kinh*: hai nhánh sông Hoàng Hà.

Dịch thơ

Họa vần bài thơ trước

Xóm thôn miền núi khởi nguồn
Một dòng sông Trạm chảy tuôn dạt dào
Cõi ngoài cửa biển sóng trào
Triều cường Nhật Lệ dâng cao từng giờ
Trong veo sông Vị lững lờ
Sông Kinh ngầu đục cuốn xa chẳng ngừng
Ngại lời quên ý vô thường
Trúc xanh cùng với hoa vàng lặng im
Lúa nếp thu hoạch hằng năm
Đủ dùng đãi khách ghé thăm nhà mình
Trời ban thọ tựa tùng xanh
Kịp thời bồng cháu thỏa tình bấy lâu
Cõi đời phù ảo trước sau
Ruộng dâu hóa muối dãi dầu bao phen
Đầu giường luôn thấy còn nguyên
Một bầu rượu vẫn đầy tràn như xưa

雜吟

白雲初起麗江城
暑氣纔收天氣清
城外山山皆暮色
江頭樹樹各秋聲
他鄉白髮老不死
昨歲黃花今更生
為我鴻山謝松石
再無[1]面目見同盟

102. Tạp ngâm

Dịch nghĩa: Tạp ngâm

Mây trắng mới nổi trên thành sông Nhật Lệ[2]. Khí nóng vừa hết, khí trời trong. Ngoài thành các ngọn núi đều nhuốm sắc chiều tà. Đầu sông hàng cây đều vang vọng tiếng thu. Đầu bạc ở quê người, già rồi vẫn chưa chết. Hoa cúc vàng năm ngoái, năm nay lại nở hoa. Hãy vì ta tạ từ với cây tùng và đá tảng ở núi Hồng. Ta không còn mặt mũi nào trông thấy các bạn đồng minh nữa.

---

[1] Truyền bản thiếu chữ, Lê Thước nghi là chữ "vô" 無.

[2] *Thành sông Nhật Lệ*: là lũy Nhật Lệ, thành Quảng Bình, còn gọi là lũy Thầy.

Dịch thơ

Tạp ngâm

Ven sông Nhật Lệ thành xưa
Bềnh bồng mây trắng mịt mờ tỏa lan
Vừa tan khí nóng xa gần
Khí trời trong trẻo lan tràn xung quanh
Trập trùng đồi núi ngoài thành
Chiều tà nhuốm sắc lung linh ánh hồng
Nhấp nhô cây cối đầu sông
Xào xạc vang vọng một vùng tiếng thu
Tha hương biền biệt bạc đầu
Già nua vẫn sống dãi dầu mãi thôi
Hoa vàng năm ngoái phôi phai
Năm nay chớm nở bên đời nên thơ
Vì ta xin hãy tạ từ
Cây tùng, đá tảng chơ vơ núi Hồng
Cũng đành e mặt ngại ngùng
Đồng minh bằng hữu đau lòng cách xa

江頭散步

一

散髮狂歌恣所之
綠蘋風起夕陽微
白雲流水同無盡
魚父浮鷗兩不疑
無累未應招鬼責
不才多恐速官非
年年秋色渾如許
人在他鄉不自知

103. Giang đầu tản bộ I

Dịch nghĩa: Dạo chơi đầu sông I

Tóc xõa ra, hát ngông đi dạo quanh. Gió khẽ thổi trên đám rau tần[1]xanh trong bóng chiều đã nhạt. Đám mây trắng và dòng nước chảy đều vô tận. Bác chài và chim âu cả hai chẳng nghi ngờ gì nhau. Không lụy thì không làm gì cho quỉ trách[2]. Bất tài nên làm việc quan hay sợ mắc sai lầm. Hằng năm sắc thu đều không đổi. Chỉ khách tha hương không tự biết mà thôi.

---

[1] *Rau tần*: rau mọc ở bờ sông.

[2] Không lụy (vì danh lợi) nên không mang họa bị quan xấu ác (như ma quỷ).

Dịch thơ

Dạo chơi đầu sông

I

Ung dung xõa tóc phất phơ
Lãng du phóng túng, cuồng ca vang trời
Tần xanh gió thổi chơi vơi
Bóng chiều u uẩn nhạt phai mịt mùng
Nước trôi mây trắng mênh mông
Chim âu ngư phủ vẫn không nghi ngờ
Thân không vướng lụy bao giờ
Quỷ nào lại trách mắng ta được nào
Bất tài hỏng việc trước sau
Việc quan sợ hãi xiết bao trên đời
Còn đây nguyên vẹn một trời
Sắc thu bao thuở chưa phai mơ màng
Với người lữ thứ tha hương
Sầu dâng nào biết tỏ tường đấy thôi

二

促歌聲短漫聲長
白髮蕭蕭古道旁
細澗水聲流積雨
平沙人影在斜陽
涓埃莫報生何補
兒女成羣死不妨

回首故鄉秋色遠
橫山雲樹正蒼蒼

104. II

Dịch nghĩa: II

Hát gấp thì tiếng ngắn, hát thong thả thì tiếng dài. Đầu bạc bơ phờ đi trên con đường xưa. Mưa dồn dập lạch nhỏ, tiếng nước chảy reo lên. Bóng người in trên bãi cát phẳng lúc trời đã về chiều. Chưa báo đáp (ơn nước) được chút gì, sống chẳng ích gì. Con trai con gái đầy đàn, chết cũng chẳng ngại. Ngoảnh đầu về quê nhà, sắc thu xa xăm. Trên dãy Hoành Sơn[1], đám mây và cây cối vẫn xanh màu.

Dịch thơ

II

Điệu nhanh tiếng ngắn ngân nga
Tiếng dài điệu chậm hát ca lẽ thường
Bơ phờ phơ phất mái sương
Lẻ loi lê bước ven đường cổ xưa
Khe tuôn róc rách nước mưa
Bóng người trên cát chơ vơ chiều tà
Nợ đời chưa trả gần xa
Ích gì mà sống nhởn nhơ cõi người
Gái trai nheo nhóc đủ rồi
Sợ gì thần chết triệu vời về đâu
Ngoảnh nhìn da diết u sầu
Cố hương diệu vợi sắc thu mơ màng
Hoành Sơn mây trắng mênh mang

---

[1] *Hoành Sơn*: là một dãy núi ở phía nam tỉnh Hà Tĩnh, phía bắc tỉnh Quảng Bình.

偶得

孤城日暮起陰雲
青草漫漫到海濱
曠野遍埋無主骨
殊方獨托有官身
事來徒隸皆驕我
老去文章亦避人
望外鴻山三百里
相從何處問前鄰

105. Ngẫu đắc

Dịch nghĩa: Ngẫu nhiên nảy ý thơ

Buổi chiều mây đen bốc lên từ tòa thành cô quạnh. Cỏ xanh rờn lan đến tận bờ biển. Ngoài đồng hoang khắp nơi vùi xương vô chủ. Cái thân làm quan riêng gửi chốn xa lạ. Khi gặp việc, bọn nha lại đều lên mặt với ta. Già rồi, văn chương cũng xa lánh người. Nhìn về phía núi Hồng xa ba trăm dặm. Biết chốn nào mà hỏi láng giềng cũ.

Dịch thơ

Ngẫu nhiên nảy ý thơ

Chiều tà mây xám âm u
Thành xưa cô quạnh mịt mù tỏa lan
Cỏ xanh ven biển miên man
Đồng hoang vùi lấp xương tàn cô liêu
Phận quan lận đận liêu xiêu
Gửi thân chốn lạ lắm điều không quen
Việc đâu nha lại gây phiền
Kiêu căng lên mặt đớn hèn với ta
Già nua tàn tạ thân ta
Văn chương cũng phải lánh xa với người
Núi Hồng ngoài cõi ven trời
Xa ba trăm dặm mắt vời vọi trông
Biết ai dò hỏi mà mong
Láng giềng xóm cũ mông lung chốn nào

炮臺

南北書車慶大同
炮臺虛設土城東
山崩石裂城猶壯
漢奪秦爭事已空
昨[1]者大虧生物德
邇來不貴殺人功
清平時節無爭戰
牛犢耰耡正重農

106. Pháo đài

Dịch nghĩa: Pháo đài[2]

Mừng cho phía Nam và Bắc (xe và chữ viết) đã cùng chung một thể chế. Pháo đài giờ bỏ không ở phía đông thành lũy làm bằng đất. Núi bị sạt lở, đá bị tan nát nhưng thành vẫn còn vững vàng. Chuyện Tần, Hán tranh đoạt[3]*cũng chẳng còn. Trước đây, đã làm tổn hại nhiều đến cái đức hiếu sinh của tạo hóa. Từ đây, không quí gì chuyện giết người để lập công nữa. Thời buổi thanh bình không còn chiến tranh. Chính là lúc coi trọng nghề nông với trâu, bò, cày bừa.*

---

[1] 作

[2] *Pháo đài*: vị trí ở Luỹ Thầy trong thời Trịnh Nguyễn phân tranh.

[3] *Tần, Hán tranh đoạt*: chỉ cuộc giao tranh Trịnh – Nguyễn.

Dịch thơ

Pháo đài

Mừng vui Nam Bắc đại đồng
Giao thông chữ viết dùng chung lâu dài
Pháo đài hoang phế phôi phai
Phía đông thành đất góc trời chơ vơ
Lũy thành kiên cố như xưa
Đá tan núi lở gần xa tranh giành
Binh đao Tần Hán giao tranh
Mà nay chuyện cũ đã thành hư không
Trước đây gây họa vô cùng
Hiếu sinh tạo hóa tổn thương cõi đời
Giờ đây nào quý trọng ai
Lập công chém giết con người nữa đâu
Thanh bình chấm dứt binh đao
Cày bừa trâu nghé sớm chiều trọng nông

城下棄馬

誰家老馬棄城陰
毛暗皮乾瘦不禁
石壘秋寒徑草短
沙場日暮陣雲深
饑來不作求人態
老去終懷報國心
耐得風霜全爾性
莫教羈馽再相侵

107. Thành hạ khí mã

Dịch nghĩa: Ngựa bỏ dưới chân thành

Con ngựa già nhà ai bỏ dưới chân thành? Lông sạm da khô gầy quá mức. Trên lũy đá, hơi thu lạnh, lối cỏ cằn cỗi. Chốn sa trường, trời chiều mây kéo dày dặc. Bụng đói nhưng không tỏ ý cầu xin người. Tuổi già, vẫn ôm tấm lòng đền ơn nước. Chịu được phong sương, giữ trọn tính trời cua mày. Chớ để dây cương, dây dàm phạm vào thân lần nữa.

Dịch thơ

Ngựa bỏ dưới chân thành

Nhà ai bỏ ngựa già nua
Dưới thành lăn lóc âm u phũ phàng
Da khô lông sạm trơ xương
Chạnh lòng bất nhẫn xót thương vô cùng
Hơi thu lũy đá lạnh lùng
Lối mòn cỏ úa một vùng xác xơ
Sa trường bóng xế mịt mờ
Mây trôi u xám thẳm xa cuối trời
Đói nghèo cam chịu một đời
Vẫn không cầu cạnh với người lụy thân
Da mồi tóc bạc thân tàn
Vẫn mong báo quốc đền ơn dốc lòng
Dãi dầu sương gió long đong
Chu toàn kiếp ngựa đến cùng tự nhiên
Yên cương trói buộc truân chiên
Đừng gây tổn hại thêm phiền vào thân

望天台寺

天台山在帝城東
隔一條江似不通
古寺秋埋黃葉裏
先朝僧老白雲中
可憐白髮供驅役
不與青山相始終
記得年前曾一到
景興猶掛舊時鐘

108. Vọng Thiên Thai tự

Dịch nghĩa: Ngắm nhìn chùa Thiên Thai[1]

Núi Thiên Thai ở phía đông kinh thành. Cách một dòng sông, tưởng chừng chẳng có lối sang. Mùa thu, ngôi chùa cổ như vùi trong lá vàng. Vị sư triều trước già đi trong mây trắng. Thương thay mình, đầu bạc rồi vẫn phải chịu đựng cho người sai khiến. Chẳng thể cùng với núi xanh giữ vẹn nghĩa thủy chung. Nhớ năm trước ta đã từng đến nơi đây. Còn trông thấy treo một quả chuông cổ đúc từ thời Cảnh Hưng[2].

---

[1] *Chùa Thiên Thai*: ngôi chùa ở phía nam Nam Giao, Huế. Nay là Thiên Thai Thiền Tôn tự hay chùa Thiền Tôn.

[2] *Cảnh Hưng*: niên hiệu vua Lê Hiển Tông (1740-1787).

Dịch thơ

Ngắm nhìn chùa Thiên Thai

Kinh thành một dãy phía đông
Thiên Thai ngọn núi chập chùng xa xa
Nhánh sông ngăn cách đôi bờ
Tưởng như rất khó để mà thông sang
Sắc thu bàng bạc vấn vương
Chùa xưa chìm ngập lá vàng rụng rơi
Nhà sư triều trước phôi phai
Già theo mây trắng giữa trời mênh mông
Xót xa tóc bạc chạnh lòng
Làm trâu làm ngựa long đong thân tàn
Núi xanh ước nguyện bao lần
Thủy chung lỗi hẹn bụi trần xa xôi
Năm xưa nhớ đến đây rồi
Còn treo chuông cổ đúc thời Cảnh Hưng

柬工部詹事陳[1]

一

青山外有不歸人
山北山南盡白雲
七月又逢秋到眼
天涯空帶老隨身
百年古壘烟霞合
一帶寒沙草樹分
倚遍欄干無與語
幾回驚坐憶陳遵

109. Giản Công bộ Chiêm sự Trần I

Dịch nghĩa: Gửi Chiêm sự bộ Công họ Trần[2] I

Ở ngoài rặng núi xanh kia, có người còn chưa trở về. Phía bắc hay nam những ngọn núi đều giăng đầy mây trắng. Tháng bảy lại gặp mùa thu đến trong tầm mắt. Nơi góc trời, chỉ đeo mãi cái già theo thân mình. Nơi thành lũy cổ trăm năm[3], khói ráng tụ lại. Một dải cát lạnh chia cách cỏ cây. Tựa khắp lan can, không có ai cùng trò chuyện. Bao lần tưởng nhớ đến Kinh tọa Trần Tuân[4].

---

[1] 陳僉事

[2] *Chiêm sự phủ* là chức quan giúp việc cho Thái Tử. Theo câu cuối, đoán có thể là Trần Văn Tuân, Tham tri bộ Lại triều Gia Long.

[3] Chỉ lũy Thầy, Quảng Bình.

[4] *Kinh toạ Trần Tuân*: xưa, Trần Tuân tự Mạnh Công người Hán, tính mến khách thường tháo chốt xe cuả khách ném xuống giếng để lưu khách lại. Ông đi dến đâu ai cũng trọng vọng. Có người trùng tên cũng xưng là Trần Mạnh công mỗi khi đến

Dịch thơ

Gửi Chiêm sự bộ Công họ Trần

I

Có người ngoài rặng núi xanh
Trở về lỗi hẹn cũng đành xót xa
Bắc nam đỉnh núi mịt mờ
Mây giăng trắng xóa cõi xa cuối trời
Đã vào tháng bảy nữa rồi
Mùa thu lại đến bồi hồi ngắm trông
Xác thân già cỗi long đong
Góc trời xa thẳm hoài công bẽ bàng
Trăm năm lũy cổ mênh mang
Ráng mây khói tỏa vấn vương bao ngày
Lạnh lùng bãi cát chạy dài
Xẻ đôi đám cỏ hàng cây xa rời
Nào ai trò chuyện ngậm ngùi
Tựa lan can vắng bên đời cô đơn
Bồi hồi lặng lẽ thất thần
Trần Tuân Kinh tọa bao lần nhớ nhung

---

nhà ai, mọi người đều kinh động nhưng khi vào thì biết là không phải, do đó người ta đặt cho cái tên là "Kinh toạ" (làm ai cũng kinh sợ)

二

清風嫋嫋自江津
明月青山上海瀕
難得相逢如此夜
可憐同是未歸人
陰符歲晚生仙蠹
幽室秋寒現鬼燐
夜讀明明招隱賦
鴻山慚負一山雲

110. II

Dịch nghĩa: II

Từ nơi bến sông, cơn gió mát hiu hiu thổi đến. Vầng trăng sáng, ngọn núi xanh hiện ra trên bãi biển. Khó được gặp nhau như đêm nay. Đáng thương hai ta đều là người chưa trở về được. Sách kinh "Âm phù"[1] để đến cuối năm, đã sinh những con mọt tiên. Ngôi nhà tối tăm vào mùa thu lạnh lẽo hiện ra những con ma trơi. Ban đêm, đọc bài phú "Chiêu ẩn"[2] và hiểu rõ ràng. Thẹn mình đã phụ đám mây bay trên ngọn núi Hồng.

Dịch thơ
II

Bến sông gió mát nhẹ nhàng
Sáng trăng bãi biển mơ màng núi xanh
Tương phùng hy vọng mong manh
Như đêm nay lại một mình chơ vơ

---

[1] *Âm phù*: "Âm phù kinh", một bộ sách cổ của Trung Quốc, nói về Đạo giáo.
[2] *Phú Chiêu Ẩn*: theo *Sở từ*, chỉ bài phú "Chiêu Ẩn sĩ" của học trò Hoài Nam Tiểu Sơn đời Hán, đại ý hiệu triệu các bậc cao nhân ẩn sĩ.

Cũng người lữ thứ xa nhà
Trở về lỗi hẹn xót xa vô vàn
Âm phù kinh sách năm tàn
Thần tiên mối mọt tràn lan bao giờ
Căn nhà u tối mịt mờ
Mùa thu buốt giá vật vờ ma trơi
Đọc Chiêu ẩn phú miệt mài
Đêm khuya sáng tỏ ý lời người xưa
Cùng đành hổ thẹn thần thờ
Núi Hồng bội ước cách xa mây ngàn

秋日寄興

西風纔到不歸人
頓覺寒威已十分
故國山河看落日
他鄉身世托浮雲
忽驚老境今朝是
何處秋聲昨夜聞
自哂白頭欠收拾
滿庭黄葉落紛紛

111. Thu nhật ký hứng

Dịch nghĩa: Cảm hứng ngày thu

Gió tây mới thổi đến với người chưa trở về nhà được. Chợt cảm thấy trời lạnh ghê gớm. Sông núi quê cũ nhìn trong cảnh mặt trời lặn. Thân thế chốn tha hương gởi cho đám mây nổi. Sáng nay thấy cảnh già, chợt kinh sợ. Đêm qua nghe tiếng thu ở nơi chốn nào. Cười mình đầu đã bạc mà vụng về thu xếp. Đầy sân hoa lá rụng tơi bời.

Dịch thơ

Cảm hứng ngày thu

Gió tây mới thổi về đây
Bên người lữ thứ buồn thay chưa về
Mà sao bất chợt tái tê
Lạnh người giá buốt ê chề thấu xương
Núi sông quê cũ nhớ thương
Chìm trong bóng xế bẽ bàng phôi phai
Tha hương thân phận u hoài
Gửi hồn theo đám mây trôi lững lờ
Sớm nay hoảng sợ không ngờ
Cảnh già leo lét vật vờ điêu linh
Đêm qua nghe thấy mong manh
Tiếng thu vọng lại buồn tênh chốn nào
Cười mình đầu bạc tiêu điều
Vụng về thu xếp nghẹn ngào bấy lâu
Ngoài sân tràn ngập sắc thu
Tơi bời hoa lá úa sầu rụng rơi

山中即事

疊疊層巒石作堆
烟蘿布地密難開
忽逢駭獸樹間出
知有樵夫林下來
燒野新痕青草盡
倚[1]山舊徑白雲催
山靈故絕輕肥路
遍列危岡與險崖

112. Sơn trung tức sự

Dịch nghĩa: Tức cảnh trong núi

Núi trùng điệp, đá chồng chất. Dây leo chằng chịt bò kín mặt đất khó đi. Bỗng gặp thú hoảng chạy khỏi lùm cây. Biết là có tiều phu dưới rừng đi đến. Đồng cỏ mới cháy, cỏ xanh cháy rụi hết. Lối cũ ven núi, mây trắng đùn lên. Thần núi cố ý chặn dứt đường người đi tìm phong lưu, phú quý. Mới bố trí gò cao vách đá hiểm trở khắp nơi.

---

[1]寄

Dịch thơ

Tức cảnh trong núi

Núi non trùng điệp nối dài
Đá bày chồng chất đất trời ngổn ngang
Dây leo rậm rạp phủ giăng
Khó lòng vạch đất mở đường nẻo thông
Bỗng nhiên gặp thú hãi hùng
Phóng ra trong bụi cây rừng như bay
Biết rằng ở dưới rừng cây
Tiều phu xuất hiện ngay đây thôi mà
Đồng hoang mới cháy gần xa
Cỏ xanh tàn lụi xác xơ còn gì
Lối mòn ven núi lê thê
Mây giăng trắng xóa bốn bề cheo leo
Sơn thần cố ý thế sao
Chặn đường phú quý trước sau khốn cùng
Gò cao vách đá chập chùng
Gian nan hiểm trở khắp vùng bủa vây

渡灐江

平沙盡處水天浮
浩浩烟波古渡秋
一望津涯通巨海
歷朝疆界在中流
三軍舊壁飛黃葉
百戰殘骸臥綠蕪
北上土民莫相[1]避
卅年前是我同州

113. Độ Linh giang

Dịch nghĩa: Qua sông Gianh[2]

Cuối bãi cát, trời và nước bồng bềnh. Khói sóng mênh mang, vẻ thu trên bến đò xưa. Ngước trông bến sông thông ra biển lớn. Cương giới nhiều triều đại phân chia ở giữa dòng sông này. Trên lũy cũ[3] *ba quân, lá vàng bay lả tả. Xương tàn trăm trận đánh nằm trong đám cỏ xanh. Thổ dân vùng Bắc*[4] *chớ nên xa lánh nhau. Ba mươi năm trước, cũng là người đồng châu với ta.*

---

[1] 將

[2] *Sông Gianh*: thuộc tỉnh Quảng Bình, thời xưa là con sông chia cách hai miền Nam - Bắc thời Trịnh - Nguyễn phân tranh.

[3] *Lũy cũ*: chỉ lũy Thầy.

[4] *Vùng Bắc*: Bắc Bố Chính, thời Hậu Lê, quê của Nguyễn Du (Nghi Xuân) và châu Bắc Bố Chính thuộc trấn Nghệ An.

Dịch thơ

Qua sông Gianh

Tận cùng bãi cát xa xôi
Chân trời mặt nước nổi trôi bềnh bồng
Bến xưa hiu hắt ven sông
Sắc thu khói sóng mênh mông mịt mờ
Trông về bờ bến xa xa
Cửa sông biển cả bao la nối liền
Trước sau triều đại luân phiên
Giữa sông cương giới hai miền chia đôi
Ba quân lũy cũ ven trời
Lá bay vàng úa tả tơi đầy tường
Xương tàn trăm trận chiến trường
Bãi hoang xanh cỏ thảm thương chôn vùi
Thổ dân phía Bắc các người
Xin đừng lánh mặt xa rời với nhau
Ba mươi năm trước đã lâu
Với tôi là chỗ cùng châu lạ gì

瀰江口鄉望

望望家鄉似日邊
橫山只隔一山巔
可憐歸路纔三日
獨抱鄉心已四年
鷰島秋寒青入海
瀰江潮漲白涵天
外州今與吾州別
看看人風不似前

114. Nễ giang khẩu hương vọng

Dịch nghĩa: Từ cửa sông Nễ Giang[1] trông về quê nhà

Ngóng trông về quê nhà xa xăm như ở bên mặt trời. Chỉ cách có một ngọn núi trong dãy Hoành Sơn thôi. Khá thương đường về chỉ mất có ba ngày. Mà một mình ôm lòng nhớ quê nhà đã bốn năm. Hơi thu lạnh nơi Hòn Én[2], sắc xanh chiếu xuống mặt biển. Nước triều dâng ở cửa sông Nễ Giang, sóng trắng xóa nổi lên như ôm lấy lưng trời. Châu ngoài[3] này đã khác với châu ta. Cứ xem phong tục của người dân không giống trước nữa.

---

[1] *Nễ Giang*: con sông phía Bắc tỉnh Quảng Bình, từ đèo Ngang đi vào, còn gọi là sông Ròn.

[2] *Hòn Én (Yến Đảo)*, một đảo nhỏ ở ngoài cửa Ròn, có nhiều tổ én.

[3] *Châu ngoài*: tức là Bố Chính ngoại châu. Từ đầu thời Nguyễn thì miền này thuộc về tỉnh Quảng Bình khác với trấn Nghệ An là quê của Nguyễn Du.

Dịch thơ

Từ cửa sông Nễ Giang trông về quê nhà

Quê nhà trông ngóng cuối trời
Tuyệt mù diệu vợi xa xôi muôn trùng
Chỉ còn ngọn núi lưng chừng
Hoành Sơn đỉnh núi chập chùng vắt ngang
Nẻo về sao thấy đáng thương
Còn ba ngày nữa dặm đường mà thôi
Cô liêu ấp ủ khôn nguôi
Quê hương đã bốn năm trời nhớ nhung
Hơi thu lạnh lẽo khắp vùng
Thẳm xanh Hòn Én biển lồng mênh mang
Thủy triều lớp lớp sóng dâng
Trắng trời bao phủ Nễ Giang mịt mờ
Châu ngoài so với châu ta
Mà nay biến đổi khác xa thật rồi
Nhìn xem phong tục con người
Không còn như trước ngậm ngùi ngẩn ngơ

依元韻寄青威吳四元

一夜西風到海湄
同年交誼尚依依
代耕有舌生常足
去國何心老不歸
消渴日增司馬病
夢魂夜入少陵詩
臨江未敢題鸚鵡
還有中原一大兒

115. Y nguyên vận ký Thanh Oai Ngô Tứ Nguyên

Dịch nghĩa: Gửi ông Ngô Tứ Nguyên ở Thanh Oai[1]
(Theo nguyên vận)

Một đêm gió từ phía tây thổi đến bờ biển. Tình bạn từ thuở ấu thơ vẫn còn như xưa. Thay cày bằng cái lưỡi[2]*, sinh kế vẫn thường đủ. Xa quê hương, tấm lòng đã già đi sao không muốn quay về? Bệnh "tiêu khát"*[3]*như Tư Mã Tương Như của bạn ngày càng nặng thêm. Đêm đêm hồn mộng (của tôi) vẫn nhập vào những vần thơ của Thiếu Lăng*[4]*. Đến bên bờ sông chưa dám đề thơ "Anh vũ"*[5]*. Bởi vì nơi Trung nguyên đã có một nhà thơ lớn rồi.*

---

[1] *Ngô Tứ Nguyên ở Thanh Oai*: chưa rõ là ai.
[2] *Thay cày bằng cái lưỡi*: thầy đồ dạy học.
[3] *Tiêu khát*: bệnh uống nhiều nước, tức bệnh tiểu đường. Tư Mã Tương Như mắc bệnh này.
[4] *Thiếu Lăng*: Tên hiệu của Đỗ Phủ, nhà thơ lớn đời Đường.
[5] *Anh Vũ*: tức Anh Vũ châu, tên một bãi cát ở tây nam thành Vũ Xương, giữa sông Trường Giang. Trong bài thơ *Hoàng Hạc lâu* của Thôi Hiệu có câu: "Phương thảo thê thê Anh Vũ châu". Sau Lý Bạch thấy bài thơ Thôi Hiệu hay quá nên gác bút không đề thơ nữa.

Dịch thơ

Gửi ông Ngô Tứ Nguyên ở Thanh Oai

(Theo nguyên vận)

Một đêm biển động gần xa
Gió tây thổi đến bến bờ liêu xiêu
Tình xưa thơ ấu thuở nào
Vẫn còn thắm thiết với nhau một lòng
Thay cày bằng lưỡi ung dung
Vẫn thường tri túc thỏa lòng bấy lâu
Quê hương khuất bóng u sầu
Còn chưa trở lại bạc đầu vấn vương
Bệnh tình Tư Mã thấy thương
Ngày càng "tiêu khát" trơ xương một đời
Đêm đêm hồn mộng chơi vơi
Cõi thơ hòa nhập tuyệt vời Thiếu Lăng
Đề thơ "Anh Vũ" ngập ngừng
Ven sông chưa dám mơ màng hôm nay
Trung nguyên thật đáng khen thay
Một nhà thơ lớn chốn này nổi danh

送吳汝山公出 鎮乂安

錦羅江上扣征鞍
拜會非難惜別難
八大[1]奇文花兩國
一車膏雨潤全驩
人從淡泊斯為政
天為黔黎不放閒
北望鴻山開德曜
天涯舉酒慶鄉關

116. Tống Ngô Nhữ Sơn công xuất Nghệ An

Dịch nghĩa: Tiễn Ngô Nhữ Sơn[2] ra trấn thủ Nghệ An

Trên cửa sông Cẩm La[3], tôi ghì dây cương cho ngựa của người đi xa dừng lại. Gặp nhau không khó, chỉ khó khi chia tay luyến tiếc tiễn biệt nhau. Văn chương của ông hay như văn của tám nhà văn lớn (đời Đường Tống)[4], làm đẹp cho cả hai nước. Một xe mưa móc thấm nhuần khắp Hoan Châu[5]. Tính tình ông đạm bạc, sẽ thể hiện vào chính sự. Trời chưa cho ông được hưởng nhàn là vì dân. Trông về phía bắc núi Hồng, thấy ngôi sao đức mọc lên. Ở nơi chân trời, tôi nâng chén rượu mừng cho quê hương tôi.

---

[1] 丈

[2] Ngô Nhữ Sơn tức Ngô Nhơn Tĩnh, tự Nhữ Sơn, nguyên người Trung Quốc sang ở Gia Định, thành người Việt Nam. Ông học giỏi thơ hay. Thời Gia Long có đi sứ Trung quốc được các nhân sĩ khen ngợi. Tháng giêng năm Gia Long thứ 10 (1811), ông đang làm quan tham trị bộ Hộ ở Huế, được bổ Hiệp trấn Nghệ An. Lúc đó Nguyễn Du đang làm cai bạ Quảng Bình, có thơ này tiễn ông.

[3] *Cẩm La*: bến Cẩm La tức là bến đò Hàn trên sông Nhật Lệ, phía nam thành Quảng Bình.

[4] *Tám nhà văn lớn (đời Đường Tống)*: là danh xưng chung chỉ tám vị văn sĩ chuyên cổ văn nổi danh, gồm hai vị Hàn Dũ, Liễu Tông Nguyên đời Đường và sáu vị đời Tống gồm Âu Dương Tu, Tô Tuân, Tô Thức, Tô Triệt, Tăng Củng, Vương An Thạch.

[5] *Hoan Châu*: tức Nghệ An.

Dịch thơ

Tiễn Ngô Nhữ Sơn ra trấn thủ Nghệ An

Trên sông nơi bến Cẩm La
Giữ yên cương ngựa người xa ngàn trùng
Gặp nhau thoải mái ung dung
Mà nay tiếc nuối khó lòng chia tay
Đại gia tám bậc kỳ tài
Vẻ vang hai nước tuyệt vời sánh ngang
Một xe mưa móc tràn dâng
Thấm nhuần khắp cõi nẻo đường Hoan Châu
Tinh thần đạm bạc bấy lâu
Chăm lo chính sự trước sau theo người
Vì dân, theo ý của trời
Chưa cho nhàn hạ một đời hiến dâng
Núi Hồng phương bắc trông sang
Ngôi sao nhân đức tỏ tường hiện ra
Góc trời một cõi xa xa
Rượu mừng nâng chén quê nhà dấu yêu

代作久戍思歸

一

關外秋風送笛吹
班超頭白未成歸
十年許國君恩重
千里離家旅夢遲
夜繡榮花身外幻
朝雲名利眼前非
隴阡歲歲瓜田熟
苦盡甘來尚有期

117. Đại tác cửu thú tư quy I

Dịch nghĩa: Viết thay người lính thú xa nhà đã lâu mong được trở về I

Gió thu ngoài cửa ải đưa tiếng sáo đi xa. Ban Siêu[1] *đầu bạc vẫn chưa được về. Mười năm dâng mình cho nước vì ơn vua nặng. Ngàn dặm xa nhà, giấc mộng lữ thứ kéo dài. Vinh hoa như áo gấm đi đêm, chỉ là ảo mộng ngoài thân. Danh lợi như đám mây buổi sáng, đổi khác ngay trước mắt. Trên đường ruộng, năm này sang năm khác ruộng dưa lại chín*[2]*. Hết khổ đến sướng còn có ngày về.*

---

[1] *Ban Siêu*: là vị tướng và là nhà ngoại giao thời Đông Hán. Ban Siêu đã nhiều lần lập chiến công đánh dẹp quân Hung Nô. Vùng Tây Vực được ông bảo vệ an toàn và Con đường tơ lụa được ông khai thông. Ban Siêu được phong làm Định Viễn hầu, giữ chức Đô hộ ở Tây Vực, khi về nhà, tính ra đã trải qua hơn 31 năm.

[2] *Ruộng dưa chín*: theo *Tả Truyện*: Liên Xưng và Quản Chi Phủ đi thú đất Quỳ Khâu, khi đi là mùa dưa chín, hẹn đến mùa dưa chín năm sau sẽ được về. Ý nói, năm nào cũng thấy dưa chín nhưng chưa được về.

Dịch thơ

Viết thay người lính thú xa nhà đã lâu mong được trở về

I

Gió thu quan ải thổi về
Đẩy xa tiếng sáo tái tê cuối trời
Ban Siêu đầu bạc tả tơi
Vẫn chưa trở lại ngậm ngùi cố hương
Ơn vua trĩu nặng vấn vương
Mười năm vì nước chẳng màng tấm thân
Xa nhà ngàn dặm bụi trần
Triền miên lữ thứ mộng tràn mênh mông
Ngoài thân ảo ảnh mông lung
Vinh hoa áo gấm mịt mùng đêm thâu
Mơ hồ trước mắt còn đâu
Lợi danh mây sớm trước sau mịt mờ
Bao năm xao xuyến trên bờ
Ruộng dưa lại chín gần xa chốn này
Trở về sẽ có một ngày
Cõi người khổ tận cam lai chuyển vần

二

千仞橫山一帶河
白雲回首隔天涯
新秋氣候催寒杵
故國關山寄夜笳
天地一身忠易孝
風塵萬里國忘家
月中橫笛太無賴
半夜江城吹落花

118. II

Dịch nghĩa: II

Hoành Sơn cao ngất trời cùng trên một dải sông, Ngoảnh nhìn mây trắng xa cách tận bên trời. Thu mới sang, khí lạnh thúc giục người ta giặt vải, may áo. Tình sông núi quê hương gửi vào tiếng kèn ban đêm. Một thân trong trời đất lấy trung đổi hiếu. Muôn dặm gió bụi, vì nước quên nhà. Cầm ngay chiếc sáo thổi dưới trăng, buồn thiu. Nửa đêm bên giang thành, thổi khúc "Lạc Hoa"[1].

[1] *Lạc Hoa*: tức *Mai Hoa Lạc*, tên một khúc địch do Lý Diên Niên đời Hán sáng tác, diễn tả nỗi sầu cảm nhớ quê hương của chinh phu, lữ khách.

Dịch thơ

II

Hoành Sơn cao ngất tận trời
Một dòng sông chảy ra khơi muôn trùng
Ngoảnh nhìn mây trắng bềnh bồng
Chân trời xa thẳm mông lung mịt mờ
Chớm thu buốt giá bao giờ
Giục người giặt vải gần xa rộn ràng
Cố hương xao xuyến vấn vương
Kèn đêm gửi gắm dặm trường quan san
Giữa trời và đất một thân
Lấy trung thay hiếu đền ơn sinh thành
Phong trần vạn dặm điêu linh
Quên nhà vì nước liều mình xông pha
Dưới trăng sầu muộn chơ vơ
Đặt ngang sáo trúc thiết tha u hoài
Ven sông thành lũy chơi vơi
Nửa đêm thổi khúc ngậm ngùi Lạc Hoa

北行雜錄
BẮC HÀNH TẠP LỤC

龍城琴者歌

小引

龍城琴者。不知姓氏。聞其幼年從學撥阮琴於黎宮花嬪部中。西山兵起。舊樂死散。其人流落市廛。挾技以遨。屬(1)散部。所彈皆御前供奉曲。非外人所聞。遂稱一時絕技。余少時。探兄抵京。旅宿鑑湖店。其傍西山諸臣大集女樂。名姬不下數十。其人獨以阮琴聲擅場。頗能歌。作俳諧語。一坐盡顛倒。數賞以大白。輒盡。纏頭無算。金帛委積滿地。余時匿身暗中。不甚明白。後見之兄處。短身闊臉。額凸面凹。不甚麗。膩白而體豐。善修飾。淡眉濃粉。衣以紅翠綃裳。綽綽然有餘韻。性善飲。喜浪謔。眼矐矐。眶中無一人。在(2)兄家(3)每飲輒(4)盡醉。嘔吐狼藉。臥地上。同輩非之。不恤也。後數載。余從家南歸。不到龍城若十年矣。今春將奉命北使。道經龍城。諸公辱餞于宣撫衙。畢(5)召在城女樂。少姬數十。並不識名面。迭起歌舞。繼聞琴聲清越。迥異時曲。心異之。視其人。顏瘦神枯。面黑。色如鬼。衣服並粗布。敗灰色。多白補。默坐席末。不言亦不笑。其狀殆不堪者。不復知為誰何。惟於琴聲中似曾相識。惻然于心。席散。質之樂人。即其人也。嗟乎。是人何至此耶。俯仰徘徊。不勝今昔之感。人生百年(6)。榮辱哀樂其可量耶。別後。一路上。深有感焉。因歌以托興。

1.於
2. 與
3. 家兄
4. 必
5. 悉
6. 歲

龍城佳人
姓氏不記清
獨擅阮琴
舉城之人以琴名
學得先朝宮中供奉曲
自是天上人間第一聲
余憶[1]少年曾一見
鑑湖湖邊夜開宴
其時三七正芳年
紅粧晻[2]曖桃花面
酡顏憨態最宜人
歷亂五聲隨手變
緩如疏風[3]渡松林
清如双鶴鳴在陰
烈如薦福碑頭碎霹靂
哀如莊舄病中為越吟
聽者靡靡不知倦
便[4]是中和大内[5]音
西山諸臣滿座盡傾倒
徹夜追歡不知飽
左抛右擲爭纏頭
泥土金錢殊草草
豪華意氣淩王侯
五陵少年不足道

1 在
2 掩
3 鳳
4 盡
5 殿大音

并將三十六宮春
活做長安無價宝
此席回頭二十年
西山敗後余南遷
咫尺龍城不復見
何況城中歌舞筵
宣撫使君為余重買笑
席中歌妓皆年少
席末一人髮半華
顏瘦神枯形略小
狼藉殘眉不飾粧
誰知就是當時城中第一妙
舊曲聲[1]聲暗淚垂
耳中靜聽心中悲
猛然億起二十年前事
鑑湖席中曾見之
城郭推移人事改
幾處桑田變滄海
西山基業盡消亡[2]
歌舞空遺一人在
瞬息百年能幾時
傷心往事淚沾衣
南河歸來頭盡白
怪底佳人顏色衰
雙眼瞪瞪[3]空想像
可憐對面不相知

[1] 新
[2] 西山一時基業
[3] 瞪瞪

119. Long thành cầm giả ca

Dịch nghĩa: Bài ca người gảy đàn ở thành Thăng Long

Tiểu dẫn:

Người gảy đàn đất Long Thành[1] không rõ họ tên là gì. Nghe nói thuở nhỏ, nàng học đàn Nguyễn[2] trong đội nữ nhạc ở cung vua Lê. Quân Tây Sơn dấy binh, đội nhạc cũ người chết, kẻ bỏ đi tản mác. Nàng lưu lạc ở đầu chợ ôm đàn hát rong. Những bài nàng gảy đều là những khúc cung phụng gảy cho vua nghe, người ngoài không ai được nghe biết, cho nên nàng được khen ngợi là "tuyệt kỹ" của một thời. Hồi còn trẻ, tôi đến kinh đô thăm anh tôi[3], ở trọ đêm ở quán ven hồ Giám[4]. Cạnh đó các quan Tây Sơn tụ họp bọn con hát, con hát nổi tiếng không dưới vài chục người. Nàng riêng thạo đàn Nguyễn, hát cũng hay và khéo pha trò. Người xem say mê, đua nhau ban thưởng từng chén rượu lớn, nàng uống cạn ngay, tiền lụa thưởng nhiều vô kể, chất đầy mặt đất. Lúc ấy tôi nấp trong bóng tối, không thấy rõ lắm. Sau gặp nàng ở nhà anh tôi. Nàng không đẹp lắm, người thấp, má bầu, trán giô, mặt gẫy, vóc người đẫy đà, khéo trang điểm, lông mày thanh, má dày phấn, mặc áo màu hồng, quần lụa đen biếc, vẻ phong nhã, tươi tắn. Nàng hay uống rượu, hay nói hài hước, con mắt long lanh, không để ý đến ai. Khi ở nhà anh tôi, mỗi lần uống rượu thì nàng uống say đến nỗi nôn bừa bãi, nằm lăn ra đất, bạn bè cũng không để tâm chê trách. Sau đó vài năm, tôi dời về Nam, từ đó không trở lại thành Thăng Long nữa. Mùa xuân năm nay, tôi phụng mệnh sang sứ Trung Quốc, đi qua Thăng Long, các quan mở tiệc tiễn tôi ở dinh Tuyên phủ[5], nên cho gọi tất cả nữ nhạc trong thành, con hát trẻ đến mấy chục người, tôi đều không biết mặt biết tên. Họ thay nhau múa hát. Rồi nghe một khúc đàn Nguyễn trong trẻo nổi lên, khác hẳn những khúc nhạc đương thời. Tôi lấy làm lạ, nhìn người gảy đàn thì thấy một người gầy gò, vẻ tiều tụy, sắc mặt đen sạm, xấu như quỷ, áo quần mặc toàn vải thô bạc thếch, vá nhiều mảnh trắng, ngồi im lặng ở cuối chiếu, chẳng hề nói cười, hình dáng thật khó coi. Tôi không biết là ai, nhưng nghe tiếng đàn thì dường như đã từng quen biết nên động lòng thương xót. Tiệc xong, hỏi thăm thì chính là người gảy đàn ngày xưa đã gặp. Than ôi! Người ấy sao đến nỗi thế này! Tôi bồi hồi, ngẩng lên cúi xuống, ngậm ngùi cảm thương khôn xiết cho cảnh đổi thay xưa và nay. Đời người trăm năm, những sự vinh nhục buồn vui thật khó lường được. Sau khi từ biệt, suốt trên đường đi, tôi cảm xúc vô hạn, nên làm bài ca sau, để gửi gắm mối cảm hứng.

---

[1] *Long Thành*: thành Thăng Long.

[2] *Đàn Nguyễn (Nguyễn cầm)*: đàn Nguyệt, do Nguyễn Hàm đời Tấn chế nên gọi là Nguyễn cầm.

[3] Tức Nguyễn Nễ (Nguyễn Đề).

[4] *Hồ Giám*: hồ trước nhà Giám, Văn Miếu, Hà Nội.

[5] *Dinh Tuyên phủ*: Dinh Tổng trấn Bắc thành thời Nguyễn

Người đẹp thành Thăng Long. Họ tên không nhớ rõ. Riêng thạo đàn Nguyễn cầm. Người trong thành ai cũng gọi nàng là cô Cầm. Nàng học được khúc "Cung phụng" trong cung từ triều vua trước. Đó là một khúc đàn hay nhất ngỡ như từ trên trời đưa xuống trần gian. Tôi nhớ hồi trẻ, tôi đã gặp nàng một lần. Bên hồ Giám trong một đêm yến tiệc. Lúc đó nàng còn trẻ tuổi chừng hai mươi mốt. Áo hồng ánh lên khuôn mặt như hoa đào. Má ửng đỏ vì rượu, vẻ ngây thơ rất dễ thương. Năm cung réo rắt theo ngón tay lả lướt chuyển điệu. Tiếng khoan như gió thoảng qua rừng thông. Tiếng trong như đôi hạc kêu lúc đêm thẳm. Tiếng mạnh như sét đánh tan bia Tiến Phúc[1]*. Tiếng buồn như Trang Tích*[2] *lúc đau ốm ngâm rên tiếng Việt. Người nghe nàng say sưa không biết mệt. Đó là khúc nhạc trong đại nội Trung Hoà*[3]*. Quan tướng nhà Tây Sơn trong tiệc đều nghiêng ngả. Mải vui chơi suốt đêm không biết chán. Bên phải bên trái tranh nhau gieo thưởng*[4]*. Tiền bạc coi rẻ như đất bùn. Vẻ hào hoa lấn át cả bậc vương hầu. Bọn thiếu niên Ngũ Lăng*[5] *không đáng kể. Dường như ba mươi sáu cung xuân. Chung đúc được một báu vật vô giá của kinh đô Trường An*[6]*. Nhớ lại từ dạ tiệc ấy đến nay đã hai mươi năm. Khi Tây sơn bại trận, tôi dời vào Nam. Long Thành gần đó mà cũng chẳng được thấy nữa. Huống chi đến chuyện tiệc vui múa hát trong thành. Nay quan Tuyên phủ*[7] *vì tôi bày cuộc mua vui. Trong tiệc các ca kỹ đều trẻ đẹp. Duy có một người tóc hoa râm ngồi cuối chiếu. Nét mặt võ vàng, thần sắc khô khan, thân hình gầy guộc. Chân mày phờ phạc không điểm tô. Ai biết đó chính là người tài hoa bậc nhất kinh thành ngày xưa. Điệu nhạc xưa ngân lên làm ta thầm nhỏ lệ. Lắng tai nghe mà lòng càng đau xót. Bỗng nhiên*

---

[1] *Bia Tiến Phúc*: bia chùa Tiến Phúc ở Nhiêu Châu, tỉnh Giang Tây, chữ viết rất đẹp. Tương truyền Phạm Trọng Yêm dưới triều nhà Tống, lúc làm quan ở Bá Dương, có người học trò nghèo dâng bài thơ hay, ông muốn giúp đỡ, cho rập một ngàn bản để bán lấy tiền. Chưa rập xong thì một đêm, bia bị sét đánh vỡ tan.

[2] *Trang Tích*: xem chú thích số 3, Bài 31.

[3] *Đại nội Trung Hòa*: tên một điện của triều Lê ở Thăng Long.

[4] *Gieo thưởng (Triền đầu)*: lấy khăn cuốn đầu. Đời Đường trong yến tiệc vua đãi, ai đứng dậy múa được ban gấm để quấn đầu như vật tặng thưởng. Về sau các món tiền gieo thưởng cho người ca múa được gọi là triền đầu.

[5] *Ngũ Lăng*: nơi có năm lăng tẩm của đế vương nhà Hán. Về sau nơi này, dân hào hoa phú quý thường ở.

[6] *Trường An*: xem chú số 1, Bài 7.

[7] *Tuyên phủ*: chỉ quan trấn thủ Bắc thành lúc Nguyễn Du đi sứ (1813).

nhớ lại chuyện hai mươi năm trước. Từng thấy nàng trong dạ tiệc bên hồ Giám. Thành quách đã chuyển dời, việc người cũng đổi thay. Bao nương dâu đều trở thành biển cả. Cơ nghiệp Tây sơn cũng đã tiêu vong. Chỉ còn sót lại một người trong làng ca múa. Trăm năm thấm thoắt có là bao. Cảm thương chuyện cũ, nước mắt thấm áo. Ta từ Nam Hà[1] trở lại, đầu đã bạc trắng. Trách sao được nhan sắc người đẹp cũng phai tàn. Hai mắt trừng trừng luống tưởng chuyện ngày xưa. Thương sao, gặp mặt mà chẳng nhận ra nhau.

Dịch thơ

Bài ca người gảy đàn ở thành Thăng Long

Giai nhân tuyệt sắc Long Thành
Đã lâu không nhớ tính danh tỏ tường
Nguyễn cầm điêu luyện khác thường
Cô Cầm người gọi thân thương trong thành
Triều xưa "Cung phụng" nổi danh
Khúc đàn học lấy ngọn ngành tinh thông
Tuyệt vời giai điệu đắm lòng
Từ trời cao đến khắp cùng nhân gian
Một lần gặp gỡ thanh xuân
Bên hồ Giám ấy quây quần tiệc đêm
Xuân xanh hai mốt êm đềm
Đào hoa nhan sắc thắm thêm áo hồng
Má ửng đỏ, chén xuân nồng
Đáng yêu biết mấy tấm lòng ngây thơ
Năm cung réo rắt nhu mơ
Tay tiên lả lướt mượt mà vô song

[1] *Nam Hà*: từ nam sông Gianh trở vào còn gọi là Đàng Trong.

Tiếng khoan gió thoảng rừng thông
Trong như tiếng hạc mông lung xa vời
Mạnh như tiếng sét xé trời
Nát bia Tiến Phúc rã rời tan hoang
Tiếng sầu áo não thê lương
Việt ngâm Trang Tích liệt giường thở than
Người người đắm đuối mê man
Trung Hòa Đại nội khúc đàn tuyệt luân
Tây Sơn quan tướng xoay vần
Ngả nghiêng yến tiệc chập chờn đê mê
Thâu đêm khoái lạc ê chề
Tranh nhau gieo thưởng hả hê ồn ào
Bạc tiền rẻ rúng xiết bao
Như bùn như đất áo ào vung tay
Hào hoa ý khí ghê thay
Đến vương hầu cũng thổi bay xá gì
Đất Ngũ Lăng nào có chi
Trẻ ranh một lũ ngô nghê tầm thường
Cung xuân ba sáu ngỡ dường
Báu vật vô giá đất Trường An đây
Hai mươi năm đó đến nay
Tây Sơn bại trận là ngày vào Nam
Long Thành không gặp thở than
Chỉ trong gang tấc, ngút ngàn cách xa
Kể chi đến chuyện múa ca
Trong thành dạ yến đã xa xưa rồi

Nay quan Tuyên phủ vì tôi
Thanh xuân ca kỹ tiệc vui đãi mời
Góc riêng dường có một người
Hoa râm mái tóc lặng ngồi chơ vơ
Dáng người gầy guộc không ngờ
Sắc xuân tiều tụy bơ phờ dung nhan
Nét ngài hờ hững điểm trang
Tài hoa ai biết vẻ vang nhất thành
Khúc xưa từng tiếng mong manh
Ngậm ngùi rơi lệ một mình cảm thông
Càng nghe càng xót xa lòng
Hai mươi năm trước nhớ nhung dâng trào
Nàng bên hồ Giám yêu kiều
Thấy trong dạ yến xôn xao một thời
Thành xưa nay đã chuyển dời
Chuyện người xưa cũ dòng đời đổi thay
Nương dâu chốn chốn này đây
Xanh xanh biển cả lấp đầy mênh mông
Tây Sơn cơ nghiệp tiêu vong
Còn đây thân phận áo hồng múa ca
Trăm năm thoáng chốc như mơ
Lệ rơi đẫm áo chuyện xưa động lòng
Từ Nam trở lại long đong
Bạc phơ mái tóc ruổi rong một đời
Trách chi nhan sắc tàn phai
Mắt trừng cảnh tượng u hoài dấu xưa

Xót thương gặp mặt ngẩn ngơ
Nhìn nhau bỡ ngỡ thẫn thờ lạ nhau

昇龍[1]

一

傘嶺瀘江歲歲同
白頭猶得見昇龍
千年巨室成官道
一片新城沒故宮
相識美人看抱子
同遊俠少盡成翁
關心一夜苦無睡
短笛聲聲明月中

120. Thăng Long I

Dịch nghĩa: Thăng Long[2] I

Núi Tản, sông Lô[3] hằng năm vẫn thế. Đầu đã bạc rồi còn được thấy cảnh Thăng Long. Những ngôi nhà đồ sộ ngàn xưa nay đã thành đường cái quan. Một tòa thành mới xóa đi cung điện xưa. Các mỹ nhân quen biết ngày trước giờ đã có con bồng. Các bạn trẻ hào hiệp trước đây giờ đã thành ông rồi. Suốt đêm nghĩ ngợi, thao thức không ngủ. Văng vẳng nghe tiếng sáo trong ánh trăng sáng.

---

[1] 隆

[2] *Thăng Long*: Từ đời Lý, kinh đô Việt Nam đóng tại Thăng Long. Thăng Long 昇龍 nghĩa là rồng hiện lên. Đến đời Nguyễn, Gia Long đóng đô tại Huế, và đổi chữ 昇龍 thành chữ Thăng Long 昇隆 là thịnh vượng. Nhưng trong văn thơ, cổ nhân vẫn viết chữ theo tên cũ Thăng Long là rồng hiện.

[3] *Núi Tản, sông Lô*: núi Tản Viên, sông Lô chỉ khúc sông Hồng.

Dịch thơ

Thăng Long

I

Sông Lô núi Tản còn đây
Bao năm vẫn thế như ngày xa xưa
Mái đầu bạc trắng phất phơ
Thăng Long gặp lại bây giờ xốn xang
Ngàn năm nhà cổ thênh thang
Hóa thành đường cái dọc ngang chạy dài
Tòa thành xây mới trong ngoài
Cố cung tan biến cõi đời hưng vong
Mỹ nhân, con cái ẵm bồng
Bạn xưa hào hiệp thành ông cả rồi
Trắng đêm nghĩ ngợi khôn nguôi
Năm canh không ngủ rã rời thân ta
Vẳng nghe tiếng sáo ngân nga
Mơ màng trong ánh trăng ngà lung linh

二

古時明月照新城
猶是昇龍舊帝京
衢巷四開迷舊迹
管弦一變雜新聲
千年富貴供爭奪
早歲親朋半死生

世事浮沉休嘆息
自家頭白亦[1]星星

121. II

Dịch nghĩa: II

Mảnh trăng sáng ngày xưa soi xuống tòa thành mới. Đây vẫn là Thăng Long, kinh đô của các triều vua xưa. Đường xá dọc ngang, lạc mất dấu vết cũ. Tiếng đàn sáo cũng đổi khác, xen lẫn âm thanh mới. Ngàn năm phú quý vẫn làm mồi cho sự tranh đoạt. Thân bằng[2] thuở trẻ nay kẻ còn người mất. Thôi, đừng than thở chuyện đời chìm nổi. Chính mình, tóc cũng bạc phơ rồi.

Dịch thơ

II

Vầng trăng vằng vặc thuở xưa
Chiếu soi thành quách mới vừa dựng xây
Thăng Long còn đó chốn này
Kinh đô vua chúa đổi thay bao đời
Dọc ngang đường xá trong ngoài
Dấu xưa lạc mất một thời đã qua
Lạ nghe đàn sáo ngày xưa
Âm thanh mới lạ ngẩn ngơ lẫn vào
Ngàn năm phú quý xiết bao
Như mồi tranh đoạt trước sau tương tàn
Thân bằng thuở nhỏ hợp tan
Người còn kẻ mất cõi trần trước sau
Thôi đừng than thở âu sầu

---

[1] 亦白

[2] *Thân bằng*: người thân thích, bằng hữu.

Thăng trầm thế sự thiên thu đổi dời
Còn ta nhìn lại ngậm ngùi
Mái đầu bạc trắng rối bời bấy lâu

遇家弟舊歌[1]姬[2]

繁華人物亂來非
玄鶴歸來幾个知
紅袖曾聞歌宛轉
白頭相見哭流離
覆盆已矣難收水
斷藕傷哉未絕絲
見說嫁人已三子
可憐猶著去時衣

122. Ngộ gia đệ cựu ca cơ

Dịch nghĩa: Gặp ca nhi cũ của em[3]

Sau buổi loạn lạc, nhân vật nơi chốn phồn hoa đã khác xưa. Chim huyền hạc[4] *bay về chốn xưa, có mấy ai biết. Từng nghe giọng ca uyển chuyển của nàng lúc mặc áo hồng*[5]*. Nay đầu đã bạc, gặp lại nhau, khóc than nỗi lưu ly. Chậu nước đã đổ rồi, khó lòng thu vớt lại được. Ngó sen đã đứt, thương thay, tơ vẫn còn vương. Nghe nói nàng đã lấy chồng đã có ba con. Đáng thương thay nàng vẫn còn mặc chiếc áo ngày xưa.*

---

[1] Bản BK không có chữ này.

[2] 舊姬

[3] Người em ở đây nói về người em trai cùng mẹ tên là Nguyễn Ức. Nguyễn Ức lúc bấy giờ đang làm Thiêm sự bộ Công, tước hầu. Khi Nguyễn Du ghé Thăng Long trên đường đi sứ, gặp lại người bạn ca hát của người em.

[4] *Huyền hạc*: chim hạc đen trong thần thoại mấy ngàn năm mới bay trở về. Ý nói mình xa Thăng Long đã lâu ngày, nay mới trở lại.

[5] *Áo hồng (hồng tụ)*: ống tay áo mầu hồng, chỉ áo đào hát.

Dịch thơ

Gặp ca nhi cũ của em

Trải qua một cuộc loạn ly
Người phồn hoa ấy còn gì nét xưa
Trở về huyền hạc cõi xa
Nào ai biết đến, ai ngờ được đâu
Áo nàng hồng thắm một màu
Từng nghe tiếng hát ngọt ngào du dương
Gặp nhau phơ phất mái sương
Chia ly, lưu lạc khóc thương phận người
Đổ nghiêng chậu nước mất rồi
Vớt sao được nữa nước rơi bây giờ
Ngó sen đứt đoạn lìa xa
Vẫn còn vương vấn sợi tơ buông chùng
Nghe đâu nàng đã có chồng
Ba con thơ trẻ đèo bồng trăm năm
Thương thay nàng vẫn âm thầm
Áo xưa kỷ niệm màu đằm thắm đây

鬼門關

連峯高插入青雲
南北關頭就此分
如此有名生死地
可憐無數去來人
塞途叢莽藏蛇虎
布野烟嵐聚鬼神
終古寒風吹白骨
奇功何取漢將軍

123. Quỷ Môn quan

Dịch nghĩa: Ải Quỷ Môn[1]

Núi liên tiếp nhau, đỉnh cao vút tận mây xanh. Nam Bắc[2] *chia ranh giới ở đầu cửa ải này. Là nơi nổi tiếng nguy hiểm đến tính mạng. Thương thay, bao người vẫn phải đi về, qua lại. Bụi gai lấp đường, rắn, hổ tha hồ ẩn nấp. Khí lam chướng đầy đồng, quỷ thần tụ họp. Suốt từ xưa, gió lạnh thổi vào đống xương trắng. Kỳ công của tướng nhà Hán*[3] *có đáng gì đâu.*

---

[1] *Ải Qui Môn*: là cửa ải thuộc tỉnh Lạng Sơn.
[2] Chỉ nươc ta và Trung Quốc.
[3] *Tướng nhà Hán*: chỉ tướng Mã Viện mang quân sang đánh Giao chỉ.

Dịch thơ

Ải Quỷ Môn

Núi liền một giải nhấp nhô
Mây xanh đỉnh thẳm mịt mù mênh mang
Nơi đầu quan ải thênh thang
Bắc Nam đôi ngả dặm đường xa xôi
Nổi danh đất hiểm chết người
Đáng thương bao kẻ tới lui chốn này
Rắn hùm ẩn nấp ghê thay
Lấp đường bụi rậm cỏ cây lan tràn
Đồng hoang lam chướng muôn vàn
Kéo về tụ tập quỷ thần gần xa
Gió lạnh từ thuở xa xưa
Thổi vào xương trắng vật vờ thê lương
Tướng quân nhà Hán phi thường
Kỳ công thành tích bẽ bàng còn đâu

諒城道中

群峯湧浪石鳴濤
蛟有幽宮鵑有巢
泉水合流江水闊
子山不及母山高
團城雲石夕相俟
鴻嶺親朋日漸遙
怪得柔情輕割斷
筐中攜有筆如刀

124. Lạng thành đạo trung

Dịch nghĩa: Trên đường đến thành Lạng Sơn

Núi non trập trùng, sóng nhảy vọt lên vỗ kêu trên đá. Giao long có hang sâu kín, chim quyên có tổ. Các dòng suối hợp lại thành sông rộng. Núi con không cao bằng Mẫu sơn[1]. Chiều xuống, mây và núi đá trên Đoàn Thành[2] như có ý chờ đợi nhau. Thân bằng bạn hữu ở núi Hồng Lĩnh ngày càng thêm xa vời. Quái lạ, mối tình (nhà) quyến luyến lại dễ dàng cắt đứt. Trong tráp có đem theo ngọn bút sắc như dao.

---

[1] *Mẫu sơn*: núi mẹ, còn gọi là Công Mẫu sơn, núi cao nhất phía bắc huyện Lộc Bình, tỉnh Lạng Sơn.

[2] *Đoàn Thành*: xem chú số 2, Bài 75.

Dịch thơ

Trên đường đến thành Lạng Sơn

Núi non lớp lớp trập trùng
Đá gầm sóng vỗ nhảy tung tuôn trào
Chim quyên có tổ thuở nào
Vực sâu ẩn náu loài giao loài rồng
Muôn con suối chảy chung dòng
Sông thênh thang rộng muôn trùng thuở xưa
Núi con thấp ngọn thua xa
Mẫu sơn cao ngất mịt mờ tận mây
Chiều buông bóng xế nơi đây
Đoàn Thành núi đá hẹn mây trở về
Quê nhà Hồng Lĩnh lê thê
Từng ngày thân quyến bạn bè rời xa
Mà sao lạ quá không ngờ
Dễ dàng cắt đứt tình nhà nhớ nhung
Bấy lâu trong tráp thường dùng
Bút như dao sắc ung dung tháng ngày

夾城馬伏波廟

六十老人筋力衰
據鞍被甲疾如飛
殿庭只博君王笑
鄉里寧知兄弟悲
銅柱僅能欺越女
珠車畢竟累家兒
姓名合上雲臺畫
猶向南中索歲時

125. Giáp thành Mã Phục Ba miếu

Dịch nghĩa: Miếu thờ Mã Phục Ba[1] *ở Giáp thành*[2]

Người già tuổi sáu mươi thì gân sức suy. Ông còn mặc áo giáp nhảy lên yên ngựa nhanh như bay[3]*. Chỉ chuốc một nụ cười của nhà vua nơi sân điện. Đâu biết nỗi buồn khổ của anh em nơi xóm làng*[4]*. Cột đồng chỉ dối lừa được đàn bà đất Việt*[5]*. Xe ngọc châu cuối cùng làm luỵ đến con cái trong nhà*[6]*. Họ tên ông chỉ đáng được ghi danh nơi*

[1] *Mã Phục Ba*: tức Mã Viện, người đời Đông Hán, được phong là Phục Ba tướng quân.

[2] *Giáp thành*: thành kép, là thành lũy ở Giáp Đông thuộc châu Lạng Giang, phía nam ải Chi Lăng.

[3] Mã Viện đã ngoài 60 mà còn xin đi đánh trận lập công, vua Hán không muốn cho đi, Mã Viện mặc áo giáp nhảy lên ngựa tỏ mình còn khỏe, được vua cười khen.

[4] Em họ Mã Viện là Thiếu Du vì thương nên tỏ ý can ngăn: "Kẻ sĩ chỉ cần lo cơm áo cho đủ, làm người tốt ở trong làng mà giữ mồ mả vườn tược, không cần phải vất vả đi kiếm công danh mà khổ thân, muốn lập công lớn chỉ chuốc lấy cái khổ vào thân".

[5] Truyền thuyết kể Mã Viện khi sang Giao Chỉ dẹp cuộc khởi nghĩa của Hai Bà Trưng có dựng cột đồng trụ làm biên giới và ghi rằng, nếu cột đồng này gãy đổ thì Giao Chỉ sẽ bị diệt vong.

[6] Mã Viện ở Giao Chỉ khi về nước có chở theo một xe hạt ý dĩ (bo bo) dùng để chữa bệnh chướng khí. Khi Mã Viện chết, có người tố cáo với vua là Mã Viện chở về nhà một xe ngọc trai. Vua nổi giận, nên vợ con Mã Viện không giám mang xác về quê, chỉ mang chôn sơ sài ở phía tây thành, chỗ Mã Viện đang đóng quân ở Hồ Nam.

gác Vân Đài[1]. Sao lại ngoảnh về nước Nam đòi hỏi hằng năm phải cúng tế[2].

Dịch thơ

Miếu thờ Mã Phục Ba ở Giáp thành

Người già vào tuổi sáu mươi
Sức tàn gân yếu lẽ trời xưa nay
Riêng ông khoác giáp ghê thay
Nhảy lên yên ngựa như bay lẹ làng
Sân rồng cung điện khoe khoang
Miễn sao thỏa ý quân vương vui cười
Chẳng màng thôn xóm góc trời
Bi ai huynh đệ ngậm ngùi xót xa
Cột đồng chôn đứng trơ trơ
Lừa đàn bà Việt gần xa thuở nào
Đầy xe châu ngọc xôn xao
Cháu con vướng lụy nghẹn ngào nhục vinh
Họ tên cũng đáng ghi danh
Vân Đài tranh tượng tôn vinh công thần
Cớ sao sách nhiễu người dân
Hướng về Nam cúng tế thần hằng năm

---

[1] Hán Minh đế cho vẽ tượng 28 vị công thần ở gác Vân đài. Nhưng vì Mã Viện có con làm Hoàng hậu, nên để tránh tiếng, vua không cho vẽ tượng Mã Viện.
[2] Sau khi Mã Viện chết, bọn quan lại Trung Quốc các đời sau bắt dân Việt lập đền thờ nhiều nơi..

留別舊契黃

卅年故友重逢日
萬里前途一蹴初
道路日來情未竟
雲山別後意何如
悵然分手重關外
老矣全身百戰餘
他日南歸相會訪
六頭江上有樵漁

126. Lưu biệt cựu khế Hoàng

Dịch nghĩa: Từ biệt bạn cũ họ Hoàng[1]

Ngày gặp lại người bạn cũ của ba mươi năm trước. Cũng là ngày tôi bắt đầu cuộc hành trình vạn dặm. Chưa kể hết những nỗi dọc đường những ngày gần đây. Sau khi chia tay nhau ở chốn núi mây, ý bạn ra sao? Cảnh biệt ly ngoài mấy lớp quan ải, lòng buồn bã biết bao. Trải qua trăm trận đánh, già rồi mà thân thể còn vẹn toàn. Sau này trở về Nam, gặp lại hỏi thăm nhau. Thì trên sông Lục Đầu[2], đã có người tiều phu, người đánh cá.

---

[1] Chưa rõ là ai.
[2] *Sông Lục Đầu*: sông chảy qua tỉnh Hải Dương.

Dịch thơ

Từ biệt bạn cũ họ Hoàng

Ba mươi năm trước cách xa
Một ngày gặp lại bạn xưa thân tình
Là ngày cất bước khởi hành
Gian nan vạn dặm hành trình xa xôi
Ngày ngày tình tự chưa vơi
Dọc đường khắp nẻo chân trời mênh mang
Biệt ly mây núi dặm trường
Ý tình bạn hữu vấn vương thế nào
Chia tay buồn bã xiết bao
Quan san mấy nẻo đìu hiu muôn trùng
Trải qua trăm trận vẫy vùng
Thân già toàn vẹn là mừng đấy thôi
Gặp nhau thăm hỏi những lời
Một mai trở lại đất trời phương Nam
Lục Đầu sông nước êm đềm
Ngư tiều bóng dáng âm thầm nơi đây

南關道中

玉書捧下五雲端
萬里單車渡漢關
一路偕來惟白髮
二旬所見但青山
君恩似海毫無報
春雨如膏骨自寒
王道蕩[1]平休問訊
明江北上是長安

127. Nam Quan đạo trung

Dịch nghĩa: Trên đường qua ải Nam Quan[2]

Ngọc thư[3] *từ tầng mây năm sắc*[4] *ban xuống. Trên đường muôn dặm, chiếc xe lẻ loi vượt Hán quan*[5]*. Suốt dọc đường cùng ta chỉ có mái tóc bạc. Cả hai tuần*[6] *chỉ thấy một màu núi xanh. Ơn vua như biển chưa mảy may báo đáp. Mưa xuân như mỡ lạnh buốt thấu xương. Đường của nhà vua rộng rãi bằng phẳng, thôi hỏi thăm chi nữa. Theo dòng Minh Giang*[7] *lên hướng bắc, đó là Trường An*[8]*.*

---

[1] 坦

[2] *Ải Nam Quan*: cửa ải nhà Hán ở biên giới Việt Hoa từ tỉnh Lạng Sơn qua tỉnh Quảng Tây, gọi là Trấn Nam Quan hay Hữu Nghị quan.

[3] *Ngọc thư*: Chiếu chỉ của nhà vua

[4] *Mây năm sắc (ngũ vân đoan)*: chỉ triều đình.

[5] *Hán quan*: quan ải nhà Hán, Trấn Nam Quan.

[6] *Hai tuần*: hai mươi ngày vì xưa 1 tháng có 3 tuần.

[7] *Minh Giang*: khúc sông này phân chia ranh giới giữa Việt Nam và Trung Quốc. Sứ bộ đi theo sông này lên phía bắc Trung Quốc.

[8] *Trường An*: ở đây chỉ kinh đô nhà Thanh (Bắc Kinh)

Dịch thơ

Trên đường qua ải Nam Quan

Tầng mây ngũ sắc chiếu ban
Lẻ loi xe vượt Hán quan ngàn trùng
Dặm trường chiếc bóng ruổi rong
Bên nhau tóc trắng long đong tháng ngày
Suốt hai tuần mãi thấy đây
Núi non xanh thẳm từng ngày trôi qua
Ơn vua như biển bao la
Vẫn chưa báo đáp tóc tơ tỏ tường
Mưa xuân đổ xuống mỡ màng
Mà sao buốt giá thấu xương vô vàn
Thôi đừng thăm hỏi xa gần
Đường vua bằng phẳng cõi trần thênh thang
Vượt qua hướng bắc Minh Giang
Xuôi dòng về đến nẻo đường Trường An

鎮南關

李陳舊事杳難尋
三百年來直到今
兩國平分孤壘面
一關雄鎮萬山心
地偏每為傳聞誤
天近纔知降澤深
帝闕回頭碧雲表
鈞韶耳畔有餘音

128. Trấn Nam Quan

Dịch nghĩa: Trấn Nam Quan[1]

Việc cũ đời Lý, Trần xa xôi khó biết. Cửa ải này cho đến nay đã trải qua ba trăm năm. Bức thành lẻ loi phân chia hai nước. Cửa ải hùng vĩ đứng trấn giữa muôn ngàn núi non. Nơi hẻo lánh xa xôi, thường nghe lời đồn đại sai lạc. Gần trời[2] *mới biết ơn trên mưa móc thấm sâu dường nào. Quay đầu trông về cửa khuyết*[3] *ở ngoài tầng mây biếc. Bên tai còn nghe văng vẳng tiếng nhạc quân thiều*[4].

---

[1] Xem chú số 2, Bài 127.
[2] *Gần trời*: ý nói gần triều đình Trung Quốc.
[3] *Cửa khuyết (đế khuyết)*: cửa nhà vua, chỉ cung điện nhà Nguyễn.
[4] *Quân thiều*: khúc nhạc của nhà vua.

Dịch thơ

Trấn Nam Quan

Đấu xưa chuyện cũ Lý Trần
Mơ hồ mờ mịt gian nan khó tìm
Nơi đây thế sự thăng trầm
Đến nay đã trải ba trăm năm rồi
Bắc Nam hai nước chia đôi
Lẻ loi vách lũy đất trời mênh mông
Núi non trấn giữa trập trùng
Dựng lên cửa ải trông hùng vĩ thay
Hoang vu hẻo lánh chốn này
Truyền tin sai lạc rủi may rất thường
Gần trời mới biết tỏ tường
Thấm sâu mưa móc mênh mang thế nào
Cõi xa mây biếc một màu
Ngoảnh nhìn cửa khuyết dạt dào nhớ nhung
Quân thiều nhạc khúc trong cung
Bên tai vẳng vẳng mông lung vọng về

幕府即事

徹夜鑼聲不暫停
孤燈[1]相對到天明
經旬去國心如死
一路逢人面盡生
山麓積泥深沒馬
谿泉伏怪老成精
客情至此已無限
又是燕山萬里行

129. Mạc phủ tức sự

Dịch nghĩa: Thơ tức cảnh ở Mạc Phủ[2]

Suốt đêm, tiếng thanh la không ngớt. Ngồi bên ngọn đèn cô đơn cho đến sáng. Xa đất nước mấy tuần, lòng như đã chết. Dọc đường, gặp toàn người lạ mặt. Ở chân núi bùn ngập vùi thân ngựa. Yêu quái ẩn nấp trong khe suối lâu đời đã thành tinh. Đến nơi đây, nguồn cảm xúc của lữ khách thật vô hạn. Phải còn muôn dặm đường đi nữa mới đến được Yên Sơn[3].

---

[1] 烟

[2] *Mạc phủ*: tức tướng phủ, là nơi quan võ làm việc.

[3] *Yên Sơn*: chỉ dãy núi cao gần Yên Kinh, kinh đô nhà Thanh.

Dịch thơ

Chợ tức cảnh ở Mạc Phủ

Suốt đêm khắc khoải bàng hoàng
Vẳng lên day dứt rộn ràng thanh la
Đèn chong hiu hắt vật vờ
Tàn đêm về sáng chơ vơ bóng người
Lòng như đã chết thật rồi
Mấy tuần đất nước xa rời nhớ nhung
Dọc đường rong ruổi khắp vùng
Người dưng kẻ lạ tận cùng nơi đây
Đường ven chân núi bùn lầy
Ngập vùi thân ngựa sa lầy gian truân
Suối khe ẩn náu quây quần
Giống loài yêu quái lâu dần thành tinh
Trào dâng vô hạn tâm tình
Chạnh lòng lữ khách bóng hình đơn côi
Vẫn còn muôn dặm xa xôi
Mới về tận chốn đất trời Yên Sơn

明江舟發[1]

簫[2]鼓鼕鼕初出門
萬山中斷一槎[3]奔
浮雲乍散右容瘦
新潦初生江水渾
別後關山思弟妹
望中岩岫見兒孫
日斜莫向華山過
怕有聲聲腸斷猿

130. Minh giang chu phát

Dịch nghĩa:Thuyền ra đi trên sông Minh Giang[4]

Vừa ra khỏi cửa sông, tiếng tiêu, tiếng trống nổi lên ầm ĩ. Một chiếc thuyền vút nhanh giữa muôn ngọn núi. Mây vừa tan, dáng núi có vẻ gầy đi. Lụt mới đổ về, nước sông đục ngầu. Sau lúc từ biệt trên bước đường quan san, nhớ đến em trai, em gái. Nhìn giữa đá núi, tưởng chừng như thấy con cháu. Lúc mặt trời xế bóng, đừng vượt qua Hoa Sơn[5]*. Sợ nghe tiếng vượn kêu buồn đứt ruột.*

---

[1] BK không có.
[2] 蕭
[3] 河
[4] *Minh Giang*: xem chú số 7, Bài 127.
[5] *Hoa Sơn*: tên núi thuộc tỉnh Quảng Tây.

Dịch thơ

Thuyền ra đi trên sông Minh Giang

Cửa sông rời bến khởi hành
Trống khua sáo thổi rập rình rền vang
Con thuyền lướt sóng thênh thang
Giữa muôn ngọn núi mênh mang cuối trời
Hao gầy dáng núi chơi vơi
Dần dần tan loãng mây trôi nhạt nhòa
Nước tuôn ngầu đục gần xa
Mới vừa ngập lụt cõi bờ mênh mông
Quan san ly biệt muôn trùng
Em trai em gái nhớ nhung dạt dào
Lặng nhìn núi đá thấp cao
Tưởng như con cháu xôn xao quê nhà
Trời chiều xế bóng mịt mờ
Hoa Sơn chớ vội vượt qua lúc này
Sợ nghe vượn hú nơi đây
Lòng đau đứt ruột hồn day dứt sầu

黃巢兵馬

大小花山數里分
黃巢遺蹟在江津
豈知金統秦中帝
乃出孫山榜外人
誤國每因拘限量
窮時自可變風雲
遠來[1]擬問千年事
舡戶搖頭若不聞

131. Hoàng Sào binh mã

Dịch nghĩa: Di tích Binh mã Hoàng Sào[2]

Núi Hoa Sơn[3] lớn nhỏ cách nhau vài dặm. Trên bến sông hãy còn di tích Hoàng Sào. Nào ngờ vua Kim Thống đất Tần Trung[4]. Lại là người đi thi ở ngoài bảng Tôn Sơn[5]. Chỉ vì câu nệ, hẹp hòi mà làm lỡ việc nước[6]. Người ta đến lúc cùng có thể làm biến đổi gió mây. Ta từ xa đến, muốn hỏi chuyện ngàn năm cũ. Nhưng nhà thuyền lắc đầu như không nghe thấy gì.

---

[1] 時

[2] *Hoàng Sào*: là người đời Đường, quê ở Sơn Đông, học giỏi, văn chương hay nhưng đi thi bị đánh trượt tiến sĩ vì dung mạo xấu xí. Sau Hoàng Sào khởi nghĩa nông dân, đánh chiếm Trường An, kinh đô nhà Đường rồi lên ngôi Hoàng Đế nước Đại Tề, niên hiệu Kim Thống.

[3] *Hoa Sơn*: tên núi tỉnh Quảng Tây.

[4] *Tần Trung*: xưa là đất của nước Tần, nên gọi là Tần Trung, nay là tỉnh Thiểm Tây.

[5] *Ngoài bảng Tôn Sơn*: Tôn Sơn là người đời Tống, đi thi là người có tên ở cuối bảng, tức là thi trượt. Người đời chế diễu gọi thi rớt là "lạc Tôn Sơn".

[6] Chỉ vua quan nhà Đường hẹp hòi, câu nệ không trọng hiền tài

Dịch thơ

Di tích binh mã Hoàng Sào

Hoa Sơn lớn nhỏ trập trùng
Cách nhau mấy dặm mênh mông mịt mờ
Hoàng Sào di tích dấu xưa
Còn lưu sông nước bến bờ thênh thang
Tần Trung Kim Thống đế vương
Tôn Sơn cuối bảng một chàng không may
Hẹp hòi câu nệ cho hay
Lỡ lầm việc nước buồn thay nhân tình
Khốn cùng gặp lúc bất bình
Biến mây đổi gió rung rinh đất trời
Ngàn năm chuyện cũ xa vời
Có người viễn khách ngỏ lời hỏi thăm
Không nghe không biết âm thầm
Chủ thuyền tỏ ý trầm ngâm lắc đầu

寧明江舟行

粵西山中多澗泉
千年合注成一川
自高而下如潑天
灘上何所聞
應龍激怒雷田田
灘下何所見
弩機劇發矢離絃
一瀉萬里無停堙
高山夾岸如牆垣
中有怪石森森然
有如龍蛇虎豹牛馬羅其前
大者如屋小如拳
高者如立低如眠
直者如走曲如旋
千形萬狀難盡言
蛟螭出沒成重淵
湧濤噴沫日夜爭豗喧
夏潦初漲沸如煎
一行三日心懸懸
心懸懸多所畏
危乎殆哉汩沒無底
共道中華路坦平
中華道中夫如是
窩盤屈曲似人心
危亡傾覆皆天意
高才每被文章妬

人肉最為魑魅喜
風波那得儘能平
忠信平生上中信今日任風波到頭無足恃
不信出門皆畏途
試望滔滔此江水

132. Ninh Minh giang chu hành

Dịch nghĩa: Đi thuyền trên sông Ninh Minh[1]

Trong núi Việt Tây có nhiều khe suối. Ngàn năm chảy, hợp lưu lại thành một sông. Như nước đổ xuống từ trời cao. Trên thác nghe thấy gì? Nghe như rồng hiện giận dữ, sấm động ầm ầm. Dưới thác trông thấy gì? Thấy như cung nỏ bật mạnh, tên vút khỏi dây. Một dòng tuôn chảy vạn dặm không ngừng. Núi cao bên bờ như bức tường. Giữa có những hòn đá hình thù kỳ dị chen chúc. Những hòn đá hình dạng như rồng, rắn, hổ, báo, trâu, ngựa bày ra la liệt trước mắt. Lớn như nhà, nhỏ bằng nắm tay. Hòn cao như đứng, hòn thấp như ngủ. Hòn thẳng như chạy, hòn cong như xoay vòng. Muôn hình vạn trạng khó nói hết. Giao, ly[2] *ra vào thành vực thẳm. Sóng vỗ bọt phun ngày đêm ầm ầm. Lụt mùa hè vừa dâng nước mênh mông, nước như sôi sục. Đi một mạch ba ngày, lòng chơi vơi. Lòng chơi vơi vì sợ hãi. Nguy hiểm thay, chìm sâu không đáy. Mọi người đều nói đường đi Trung Hoa bằng phẳng. Hóa ra đường Trung Hoa như thế này sao. Sâu hiểm quanh co như lòng người. Nguy vong nghiêng đổ đều do ý trời. Tài cao thường bị văn chương ganh ghét. Thịt người là thứ ma quỷ thích nhất. Sóng gió làm sao yên cho hết. Giữ trung tín nhưng rốt cuộc không đủ cậy nhờ*[3]*. Ai không tin rằng "ra khỏi cửa, mọi con đường đều nguy hiểm". Thì hãy thử nhìn dòng sông cuồn cuộn đó.*

---

[1] *Sông Ninh Minh*: là sông Minh Giang chảy qua vùng Ninh Minh.

[2] *Giao ly*: loài thuồng luồng, ly long.

[3] Đường Giới, người đời Tống, tính cương trực, bị biếm đi nơi hẻo lánh. Khi thuyền ông đi qua sông, gặp sóng gió nổi lên, ông vẫn bình tĩnh đọc câu thơ: "平生上中信, 今日任風波" (Ngày thường giữ trung tín, Hôm nay mặc phong ba)

Dịch thơ

Đi thuyền trên sông Ninh Minh

Việt Tây vùng núi bạt ngàn
Muôn dòng khe suối tuôn tràn mọi nơi
Ngàn năm chảy khắp núi đồi
Thành sông hợp lại đất trời mênh mông
Trời cao cao ngất muôn trùng
Tuôn trào thác đổ một vùng thênh thang
Nghe gì trên thác ngổn ngang
Cuồng nộ rồng hiện oang oang sấm rền
Thấy gì dưới thác bay lên
Nỏ cung bật mạnh phóng tên ào ào
Một dòng tuôn đổ dạt dào
Xa xăm vạn dặm thuở nào ngừng đây
Ven bờ vách núi dựng mây
Giữa vùng kỳ quái đá bày chênh vênh
Hiện ra muôn trạng muôn hình
Ngựa trâu cọp báo đua tranh rắn rồng
Đá to nhà lớn sánh cùng
Nắm tay đá nhỏ cũng đồng đấy thôi
Hòn cao như đứng giữa trời
Còn đây hòn thấp ngủ vùi chơ vơ
Hòn thẳng như chạy phóng ra
Hòn xoay tròn trịa gần xa bộn bề

Muôn ngàn dáng vẻ lạ kỳ
Không sao tả xiết những gì đã trông
Giao ly cổ quái giống rồng
Thành vực sâu thẳm vẫy vùng tối tăm
Nước phun tuôn đổ ngày đêm
Bạc đầu sóng vỗ ầm ầm triền miên
Đầu hè nước lụt khắp miền
Trào dâng sôi sục tràn lan vô bờ
Chơi vơi sợ hãi không ngờ
Ba ngày một mạch thẫn thờ chơi vơi
Kinh hoàng nguy hiểm than ôi
Chìm sâu không đáy chôn vùi mênh mang
Người ta hay nói rất thường
Trung hoa bằng phẳng nẻo đường như mơ
Nhưng đường Trung quốc không ngờ
Quanh co sâu hiểm tựa như lòng người
Nguy vong nghiêng đổ ý trời
Văn chương đố kỵ với người tài cao
Thịt người hấp dẫn làm sao
Quỷ ma thích chí đua nhau tranh giành
Phong ba bão táp điêu linh
Làm sao dứt hết yên bình được đâu
Một lòng trung tín trước sau
Cuối cùng không đủ biết đâu cậy nhờ
Không tin câu nói từ xưa
Hiểm nguy ra cửa gần xa mọi đường

Thử nhìn cho thật rõ ràng
Dòng sông cuồn cuộn mênh mang cuối trời

望觀音廟

伊誰絕境構亭臺
伐盡松枝墜鶴胎
石穴何年初鑿破
金身前夜却飛來
停雲處處僧眠定
落日山山猿叫哀
一炷檀香消慧業
回頭已隔萬重崖

133. Vọng Quan Âm miếu

Dịch nghĩa: Trông về miếu Quan Âm

Ai người dựng nên đình đài ở chốn tận cùng này? Chặt hết cành tùng, trứng hạc rơi xuống. Hang đá kia, năm nào bắt đầu đục phá? Tượng vàng[1] *mới bay đến đêm qua. Chốn chốn mây ngừng trôi, sư nằm yên giấc. Núi núi bóng chiều rơi, tiếng vượn kêu thương. Đốt nén đàn hương* [2]*để tiêu tan hết nghiệp chướng do trí tuệ gây ra. Quay đầu lại đã cách núi muôn trùng.*

---

[1] *Tượng vàng (kim thân)*: mình vàng chỉ tượng Phật. Theo tích "phi lai thạch", tương truyền chùa Tương Sơn có hòn đá ở Quảng Châu bay đến thành Phật.
[2] *Đàn hương*: hương làm bằng gỗ chiên đàn.

Dịch thơ

Trông về miếu Quan Âm

Kìa ai xây dựng đền đài
Tận cùng giữa cõi đất trời mênh mông
Tan hoang chặt phá rặng tùng
Rụng rơi trứng hạc một vùng thênh thang
Thuở nào đục khoét núi hang
Bay về tượng Phật sắc vàng đêm qua
Mây ngừng chốn chốn gần xa
Nhà sư an giấc bến bờ tịch liêu
Bóng nghiêng núi núi xế chiều
Nghe sao khắc khoải vượn kêu thảm sầu
Đàn hương đốt nén nhiệm mầu
Tiêu tan tuệ nghiệp thâm sâu một đời
Ngoảnh nhìn lặng lẽ ngậm ngùi
Núi non trùng điệp xa vời cách ngăn

三江口塘夜泊

西粵重山一水分
兩山相對石磷峋
猿啼樹杪若無路
犬吠林中知有人
四望雲山人獨老
同舟胡越各相親
十年已失還鄉路
那得家鄉入夢頻

134. Tam giang khẩu đường dạ bạc

Dịch nghĩa: Đêm đậu thuyền ở cửa sông Tam Giang

Nơi núi non trập trùng ở Tây Việt[1]*, một dòng nước chia hai. Hai ngọn núi đối nhau, đá chồng chất. Vượn hú trên ngọn cây, tưởng như không có đường đi. Chó sủa trong rừng, biết là có người. Nhìn bốn bề đều là mây và núi, chỉ riêng người thấy già. Cùng thuyền, người Hồ kẻ Việt thân thiết với nhau. Mười năm đã quên mất đường về làng cũ. Sao quê nhà lại luôn đi vào trong giấc mộng.*

---

[1] *Tây Việt*: vùng đất Quảng Tây.

Dịch thơ

Đêm đậu thuyền ở cửa sông Tam Giang

Sông chia đôi ngả giữa vùng
Núi non Tây Việt trập trùng xa xôi
Đối đầu đỉnh núi sánh đôi
Đá chen la liệt núi đồi ngổn ngang
Ngọn cây vượn hú thê lương
Về đâu khuất nẻo cùng đường ngỡ như
Rừng sâu chó sủa xa xa
Biết ngay có bóng người ta trở về
Núi mây trông thấy bốn bề
Thấy người già lão tái tê bóng hình
Cùng thuyền gắn bó thân tình
Người Hồ kẻ Việt lênh đênh dặm trường
Mười năm quên mất nẻo đường
Quê nhà trở lại vấn vương thuở nào
Cố hương yêu dấu mong sao
Nhập vào hồn mộng dạt dào nhớ nhung

太平城下聞吹笛

太平城外西風起
吹皺寧明一江水
江水皺兮江月寒
誰家橫笛憑欄杆
二十七人共回首
故鄉已隔萬重山

135. Thái Bình thành hạ văn xuy địch

Dịch nghĩa: Nghe thổi sáo ở dưới thành Thái Bình

Ngoài thành Thái Bình[1] *gió tây nổi lên. Làm cho nước sông Ninh Minh gợn sóng. Nước sông gợn sóng, trăng sông lạnh. Nhà ai (có người) tựa lan can thổi sáo. Khiến cho hai mươi bảy người (trong thuyền) đều ngoảnh đầu lại nhìn. Cố hương đã cách muôn trùng núi non.*

Dịch thơ

Nghe thổi sáo ở dưới thành Thái Bình

Thái Bình thành lũy phía ngoài
Gió tây mới nổi chơi vơi vật vờ
Dạt dào gợn sóng gần xa
Sông Ninh Minh chảy bến bờ nơi đâu
Nước sông sóng gợn trước sau
Sông trăng lạnh lẽo âm u mịt mùng

---

[1] *Thái Bình*: thành phủ Thái Bình tỉnh Quảng Tây.

Lan can tựa bóng ung dung
Nhà ai tiếng sáo mơ màng đê mê
Ngoảnh đầu một hướng nhìn về
Cả hai mươi bảy người mê mẩn hồn
Cố hương nhung nhớ mỏi mòn
Cách xa vời vợi núi non muôn trùng

舟行即事

西粵山川多險巇
行行從此向天涯
崩崖怪石怒相向
水鳥沙禽狎不飛
天地扁舟浮似葉
文章殘息弱如絲
為憐上國風光好
關鎖鄉情未放歸

136. Chu hành tức sự

Dịch nghĩa: Thơ tức cảnh khi đi thuyền

Núi sông Tây Việt[1] *nhiều hiểm trở. Từ đây cứ đi mãi về tận chân trời. Vách núi lở, những tảng đá quái dị như giận dữ nhìn nhau. Chim nước chim bãi dạn người không bay đi. Chiếc thuyền con như chiếc lá nổi giữa đất trời. Hơi tàn văn chương mỏng manh yếu ớt như sợi tơ. Vì yêu phong cảnh đẹp của thượng quốc. Nên khoá chặt tình quê lại, chưa thả cho về.*

---

[1] *Tây Việt*: xem chú số 1, Bài 134.

Dịch thơ

Thơ tức cảnh khi đi thuyền

Núi sông Tây Việt bạt ngàn
Nguy nan hiểm trở vô vàn bấy lâu
Từ đây đi mãi mịt mù
Chân trời xa thẳm về đâu chốn nào
Mép bờ núi lở lao đao
Đá sao quái dị nhìn nhau căm hờn
Chim bờ chim nước xa gần
Biếng bay thơ thẩn chẳng cần sợ ai
Lênh đênh thuyền lẻ chơi vơi
Tựa như chiếc lá đất trời mênh mang
Hơi tàn yếu ớt văn chương
Mong manh như sợi tơ vương giữa đời
Vì yêu phong cảnh tuyệt vời
Ở nơi thượng quốc đất trời bao la
Tình quê phong kín bao giờ
Vẫn không buông thả nên chưa trở về

太平賣歌者

太平瞽師粗布衣
小兒牽挽行江湄
云是城外老乞子
賣歌乞錢供晨炊
鄰舟時有好音者
牽手引上[1]船窗下
此時船中暗無燈
棄飯潑[2]水殊狼藉
摸索引身向坐隅[3]
再三舉手稱多謝
手挽弦索口作聲
且彈[4]且歌無暫停
聲音殊異不得辨
但覺嘹喨殊可聽
舟子寫字為余道
此曲世民與建成
觀者十數並無語
但見江風蕭蕭江月明
口噴白沫手酸縮
却坐斂弦告終曲
殫盡心力幾一更
所得銅錢僅五六
小兒引得下船來

---

[1] 上引
[2] 撥
[3] 榻
[4] 舞

猶且[1]回顧[2]禱多福
我乍見之悲且辛
凡人愿死不愿貧[3]
只道中華[4]盡溫飽
中華[5]亦有如此人
君不見使船朝來供頓例
一船一船盈肉米
行人飽食便棄餘
殘肴冷飯沉江底

137. Thái Bình mại ca giả

Dịch nghĩa: Người hát rong ở Thái Bình

Ở Thái Bình có người mù mặc áo vải thô. Có đứa trẻ dẫn ra bến sông. Nghe nói là ông già hành khất ở ngoài thành. Hát rong xin tiền kiếm ăn. Lúc này, thuyền bên có người thích nghe hát. Giắt tay dẫn xuống thuyền đến bên cửa sổ. Lúc này trong thuyền tối không đèn. Cơm thừa canh đổ bừa bãi. (Ông già) lần mò ngồi vào một góc. Hai ba lần giơ tay lên cám ơn. Tay nắn dây đàn, miệng cất tiếng hát. Vừa đàn vừa hát không nghỉ. Lời ca nghe lạ không hiểu được. Nhà thuyền viết chữ cho biết. Khúc hát này nói về Thế Dân và Kiến Thành[6]. Người nghe khoảng chục người đều im lặng. Chỉ thấy gió sông hiu hiu trăng sông sáng vằng vặc. Miệng sùi bọt, tay mỏi rã rời. Ngồi xuống, xếp đàn, nói rằng hát đã xong. Hết lòng hết sức đàn gần một trống canh. Mà chỉ được năm sáu đồng. Đứa bé dẫn ra khỏi thuyền. Còn quay đầu lại ngỏ lời chúc lành. Ta trông thấy mà thương xót. Người ta thà chết hơn sống nghèo. Nghe nói ở Trung

---

[1] 自
[2] 頭
[3] 只貧道
[4] 原
[5] 原
[6] *Thế Dân và Kiến Thành*: cả hai là con Đường Cao Tổ. Kiến Thành là anh được phong thái tử. Thế Dân là em nhiều mưu lược, tập hợp được nhiều mưu sĩ, võ tướng, sau giết Kiến Thành, dành ngôi thái tử. Thế Dân sau đó lên ngôi làm vua tức Đường Thái Tông.

Hoa mọi người đều được ấm no. Ở Trung Hoa cũng có người nghèo như thế sao. Kìa không thấy lệ cung phụng thuyền đi sứ mỗi ngày. Từng thuyền từng thuyền gạo thịt đầy. Người đi thuyền ăn no nê, thừa vứt bỏ. Cơm nguội, thức ăn đổ chìm xuống đáy sông.

Dịch thơ

Người hát rong ở Thái Bình

Thái Bình có một lão mù
Áo quần ăn mặc vải thô tầm thường
Theo chân thằng nhỏ lang thang
Lần mò loạng choạng nẻo đường ven sông
Ngoài thành, hành khất lão ông
Kiếm ăn độ nhật hát rong xin tiền
Có người mê hát thuyền bên
Cầm tay dắt lão xuống thuyền, kề song
Trong thuyền tăm tối mông lung
Cơm thừa, nước đổ vãi vung đầy sàn
Lần mò một góc ngồi yên
Chắp tay vái tạ mấy phen thật thà
So dây cất tiếng ngâm nga
Miên man đàn hát thiết tha chân tình
Lời ca tiếng hát âm thanh
Nghe như chim hót cũng đành như ngây
Có người viết chữ cho hay
Kiến Thành và Thế Dân đây khúc này
Người nghe lặng lẽ nơi này

Gió hiu hắt thổi sông đầy ánh trăng
Miệng sùi bọt mép lâng lâng
Hát xong tỏ ý đã dừng cuộc chơi
Tay tê run rẩy rã rời
Vật vờ ngồi xuống tàn hơi, xếp đàn
Dốc lòng đàn một trống canh
Chỉ vài đồng bạc cũng đành truân chiên
Bám theo thằng nhỏ rời thuyền
Quay đầu chúc phúc mon men ra về
Lòng ta thương xót tái tê
Chết còn hơn sống u mê khốn cùng
Trung Hoa no ấm ung dung
Mà sao lại thấy long đong một người
Kìa xem thuyền sứ giữa đời
Ngày ngày cung phụng vẽ vời tiêu pha
Thuyền thuyền gạo thịt xa hoa
Người ăn căng bụng, dư là bỏ đi
Thịt thừa cơm nguội đáng gì
Ném quăng vung vãi ê hề đáy sông

山塘夜泊

午夢醒來晚
斜日掩窗扉
風勁維船早
山高得月遲

倚篷千里望
合眼隔年思
莫近蒼岸宿
啼猿徹夜悲

138. Sơn đường dạ bạc

Dịch nghĩa: Đêm đậu thuyền ở Sơn Đường
Nằm ngủ trưa, tỉnh dậy thì đã muộn. Bóng chiều giọi vào phải khép cánh cửa sổ lại. Gió thổi mạnh, phải neo thuyền sớm. Núi cao, thật lâu mới nhìn thấy trăng lên. Dựa mui thuyền trông ra xa ngoài ngàn dặm. Nhắm mắt lại, nghĩ đã xa nhà một năm rồi. Chớ đỗ thuyền lại gần vách núi xanh. Tiếng vượn hú sẽ buồn suốt đêm.

Dịch thơ

Đêm đậu thuyền ở Sơn Đường

Giấc trưa gối mộng ngủ vùi
Muộn màng tỉnh giấc đất trời ngẩn ngơ
Bóng chiều nghiêng rọi gần xa
Khẽ khàng khép cửa nắng mờ liêu xiêu
Một luồng gió mạnh hắt hiu
Sớm về bến nước thuyền neo cuối trời
Núi cao đỉnh thẳm xa vời
Thấy trăng mòn mỏi chơi vơi thỏa lòng
Mui thuyền tựa bóng xa trông
Mịt mù ngàn dặm long đong ngậm ngùi
Trầm ngâm nhắm mắt bồi hồi
Một năm thoáng chốc xa rời cố hương
Núi xanh xin chớ vấn vương

Neo thuyền đậu bến nẻo đường gần bên
Vượn kêu day dứt không yên
Suốt đêm khắc khoải triền miên u sầu

題大灘馬伏波廟

鑿通嶺道定炎墟
蓋世功名在史書
向老大年矜矍鑠
除衣食外盡贏餘
大灘風浪留前烈
古廟松杉隔故閭
日暮城西荊棘下
霪潭遺悔更何如

139. Đề Đại Than Mã Phục Ba miếu

Dịch nghĩa: Đề thơ nơi miếu Mã Phục Ba ở Đại Than[1]
Đục xuyên mở đường Ngũ Lĩnh, bình định cõi Nam[2]*. Công danh che trùm đời, được ghi trên sử sách. Già lão, cao niên rồi còn khoe quắc thước. Ngoài cơm áo ra, mọi thứ là thừa. Sóng gió Đại Than còn lưu dấu công lao oanh liệt thời trước. Cây tùng, cây sam ở ngôi miếu cổ xa cách quê nhà. Chiều tà dưới đám gai góc phía thành Tây* [3]*. Nỗi hận ở Dâm Đàm*[4]*, sau cùng như thế nào đây?*

---

[1] *Đại Than*: một ghềnh lớn của sông Minh Giang hay Tả Giang. Truyền thuyết cho rằng Mã Phục Ba tức Phục Ba tướng quân Mã Viện đem quân xuống phương Nam nước ta đã phá thác ghềnh để cho thuyền đi dễ nên sau những chỗ có ghềnh thác đều có miếu thờ Mã Viện.
[2] *Cõi Nam (viêm bang)*: vùng đất phía nam thuộc xứ nóng.
[3] Mộ Mã Viện chôn ở phía Tây thành.
[4] *Dâm Đàm*: đầm nhiều sương mù chướng khí còn gọi là Lãng Bạc, Hồ Tây. Mã Viện sang đánh hai bà Trưng, đóng quân ở Lãng Bạc, thấy mặt đầm đầy khí độc bốc lên, diều hâu sa xuống hồ chết. Mã Viện hối hận vì không nghe lời em mình.

Dịch thơ

Đề thơ nơi miếu Mã Phục Ba ở Đại Than

Đục thông Ngũ lĩnh từ đây
Viêm bang bình định bao ngày chiến chinh
Công danh cái thế tôn vinh
Lưu truyền thiên cổ sử xanh để đời
Tuổi cao già lão đến thời
Còn khoe quắc thước với người lập công
Áo cơm trọng yếu vô cùng
Ngoài ra thừa thãi còn mong với chờ
Đại Than sóng gió gần xa
Công lao oanh liệt tôn thờ lưu danh
Tùng sam cổ miếu chênh vênh
Quê nhà xa cách cũng đành xưa nay
Chiều tà bóng xế nơi đây
Dưới bụi gai dại thành Tây mịt mờ
Đâm Đàm hối hận ngàn xưa
Cuối cùng rồi sẽ ra như thế nào

晚下大灘新潦暴漲諸險俱失

銀河昨夜自天傾
江水茫茫江岸平
未信鬼神能相佑
盡教龍虎失精靈
平居不會講忠信
到處無妨薺死生
更有嶮巇饒十倍
吾將何以叩神明

140. Vãn há Đại Than tân lạo bạo trướng chư hiểm câu thất

Dịch nghĩa: Chiều buông, thuyền xuôi ghềnh Đại Than, nước lũ dâng cao, ngập khắp những chỗ hiểm trở

Đêm qua nước sông Ngân từ trời đổ xuống. Nước sông mênh mông, bờ sông ngập bằng. Chưa tin quỉ thần có thể cứu giúp được gì. Ngay cả rồng cọp cũng hết linh thiêng. Ngày thường không biết nói chuyện "trung tín"[1]. Thì đến đâu cũng đành coi chuyện sống chết bằng nhau. Vẫn còn có chỗ hiểm nguy khó đi gấp mười lần. Ta sẽ lấy gì để cầu xin với thần minh?

---

[1] *Trung tín*: xem chú số 3, Bài 132.

Dịch thơ

Chiều buông, thuyền xuôi ghềnh Đại Than, nước lũ dâng cao, ngập khắp những chỗ hiểm trở

Từ trời trút xuống dạt dào
Nước sông Ngân đổ tuôn trào đêm qua
Mênh mông sông nước gần xa
Ngập tràn khắp cõi bến bờ còn đâu
Chưa tin thần quỷ phép mầu
Ra tay tương trợ trước sau đến cùng
Cho hay đến cả cọp rồng
Linh thiêng biết mấy cuối cùng tiêu ma
Thường ngày không hiểu sâu xa
Ý tình trung tín từ xưa lưu truyền
Lạ gì rong ruổi mọi miền
Ngang bằng sinh tử triền miên vẫn còn
Nẻo đường sắp tới mỏi mòn
Gian truân nguy hiểm vẫn luôn gấp mười
Lòng ta khắc khoải khôn nguôi
Lấy gì cầu khấn đất trời thần minh

下灘喜賦

心香拜禱將軍祠
一掉中流肆所之
到處江山如識趣
喜人蛇虎不施威
萬株松樹僧人屋
一帶寒烟燕子磯
寂寂船窗無箇事
漁歌江上看斜暉

141. Há than hỷ phú

Dịch nghĩa: Vui mừng làm thơ khi xuống ghềnh thác

Thành tâm dâng hương cầu khấn trước đền tướng quân[1]*. Một con thuyền giữa dòng nước chảy mặc cho cuốn trôi đi. Đến đâu cũng thích thú như thấy sông núi đã từng quen biết. Mừng cho người, vì hổ, rắn đã không ra oai. Muôn khóm tùng kia là nơi nhà sư ở. Nơi có một dải khói lạnh đó là Yến Tử*[2]*. Lặng lẽ ngồi bên cửa thuyền, không có việc gì cả. Nghe khúc hát thuyền chài trên sông, ngắm bóng chiều tà.*

[1] *Đền tướng quân*: chỉ đến thờ Mã Viện.
[2] *Yến Tử*: là *Hòn Én*.

Dịch thơ

Vui mừng làm thơ khi xuống ghềnh thác

Trước đền thờ kính tướng quân
Nén hương khấn vái tâm hồn kính dâng
Giữa dòng sông nước mênh mang
Thuyền trôi phó mặc dặm trường về đâu
Thấy niềm thú vị trước sau
Núi sông quen thuộc bấy lâu đã từng
Cho người một nỗi vui mừng
Rắn hùm bất động đã ngừng ra oai
Nhà sư an trú khoan thai
Rặng tùng muôn khóm đất trời bao la
Một làn khói lạnh lửng lơ
Về hòn Yến Tử mịt mờ quẩn quanh
Ung dung vô sự yên bình
Cửa thuyền lặng lẽ lênh đênh phiêu bồng
Ngư ông ca hát trên sông
Đắm hồn ngắm cảnh chiều buông xế tà

蒼梧即事

虞帝南巡更不還
二妃洒淚竹成班
悠悠陳迹千年上
歷歷羣書一望間
新潦初添三尺水
浮雲不辨九疑山
尋聲遙謝琵琶語
千里青衫[1]不耐寒[2]

142. Thương Ngô tức sự

Dịch nghĩa: Thơ tức cảnh ở Thương Ngô[3]

Vua Ngu Thuấn[4] *đi tuần phương nam, chẳng trở về. Hai bà phi*[5] *khóc, nước mắt tưới vào khóm trúc thành những vệt lốm đốm. Dấu cũ từ ngàn xưa xa xôi. Nay nhìn thấy rõ trước mắt những điều sách ghi chép rành rành. Nước lũ mới đổ về cao hơn ba thước. Mây nổi che khuất không nhìn rõ núi Cửu Nghi*[6]*. Vẳng nghe tiếng đàn tỳ bà nhưng đành phải từ tạ. Kẻ mặc áo xanh này từ ngàn dặm đến, không thể quay lại được*[7].

---

[1] 山

[2] 旋

[3] *Thương Ngô*: vùng đất thuộc tỉnh tỉnh Hồ Nam.

[4] Vua nước Ngu (Ngu đế) là vua Thuấn đi tuần phương Nam chết ở núi Thương Ngô và an táng tại đó.

[5] Hai bà phi của vua Thuấn, Nga Hoàng và Nữ Anh, khóc vua Thuấn chết, nước mắt rơi trên khóm trúc trên bờ sông Tương, nơi hà bà tự vẫn. Vì vỏ trúc có hình dạng lốm đốm (ban trúc), nên gọi là Tương Phi trúc.

[6] *Cửu Nghi*: dãy núi (9 ngọn) ở huyện Ninh Viễn, tỉnh Hồ Nam.

[7] Lấy ý từ bài *Tỳ bà hành* của Bạch Cư Dị, ở câu: "江州司馬青衫濕" (Quan Tư mã châu Giang khóc ướt tràng áo xanh).

Dịch thơ

Thơ tức cảnh ở Thương Ngô

Phương nam tuần thú cõi xa
Biệt tăm vua Thuấn vẫn chưa trở về
Hai bà phi khóc tái tê
Trúc hoen đốm lệ li ti hóa thành
Hiện ra trước mắt rành rành
Ngàn năm dấu tích sử xanh lưu truyền
Lụt về mới ngập khắp miền
Cao thêm ba thước nước tràn mênh mông
Mây trôi phủ kín bềnh bồng
Cửu Nghi mờ mịt trập trùng xa xôi
Tỳ Bà văng vẳng chơi vơi
Cũng đành từ biệt cuối trời phôi pha
Áo xanh viễn khách thẫn thờ
Khó lòng trở lại cách xa ngàn trùng

蒼梧暮雨

雨滯潯江曉發迟
梧城薄暮尚霏霏
一江新潦平三楚
大半[1]浮雲駐九疑
窄窄小舟難過夏
鬖鬖長髮自知夷
平波日暮湘潭遠
杯酒憑欄吊二妃

143. Thương Ngô mộ vũ

Dịch nghĩa: Chiều mưa ở Thương Ngô

Trời mưa, phải dừng lại ở sông Tầm Giang[2], sớm mai khởi hành muộn. Trời vừa tối, thành Thương Ngô vẫn còn mưa phất phới. Lũ mới đổ về, nước sông tràn ngập đất Tam Sở[3]. Mây nổi che phủ gần hết núi Cửu Nghi[4]. Con thuyền nhỏ chật hẹp khó qua được đất Hoa Hạ. Để búi tóc dài tự tỏ mình là người Di[5]. Trời đã tối, sóng lặng mà Tương Đàm[6] còn ở phía xa. Tựa lan can rót rượu viếng hai bà phi.

---

[1] 太

[2] *Tầm Giang*: tên con sông thuộc huyện Quế Bình, tỉnh Quảng Tây, chảy qua Thương Ngô vào Quảng Đông.

[3] *Tam Sở*: ba miền nước Sở gồm Tây Sở, Nam Sở, và Đông Sở.

[4] *Cửu Nghi*: xem chú số 6. Bài 142.

[5] *Di*: tiếng người Trung Quốc gọi chung các tộc phía Đông còn gọi là Man Di. Ở đây tác giả có ý nhấn mạnh sự khác biệt của Hoa và Việt chứ không có ý khinh miệt.

[6] *Tương Đàm*: tên một huyện của tỉnh Hồ Nam.

Dịch thơ

Chiều mưa ở Thương Ngô

Tầm Giang trú bến mưa rơi
Hừng đông buổi sớm thảnh thơi khởi hành
Chiều buông bóng xế chênh chênh
Thương Ngô lất phất trên thành mưa giăng
Mới về lũ lụt trào dâng
Sông tràn Tam Sở mênh mang muôn trùng
Mây che phủ kín bềnh bồng
Cửu Nghi chín ngọn trập trùng bao la
Lênh đênh thuyền nhỏ vật vờ
Muôn trùng Hoa Hạ khó mà vượt qua
Buông dài mái tóc lòa xòa
Tủi mình là kẻ phương xa cõi ngoài
Sóng yên mờ mịt tối trời
Tương Đàm còn mãi xa xôi muôn trùng
Hai bà phi kính đáy lòng
Lan can tựa bóng dâng chung rượu tình

蒼梧竹枝歌

一

桂林新潦湧長川
水屋憑高欲上天
午後東風吹更急
往[1]來無數廣東船

144. Thương Ngô Trúc Chi ca I

Dịch nghĩa: Thương Ngô (ca điệu Trúc Chi[2])I
Quế Lâm[3] mới lụt mênh mông, nước sông dâng cuồn cuộn. Nhà bè thả trên sông nổi cao như lên tận trời. Quá trưa gió đông thổi càng thêm mạnh. Thuyền bè từ Quảng Đông qua lại vô số kể.

Dịch thơ

Thương Ngô (ca điệu Trúc Chi)

I

Quế Lâm lũ lụt tràn dâng
Nước sông cuồn cuộn mênh mang cuối trời
Nhà bè theo nước nổi trôi
Vươn lên cao ngất tận trời bao la
Thổi về từ buổi xế trưa
Tung hoành ào ạt vật vờ gió đông
Thuyền bè rời bến Quảng Đông

---

[1] 晚
[2] *Trúc chi*: điệu từ chuyên về ca ngợi phong thổ.
[3] *Quế Lâm*: thị trấn trên sông Quế Giang.

Nhiều vô số kể khắp vùng vãng lai

二
文昌閣上夜燈明
一片寒光射水晶
來往遊船不知數
滿江齊發棹哥聲

145. II

Dịch nghĩa: II

Đèn đêm sáng ngời trên gác Văn Xương[1]. Một luồng ánh sáng lạnh lẽo chiếu xuống mặt nước sáng như gương. Du thuyền qua lại nhiều vô kể. Khắp sông đều vang vọng tiếng ca chèo thuyền.

Dịch thơ
II

Đèn đêm sáng gác Văn Vương
Nước trong lạnh lẽo ánh gương sáng ngời
Du thuyền vô số ngược xuôi
Chèo thuyền ca hát vang trời trên sông

三
雨自滂沱雲自癡
九疑山色望中疑
虞王葬處無丘墓
水面絃聲似二妃

---

[1] *Gác Văn Xương*: đến thờ Văn Xương đế quân, vị thần chủ về học hành, văn học.

146. III

Dịch nghĩa: III

Mưa rơi tầm tã, mây thẫn thờ. Sắc núi Cửu Nghi nhạt nhòa trông không rõ. Vua Thuấn chôn cất chốn nào sao chẳng thấy lăng mộ. Sóng nước rì rào ngỡ như tiếng đàn hai bà phi.

Dịch thơ

III

Triền miên tầm tã mưa rơi
Một trời lãng đãng mây trôi thẫn thờ
Cửu Nghi chín ngọn xa xa
Nhạt nhòa hình sắc mịt mờ núi non
Chốn nào vua Thuấn được chôn
Mà nay lăng mộ chẳng còn thế gian
Rì rào sóng nước miên man
Hai bà phi gảy cung đàn ngày xưa

四

青山樓閣一層層
晝見烟霞夜見燈
古寺無名難問訊
白雲深處臥山僧

147. IV

Dịch nghĩa: IV

Trên núi xanh, lầu vươn cao hàng lớp lớp. Ngày thấy khói mây ráng trời, đêm tối thấy ánh đèn. Chùa cổ không tên, chẳng biết hỏi ai. Nơi đám mây trắng che phủ, có nhà sư nằm ngủ.

Dịch thơ

IV

Xanh xanh dãy núi một màu
Tầng tầng cao ngất tòa lầu chen mây
Đêm trông đèn sáng lắt lay
Ngày nhìn khói tỏa ráng mây lưng trời
Vô danh chùa cổ phôi phai
Biết ai thăm hỏi u hoài ngẩn ngơ
Thẳm sâu mây trắng mịt mờ
Nhà sư an giấc núi xa muôn trùng

五

浪花雙棹疾如飛
看罷龍舟抵暮歸
生面相逢無畏避
瓠犀微露笑南夷

148. V

Dịch nghĩa: V

Đôi chèo thuyền tung sóng hoa, lướt sóng như bay. Xem đua thuyền rồng xong, đến tối mới về. Gặp người lạ chẳng tránh né nhau. Hàm răng đều như hạt bầu hé cười, vì thấy ta là người khách Nam Di[1].

Dịch thơ

V

Sóng hoa lả lướt đôi chèo
Như bay thuyền phóng đua theo đến cùng
Xem xong một trận thuyền rồng
Trở về trời đất mịt mùng tối đen
Gặp người lạ mặt không quen
Chẳng cần tránh né khi trên nẻo đường
Hạt bầu răng trắng hiền lương
Hé cười viễn khách từ phương nam này

六

一聲裂竹散硫磺[2]
驚起沙汀鴈數行
天際遙瞻歸去處
蒼梧北上定衡陽

[1] Xem chú số 4, Bài 143.

[2] 流黄

149. VI

Dịch nghĩa: VI

Một tiếng pháo trúc nổ, khói lưu hoàng tỏa ra. Đàn nhạn kinh động từ bãi cát bay lên. Nhìn xa về chân trời xem bay về phương nào. Từ Thương Ngô đi lên lên phía bắc chắc là đến Hành Dương.[1]

Dịch thơ
VI

Nổ vang pháo trúc chốn này
Mịt mù khói tỏa tung bay lưu huỳnh
Đàn nhạn bãi cát hoảng kinh
Vút bay xòe cánh rất nhanh lên trời
Trông vời tận cõi xa xôi
Nẻo về chốn ấy cuối trời mênh mang
Thương Ngô phương bắc dặm đường
Chắc là sẽ đến Hành Dương mây ngàn

七

長江破[2]浪渺無涯
三五遊船趁夜開
無月無燈看不見
琵琶聲自水中來

---

[1] *Hành Dương*: tên núi thuộc tỉnh Hồ Nam.
[2] 波

150. VII

Dịch nghĩa: VII

Dòng sông nổi sóng mênh mông, xa xôi mịt mờ không bến bờ. Vài ba chiếc du thuyền lướt nhanh trong đêm. Không có trăng sáng, không có đèn đóm nên nhìn không thấy gì. Từ giữa dòng sông, có tiếng tỳ bà vọng lên.

Dịch thơ
VII

Dòng sông nổi sóng bạc đầu
Nhạt nhòa bờ bến mịt mù xa xôi
Du thuyền lác đác chơi vơi
Đêm về lướt sóng cuối trời mênh mang
Không đèn tăm tối dặm đường
Một trời đêm thẳm không trăng mịt mùng
Dạt dào sóng nước trên sông
Tỳ Bà văng vẳng nhớ nhung thuở nào

八

鷄籠山在水中央
萬頃烟波共渺茫
相約東家具舟楫
天妃閣上共焚香

151. VIII

Dịch nghĩa: VIII

Ngọn núi Kê Lung[1] ở giữa dòng sông nước. Muôn lớp khói sóng đều mênh mang mờ mịt. Hẹn với hàng xóm phía đông mang đầy đủ mái chèo và thuyền. Cùng nhau đến thắp hương trên gác Thiên Phi[2].

Dịch thơ
VIII

Kê Lung đỉnh núi cao vời
Giữa dòng sông nước cuối trời bao la
Muôn vàn khói sóng mịt mờ
Mênh mang bao phủ cõi xa muôn trùng
Hẹn cùng hàng xóm phía đông
Thuyền chèo chuẩn bị qua sông bây giờ
Thiên Phi lầu cũ tôn thờ
Dâng hương cung kính người xưa thuở nào

九

城北山榴紅更紅
城南垂柳不禁風
絮飛花落無人管
一夜隨流到廣東

---

[1] *Kê Lung*: tên ngọn núi.
[2] *Thiên Phi*: hai bà phi, xem chú số 5, Bài 142.

152. IX

Dịch nghĩa: IX

Phía bắc thành, hoa sơn lựu đã đỏ lại càng đỏ thêm. Phía nam thành, liễu rủ mặc gió thổi tung. Tơ liễu bay, hoa rơi rụng không ai để ý. Một đêm xuôi dòng nước trôi đến Quảng Đông.

Dịch thơ
IX

Hoa sơn lựu phía bắc thành
Ngày càng đỏ rực trên cành thắm tươi
Thành nam liễu rủ góc trời
Cũng đành cho gió dập vùi lất lây
Nào ai để ý mảy may
Hoa tàn rơi rụng tơ bay vật vờ
Xuôi dòng sông nước bao la
Một đêm ghé lại bến bờ Quảng Đông

十

斑[1]竹烟筒尺二長
茶甌浮動雨前香
一來一往無人問
獨倚船窗正恨郎

[1] 班

153. X

Dịch nghĩa: X

Ống điếu làm bằng trúc đốm, dài thước hai. Bình trà Vũ tiền[1] *tỏa hương thơm. Thuyền qua, người lại, chẳng ai hỏi thăm với nhau. Một mình tựa song cửa thuyền, đúng là cô nàng đang giận chồng.*

Dịch thơ
X

Điếu bằng trúc đốm thước hai
Bình trà thoang thoảng hương bay Vũ Tiền
Thuyền người qua lại liên miên
Chẳng ai hé miệng hỏi han chuyện gì
Cửa thuyền tựa bóng ủ ê
Có người hờn dỗi tái tê giận chồng

十一

十隻龍舟一字[2]陳
敲鑼撾鼓吊靈均
黃花閨女貪行樂
跳出船頭不避人

[1] *Trà Vũ Tiền*: loại trà ngon hái trước tháng ba (tiết Cốc vũ).
[2] 列

154. XI

Dịch nghĩa: XI

Mười thuyền rồng sắp hàng chữ nhất. Nổi trống khua chiêng điếu viếng Linh Quân[1]. Cô gái cài hoa vàng mải ham vui. Nhảy ra ở đầu mũi thuyền chẳng cần tránh người.

Dịch thơ

XI

Bồng bềnh mười chiếc thuyền rồng
Một hàng thẳng tắp giữa vùng thênh thang
Trống chiêng dồn dập rền vang
Linh Quân điếu viếng tiếc thương một người
Có người thiếu nữ ham vui
Hoa vàng cài tóc buông lơi yêu kiều
Mặc người va chạm cũng liều
Tung tăng len lỏi liêu xiêu mũi thuyền

十二

棠舟蘭楫日繽紛
往往來來不厭頻
記取畫船三五[2]隻
最風流是布衣人

[1] *Linh Quân*: tức là Khuất Nguyên.

[2] 第三

155. XII

Dịch nghĩa: XII

Thuyền làm bằng gỗ đường, mái chèo làm bằng gỗ lan suốt ngày nhộn nhịp. Qua qua lại lại không ngơi nghỉ. Nhớ đến năm ba chiếc thuyền có tô vẽ trang trí. Thì thuyền người áo vải thô kia là phong lưu bậc nhất.

Dịch thơ

XII

Thuyền đường cùng mái chèo lan
Ngược xuôi tất bật miên man cả ngày
Nhớ thuyền dăm chiếc tô bày
Phong lưu áo vải đẹp thay tuyệt vời

十三

沿城楊柳不勝柔
葉葉絲絲未及秋
好向風前看搖曳[1]
最顛狂處最[2]風流

156. XIII

Dịch nghĩa: XIII

Hàng dương liễu bên bờ thành vô cùng mềm mại. Chưa vào thu, lá còn xanh, tơ liễu vẫn óng mướt. Nhìn đẹp làm sao lá và tơ liễu đong đưa, lung lay trước gió. Lúc quay cuồng, nghiêng ngả nhất chính là lúc phong lưu nhất.

---

[1] 絶

[2] 絕

Dịch thơ

XIII

Tường thành dương liễu buông lơi
Xiết bao mềm mại góc trời lơ thơ
Thu chưa về đến gần xa
Óng tơ xanh lá lòa xòa xum xuê
Thỏa lòng ngắm nghía say mê
Lá tơ lay động gió về lả lơi
Quay cuồng điên đảo chơi vơi
Phong lưu bậc nhất đất trời là đây

十四
長裙褶褶曳輕綃
雲髻峨峨擁翠翹
贏得鬼頭滿囊口
憑君無福也能消

157. XIV

Dịch nghĩa: XIV

Quần lụa dài mềm mại tha thướt. Tóc mây búi cao cao, cài trâm lông chim thúy. Chỉ cần kiếm tiền[1] bỏ đầy túi. Dù anh không có phước, cũng vẫn tiêu pha thỏa ý (để gần người đẹp).

[1] *Tiền*: nguyên văn là *quỷ đầu*, một loại tiền cổ.

Dịch thơ
XIV

Quần dài mỏng mảnh trước sau
Lụa mềm thạ thướt nối nhau chốn này
Búi cao trang điểm tóc mây
Cài trâm chim thúy đẹp thay yêu kiều
Kiếm tiền nhét túi thật nhiều
Cho dù vô phúc duyên theo thỏa lòng

十五

船尾燈籠四尺竿
船頭畫虎黑斑斑[1]
布旗上爲巡河字
只詰花船不詰[2]奸

158. XV

Dịch nghĩa: XV

Phía đuôi thuyền có treo đèn lồng trên cán dài bốn thước. Phía mũi thuyền có vẽ hình con hổ vằn đen. Lá cờ bằng vải trên có đề chữ "Tuần hà". Thế mà chẳng tra hỏi gì kẻ gian. Mà chỉ hỏi thăm những chiếc thuyền hoa thôi.

---

[1] 班班
[2] 訐

Dịch thơ
XV

Sào dài bốn thước trên không
Đuôi thuyền treo chiếc đèn lồng lung linh
Mũi thuyền trang trí họa hình
Hổ vằn đen nhánh rành rành uy nghi
Tuần hà hai chữ đã ghi
Trên cao cờ vải đi về tuần tra
Thuyền gian nhắm mắt làm ngơ
Rắp tâm xét hỏi thuyền hoa ngỡ ngàng

五月[1]觀競渡

懷王歸葬張儀死
楚國詞人記佩蘭
天古招呼[2]終不返
滿江爭競太無端
烟波渺渺空悲怨
羅[3]鼓年年自笑歡
魂若歸來也無托
龍蛇鬼蜮遍人間

---

[1] 日
[2] 魂
[3] 鑼

159. Ngũ nguyệt quan cạnh độ

Dịch nghĩa: Tháng năm xem đua thuyền

Hoài Vương[1] *chết, đưa hài cốt về mai táng, Trương Nghi*[2] *cũng chết rồi. Nhớ nhà thơ nước Sở*[3] *đeo chùm hoa lan. Ngàn năm gọi hồn*[4]*, hồn vẫn không về. Thuyền đua tranh đầy sông, nào có ý nghĩa gì đâu. Nhìn khói sóng mênh mông mà đau thương oán giận. Hàng năm chiêng trống vẫn cứ bày trò vui*[5] *như thế này. Nếu hồn có về cũng không biết nương tựa vào chốn nào. Khắp nhân gian đầy rắn rồng, quỷ quái.*

Dịch thơ

Tháng năm xem đua thuyền

Chết nơi đất khách Trương Nghi
Chôn nơi cố quốc trở về Hoài Vương
Nhà thơ nước Sở nhớ thương
Hoa lan đeo mãi vấn vương một đời
Gọi hồn thiên cổ ngậm ngùi
Xa xăm hồn vẫn chơi vơi không về

---

[1] *Hoài Vương*: vua nước Sở, không nghe lời Khuất Nguyên can gián, sang hội với nước Tần, bị giữ lại, rồi chết ở đấy, sau mới được đưa hài cốt về Sở để chôn cất.

[2] *Trương Nghi*: mưu sĩ nước Tần, dùng mưu dèm pha Khuất Nguyên với vua Sở Hoài Vương khiến Khuất Nguyên bị đi đày, Trương Nghi thành tướng quốc. Sau Trương Nghi bị lộ mưu, bỏ chạy, cuối cùng chết ở nước Ngụy.

[3] *Nhà thơ nước Sở*: tức Khuất Nguyên, giữ chức Tả Đồ thời Sở Hoài Vương. Ông đa tài, vừa có khả năng về chính trị, văn học, vừa biết ứng đối với các chư hầu. Chủ trương cải cách nên bị gian thần hãm hại, gièm pha phải đi đày. Ông có những tác phẩm nổi tiếng là *Ly Tao, Thiên Vấn, Cửu Chương*…Trong Ly Tao có câu: "紉秋蘭以為佩" (Xâu kết hoa lan để đeo vào người). Khuất Nguyên yêu hoa lan, loài hoa tượng trưng sự cao khiết.

[4] *Gọi hồn*: Tống Ngọc, người đương thời và là học trò Khuất Nguyên có làm bài *Chiêu hồn* để tỏ lòng thương tiếc Khuất Nguyên.

[5] Khuất Nguyên mất ngày 5 tháng 5. Hàng năm vào ngày này, người Trung Quốc tổ chức kỷ niệm nhà thơ bằng cách đua thuyền tượng trưng cho việc đi tìm di hài nhà thơ.

Khắp sông tranh đấu mải mê
Chỉ là vô nghĩa có gì hay đâu
Mênh mông khói sóng mịt mù
Chạnh lòng ai oán u sầu triền miên
Hằng năm chiêng trống vang rền
Vui chơi mừng rỡ huyên thuyên chốn này
Nếu như hồn có về đây
Nương thân không chốn lất lây bẽ bàng
Cõi người khắp chốn nẻo đường
Rắn rồng quỷ quái dọc ngang tung hoành

楊妃故里

山雲削略岸花明
見說楊妃此地生
自是舉朝空立仗
枉教千古罪傾城
簫簫南內蓬蒿徧
寞寞西郊丘隴平
狼藉殘紅無覓處
東風城下不勝情

160. Dương Phi cố lý

Dịch nghĩa: Quê cũ của Dương Phi[1]

Mây núi thưa thớt, bên bờ sông hoa nở rực rỡ. Nghe nói đây là vùng đất Dương Quý Phi đã sinh ra. Do cả triều đình đứng trơ như phỗng. Khiến cho ngàn năm còn đổ tội oan cho người đẹp nghiêng thành đổ nước[2]*. Cung Nam Nội*[3] *hiu hắt, cỏ bồng dại mọc khắp nơi. Cánh đồng Tây Giao*[4] *vắng lặng, gò đống bị san phẳng. Khách má hồng tàn tạ, tan tác không biết tìm chốn nào. Dưới thành gió đông thổi khiến lòng ngậm ngùi khôn xiết kể.*

Dịch thơ

Quê cũ của Dương Phi

Núi non mây loãng phai mờ
Hoa khoe sắc thắm hiện ra tỏ bày
Từng nghe vùng đất nơi đây
Dương Phi tuyệt sắc ngất ngây sinh thành
Triều thần từ đó đứng hình
Trơ trơ như đá nhục vinh phận người
Ngàn xưa còn mãi những lời

---

[1] *Dương Phi*: là Dương Quí Phi tức Dương Ngọc Hoàn là Quí Phi của Đường Minh Hoàng, quê ở làng Bồ Châu, tỉnh Thiểm Tây ngày nay.

[2] Vì An Lộc Sơn nổi loạn, Đường Minh Hoàng phải chạy vào đất Thục. Đến đèo Mã Ngôi, quân lính đòi giết Dương Quí Phi và người anh họ tên là Dương Quốc Trung, là những người làm Đường Minh Hoàng mê muội mà mất nước. Dương Quí Phi bị buộc thắt cổ tự sát ở đây.

[3] *Nam Nội*: tức cung Hưng Khánh, nơi Đường Minh Hoàng và Dương Quí Phi thường chơi ở đây.

[4] *Tây Giao*: cánh đồng ở phía tây Tràng An, chỉ gò Mã Ngôi nơi Dương Quí Phi chết.

Khuynh thành mang tiếng một đời tội oan
Cỏ bồng hoang dại tràn lan
Hắt hiu Nam Nội ngập tràn mênh mông
Tây Giao tịch mịch vô cùng
San bằng gò đống một vùng bao la
Tìm đâu cho thấy chốn xưa
Bóng hồng tan tác gần xa phai tàn
Ngậm ngùi u uất vô vàn
Gió đông vẫn thổi miên man dưới thành

趙武帝故境

暴楚強秦相繼誅
雍容揖遜霸南陬
自娱儘可稱皇帝
樂善還能屈豎儒
百尺高臺傾嶺表
千年古墓沒番禺
可憐世代相更迭
不及蠻夷一老夫

161. Triệu Vũ đế cố cảnh

Dịch nghĩa: Đất cũ của Triệu Vũ Đế[1]

Nước Tần, nước Sở cường bạo đã nối tiếp nhau bị diệt vong. Ông cứ ung dung nhún nhường, làm bá chủ phương Nam. Khi hứng chí tự

[1] *Triệu Vũ Đế*: tức Triệu Đà. Thời Tần, Đà làm quan úy ở Nam Hải. Khi Tần mất, Đà chiếm Quế Lâm, Tượng quận, tự xưng Nam Việt Vũ Vương. Hán Cao Tổ lên ngôi, sai Lục Giả đi sứ Nam Việt, phong Đà làm Nam Việt Vương. Sau Đà chiếm mấy ấp ở Trường Sa, tự xưng Nam Việt Vũ Đế.

vui đùa xưng là hoàng đế. Vì chuộng thiện lành nên có thể chịu khuất phục trước anh nhà nho ngu hèn[1]. Đài cao trăm thước ở ngoài vùng Lĩnh Biểu[2] đã đổ. Ngôi mộ cổ ngàn năm ở Phiên Ngung[3] cũng không còn dấu vết. Thương thay đời này sang đời kia lần lượt đổi thay. Nhưng không bằng được lão già Man Di[4] này.

Dịch thơ

Đất cũ của Triệu Vũ Đế

Bạo tàn nước Sở lụi tàn
Nước Tần hùng mạnh xoay vần tiêu vong
Nhún nhường xưng bá một vùng
Trời Nam hẻo lánh ung dung tung hoành
Rồi khi hứng chí thật tình
Tự xưng hoàng đế vang danh một thời
Thiện lành chịu lụy với người
Nhà Nho hèn mọn hòa vui cả làng
Đài cao trăm thước thảm thương
Ngả nghiêng Lĩnh Biểu tan hoang cõi ngoài
Phiên Ngung cổ mộ chôn vùi
Ngàn năm dấu tích ngậm ngùi nơi đâu
Xót thương bao cuộc bể dâu
Thăng trầm thế sự theo nhau muôn đời

---

[1] *Nhà Nho*: chỉ Lục Giả. Hán Văn Đế sai Lục Giả đến Nam Việt dụ hàng. Triệu Đà dâng thư tạ tội, bỏ danh hiệu đế, giữ chức phiên thần.
[2] *Lĩnh biểu*: bên ngoài Ngũ Lĩnh, miền nam Trung Quốc như Quảng Đông, Quảng Tây, Nam Việt.
[3] *Phiên Ngung*: thủ đô của Triệu Vũ Đế, nay là tỉnh Quảng Châu.
[4] *Lão già Man Di*: lời Triệu Đà tự xưng trong đáp thư gửi Hán Văn Đế: "蠻夷大長老".

Làm sao sánh nổi một người
Lão già ở chốn lạc loài Man Di

不進行

雨師涕泣馮夷怒
五指山前水暴注
白波終日走蛇龍
青山兩岸皆豺虎
舟楫紛紛同一流
下灘人喜上灘愁
百丈長繩挽不進
舟中年少皆白頭

162. Bất tiến hành

Dịch nghĩa: (Bài hành[1]) Thuyền đi không tiến tới được
Thần mưa khóc đầm đìa, còn thần nước[2] lại cuồng nộ. Trước núi Ngũ Chỉ[3], nước tuôn đổ xuống. Sóng bạc cuồn cuộn suốt cả ngày như rồng rắn đua lượn. Hai bên bờ, núi xanh như đầy hổ, sói. Thuyền chèo rộn rã cùng nhau trên dòng nước. Khi thuyền xuống ghềnh thác thì mọi người vui mừng, khi ngược dòng thì đầy lo lắng, âu sầu. Dây thừng dài trăm trượng kéo thuyền mãi vẫn không tiến lên được. Khiến trai trẻ trong thuyền cũng bạc cả mái đầu.

---

[1] Thể *hành* là một thể thơ nhạc phủ trong cổ phong biến ra.
[2] *Thần mưa* (Vũ sư), *thần nước* (Bằng di).
[3] *Núi Ngũ Chỉ*: tên một dãy núi ở tỉnh Quảng Đông, núi có năm ngọn như năm ngón tay chỉ lên trời.

Dịch thơ

Thuyền đi không tiến tới được (Bài hành)

Thần mưa tầm tã khóc than
Cuồng điên thần nước dâng tràn hờn căm
Nước tuôn cuồn cuộn trung tâm
Trước núi Ngũ Chỉ ầm ầm ghê thay
Bạc đầu sóng vỗ đêm ngày
Rắn rồng uốn lượn tung bay đất trời
Sói hùm nhan nhản ngược xuôi
Đôi bờ dựng đứng cao vời núi xanh
Thuyền chèo rộn rã lênh đênh
Xuôi theo dòng nước đồng hành miên man
Vui mừng xuống thác bình an
Sầu lo vượt thác gian nan hãi hùng
Tiến lên bất lực nản lòng
Dây thừng trăm thước hoài công mong chờ
Trên thuyền trai tráng thẫn thờ
Tóc như bạc trắng bơ phờ thảm thương

三烈廟

蔡女生雛[1]卓女奔
落花飛絮不勝言
千秋碑碣顯三烈
萬古綱常屬一門
地下相看[2]無愧色
江邊何處吊貞魂
清時多少鬚如戟
說孝談忠各自尊

163. Tam liệt miếu

Dịch nghĩa: Miếu Tam Liệt[3]

Nàng Thái[4] *sinh con, nàng Trác*[5] *theo trai. Hoa rụng tơ bay nói sao cho xiết. Bia kệ ngàn năm làm rạng danh ba người đàn bà tiết liệt. Cương thường vạn cổ gom chung vào một nhà. Dưới đất nhìn nhau, sắc mặt không hổ thẹn. Trên bến sông, nơi đâu để viếng hồn trinh tiết. Thời bình lắm kẻ vểnh râu như ngọn kích. Nói hiếu, bàn trung đều tự suy tôn mình.*

---

[1] 離

[2] 逢

[3] *Miếu Tam Liệt*: tác giả chú thích như sau: "Khoảng niên hiệu Chính Đức nhà Minh (1506-1521), Lưu Thời Cửu đi nhậm chức, thuyền tới đây (nơi lập miếu) bị bọn cướp giết. Vợ là Trương thị, thiếp là Quách thị, con gái là Lưu thị đều không chịu nhục, nhảy xuống sông chết. Khoảng năm Gia Tĩnh (1522-1526) cả ba được biểu dương và lập miếu thờ".

[4] *Nàng Thái*: chỉ Thái Diễm, tự Văn Cơ, con gái Thái Ung, cuối đời Đông Hán, kết duyên với Vệ Trọng Đạo gặp lúc loạn lạc, bị quân Hung nô bắt đi, gả cho người Hung nô, sau mười hai năm, sinh được hai con. Sau Tào Tháo, bạn của Thái Ung đem vàng bạc sang chuộc về gả cho Đổng Tự. Thái Văn Cơ là tác giả bài *Bi phẫn thi*.

[5] *Nàng Trác*: chỉ Trác Văn Quân, con gái Trác Vương Tôn, đời Tây Hán, goá chồng về nhà ở. Tư Mã Tương Như đến dự tiệc, thấy nàng, bèn gẩy khúc *Phượng Cầu Hoàng* để tỏ tình. Trác Văn Quân bỏ nhà trốn đi theo.

Dịch thơ

Miếu Tam Liệt

Quê người, nàng Thái sinh con
Bỏ nhà, nàng Trác đắm hồn theo trai
Tơ bay hoa rụng một trời
Lời không tả xiết ngậm ngùi mênh mang
Ngàn năm bia đá tổ tường
Hiển vinh liệt nữ ba nàng thuở xưa
Cương thường vạn cổ hằng mơ
Thuộc về tất cả một nhà đẹp sao
Gặp nhau dưới đất tự hào
Vẫn không hổ thẹn với nhau bao giờ
Bến sông vô vọng mịt mờ
Viếng hồn trinh phụ thần thờ tìm đâu
Thời bình bao kẻ để râu
Vểnh như giáo mác theo nhau ngang tàng
Nói trung bàn hiếu tràng giang
Tự cao tự đại khoa trương một bầy

桂林瞿閣部

中原大勢已頹唐
竭力孤城控一方
終日死中心不動
千秋地下髮猶長
殘明廟社多秋草
全越山河盡夕陽
共道中華尚[1]節義
如何香火太[2]淒涼

164. Quế Lâm Cù Các Bộ

Dịch nghĩa: Ông Các Bộ họ Cừ[3] ở Quế Lâm[4]

Thế lớn ở Trung Nguyên đã sụp đổ. (Ông) vẫn dốc sức giữ thành cô lập, khống chế một phương trời. Suốt ngày trước cái chết, lòng không nao núng. Ngàn thu nằm dưới đất tóc vẫn dài[5]. Tông miếu xã tắc nhà Minh suy tàn, đầy cỏ thu. Sông núi cả nước Việt[6] đều nhuộm bóng chiều. Mọi người đều nói Trung Hoa trọng tiết nghĩa. Sao ở đây hương khói lại lạnh tanh như vậy.

---

[1] 高

[2] 大

[3] *Ông Các Bộ họ Cù*: là Cù Thức Trĩ, đỗ tiến sĩ đời Minh, đời Sùng Trinh giữ chức Tuần phủ Quảng Tây. Sau khi nhà Thanh chiếm Trung Quốc, Quế vương xưng đế ở Triệu Khánh, phong Thức Trĩ là Đông Các Đại Học sĩ (gọi tắt là Các bộ), vua thất bại chạy về Vân Nam, Thức Trĩ vẫn ở lại giữ thành Quế Lâm, thành bị vây hãm, ông tuẫn tiết.

[4] *Quế Lâm*: thuộc tỉnh Quảng Tây.

[5] Ý nói Thức Trĩ không chịu hàng phục người Mãn Thanh, chết vẫn trọn lòng trung, vẫn để tóc dài, không chịu cạo đầu để tóc tết đuôi sam.

[6] *Việt*: ở đây chỉ các tỉnh Phúc Kiến, Chiết Giang, Quảnh Đông, Quảng Tây

Dịch thơ

Ông Các Bộ họ Cù ở Quế Lâm

Trung Nguyên hùng mạnh vô cùng
Cuối cùng sụp đổ suy vong bẽ bàng
Giữ thành đơn độc kiên cường
Sức tàn khống chế một phương kiêu hùng
Lòng không rúng động vẫy vùng
Suốt ngày sống chết ung dung đương đầu
Tóc dài bất khuất trước sau
Thiên thu lòng đất thẳm sâu mãi còn
Cổ thụ khắp chốn héo hon
Nhà Minh tông miếu vùi chôn điêu tàn
Núi sông cõi Việt triền miên
Chiều tà nhuộm bóng khắp miền phôi pha
Thường nghe truyền tụng Trung Hoa
Thượng tôn tiết nghĩa gần xa một lòng
Mà sao hương khói lửa hồng
Lạnh tanh hiu hắt vô cùng thê lương

桂林公舘

荒草惹流螢
閒階夜氣清
寒燈留鬼影
虛帳聚蚊聲
牢落春無分
蹉跎老自驚
城頭聞畫角
自語到天明

165. Quế Lâm công quán

Dịch nghĩa: Công quán ở Quế Lâm

Trong đám cỏ hoang, những con đom đóm bay lập lòe. Ngoài thềm vắng vẻ, khí trời đêm trong mát. Ngọn đèn lạnh lẽo như giữ lại những bóng ma. Màn thưa có những tiếng vo ve của loài muỗi xúm lại. Quạnh hiu tàn tạ, mùa xuân không đến với mình. Tháng năm trôi qua vô ích càng thêm sợ tuổi già. Đầu thành nghe tiếng tù vọng lên. Độc thoại một mình mãi cho đến khi trời sáng.

Dịch thơ

Công quán ở Quế Lâm

Cỏ hoang đom đóm lượn lờ
Tung bay loạn xạ vật vờ trên không
Thềm nhà vắng vẻ vô cùng
Đêm thanh trong mát mênh mông một trời
Ngọn đèn lạnh lẽo chơi vơi
Hình ma bóng quỷ gọi mời về đây
Màn thưa mỏng mảnh lắt lay
Vo ve tiếng muỗi lướt bay ngỡ ngàng
Quạnh hiu tàn tạ dặm trường
Vô duyên túi phận vấn vương xuân về
Mỏi mòn vô nghĩa lê thê
Da mồi tóc bạc tái tê giật mình
Tù và vang vọng đầu thành
Thì thầm đến sáng một mình trầm tư

題韋盧集後

詩人不得見
見詩如見人
大山興寶藏
獨鶴出風塵
針芥易相感
越胡難自親
三唐千載後
寂寞久無聞

166. Đề Vi Lư tập hậu

Dịch nghĩa: Đề sau tập thơ hai nhà Vi, Lư[1]

Các nhà thơ không còn trông thấy nữa. Đọc thơ như đã thấy người. Thơ của hai ông như kho báu trên ngọn núi lớn. Như cánh chim hạc lẻ loi bay thoát khỏi gió bụi trần gian. Nam châm và hạt cải là những vật dễ bị cuốn hút nhau. Còn tôi với hai ông, người ở đất Việt, kẻ ở đất Hồ khó gần gũi được. Một ngàn năm sau của thời Tam Đường[2]*. Vắng lặng từ lâu không còn nghe thấy ai nổi tiếng về thơ nữa.*

---

[1]*Vi, Lư*: Vi là nhà thơ đời Đường, Vi Ứng Vật. Lư có thể là nhà thơ đời Đường, Lư Luân.

[2] *Tam Đường*: thời đại nhà Đường chia làm ba thời kỳ: Sơ Đường, Thịnh Đường, Trung Đường.

Dịch thơ

Đề sau tập thơ hai nhà Vi, Lư

Thi nhân tuyệt tích về đâu
Chẳng còn trông thấy bấy lâu ngậm ngùi
Xem thơ như đã thấy người
Núi cao kho báu tuyệt vời thi ca
Cô liêu cánh hạc cõi xa
Phong trần giải thoát cõi thơ mơ màng
Cải thụ kim hút vấn vương
Người Hồ kẻ Việt ngỡ ngàng khó thân
Tam Đường thời đại miên man
Ngàn năm biến đổi xoay vần trước sau
Mà nay vắng lặng mịt mù
Nhà thơ nổi tiếng còn đâu cõi trần

過天平

分水山前二水分
天平水面自嶙峋
一杯空奠臨江廟
千古誰為砌石人
半嶺溪泉皆入楚
滿洲碑碣已非秦
舟人爭指家鄉近
惱殺殊方老使臣

167. Quá Thiên Bình

Dịch nghĩa: Qua sông Thiên Bình[1]

Trước núi Phân Thủy[2]*, con sông chia hai dòng nước. Mặt sông Thiên Bình gợn sóng từ đá gập ghềnh. Một chén rượu dâng lễ suông tại ngôi miếu bên sông. Ngàn xưa ai là người xếp đá dựng nên. Khe suối của nửa triền núi đều chảy vào đất Sở. Khắp vùng những bia đá không còn thuộc về nước Tần. Nhà thuyền tranh nhau chỉ trỏ quê nhà họ gần đó. Làm sứ thần già ở phương khác đến não lòng buồn bã vô cùng.*

---

[1] *Thiên Bình*: là tên sông ở trước núi Phân Thủy, thuộc tỉnh Hồ Nam. Câu dưới cũng nói đến Tần, Sở, vậy chắc thuộc tỉnh Hồ Nam.

[2] *Núi Phân Thủy*. dãy núi thuộc tỉnh Hồ Nam.

Dịch thơ

Qua sông Thiên Bình

Núi non Phận Thủy trập trùng
Con sông nước chảy đôi dòng thênh thênh
Mặt sông sóng gợn Thiên Bình
Từ những hòn đá gập ghềnh nhấp nhô
Lễ suông dâng chén rượu trơ
Ven sông mờ mịt miếu xưa cuối trời
Mênh mang thiên cổ xa vời
Đá chồng xếp lớp ai người dựng nên
Chảy vào đất Sở triền miên
Suối khe đổ xuống nửa triền núi cao
Khắp vùng bia đá thuở nào
Nước Tần cũng chẳng thuộc vào nữa đâu
Nhà thuyền vì chuyện không đâu
Quê mình gần lắm cãi nhau tranh giành
Não lòng chất ngất buồn tênh
Sứ thần già lão lênh đênh quê người

望湘山寺

古佛無量唐世人
湘山寺裏有真身
真身一夜燼炎火
古寺千年空暮雲
五嶺峯巒多氣色
全州城郭在風塵
孤舟江上憑欄處
一帶松杉半夕曛

168. Vọng Tương Sơn tự

Dịch nghĩa: Ngắm cảnh chùa Tương Sơn[1]

Phật Vô Lượng[2] *xưa là người đời Đường. Trong chùa Tương Sơn còn lưu lại chân thân*[3] *(của ngài). Một đêm chân thân bị lửa thiêu cháy hết. Chùa cổ ngàn năm chỉ còn mây chiều phủ kín. Núi đèo Ngũ Lĩnh nhiều khí sắc. Thành quách Toàn Châu*[4] *ngập chìm gió bụi. Dựa lan can trên chiếc thuyền lẻ loi trên sông. Trong dãy cây tùng cây sam, một nửa đã nhuốm bóng chiều.*

---

[1] *Tương Sơn*: núi thuộc tỉnh Quảng Tây.

[2] *Phật Vô Lượng*: Phật có lòng từ bi rộng rãi bao dung với mọi chúng sinh. Ở đây chỉ Huyền Trang, người Đường, sang Ấn Độ thỉnh kinh, sau thành Phật.

[3] *Chân thân*: thân thể người tu đắc đạo.

[4] *Toàn Châu*: nay là Toàn Hiệu, thuộc phía bắc tỉnh Quảng Tây.

Dịch thơ

Ngắm cảnh chùa Tương Sơn

Người dân của nước Đại Đường
Là Phật Vô lượng vẻ vang cõi trần
Nơi ngôi chùa cổ Tương Sơn
Vẫn còn lưu giữ chân thân thuở nào
Một đêm tai họa ập vào
Chân thân bị ngọn lửa thiêu rụi tàn
Ngàn năm cổ tự triền miên
Mây chiều phủ kín cõi miền tịch liêu
Một trời khí sắc trông theo
Muôn trùng Ngũ Lĩnh núi đèo nhấp nhô
Toàn Châu thành quách dãi dầu
Ngập tràn gió bụi mịt mù mênh mông
Lan can tựa bóng long đong
Cô liêu thuyền lướt trên sông lững lờ
Tùng sam một rặng xa xa
Bóng chiều nhuộm nửa mịt mờ tàn phai

永州柳子厚故宅

衡嶺浮雲瀟水波
柳州故宅此非耶
一身斥逐六千里
千古文章八大家
血指汗顏誠苦矣
清溪嘉木奈愚何
壯年我亦為材者
白髮秋風空自嗟

169. Vĩnh Châu Liễu Tử Hậu cố trạch

Dịch nghĩa: Nhà cũ của Liễu Tử Hậu[1] ở Vĩnh Châu[2]

Trên núi Hành Lĩnh[3] mây nổi, sông Tiêu[4] sóng gợn. Nơi đây có phải nhà cũ của Liễu Châu. Một thân bị đày ải nơi xa sáu ngàn dặm. (Lại là) một trong tám văn hào lớn[5] của văn chương ngàn đời. (Như) ngón tay người thợ bầm máu, mặt đỏ mồ hôi, thật là khốn khổ[6]. Khe nước trong, cây tốt, sao lại mang tiếng ngu[7], biết làm sao. Thời trẻ, ta cũng là người có tài. Nay bạc đầu, tự mình than vãn trước gió thu.

---

[1] *Liễu Tử Hậu*: tức Liễu Tông Nguyên người Hà Đông, đời Đường, tự Tử Hậu, đỗ Tiến sĩ năm 21 tuổi, nổi tiếng tài hoa. Làm quan chủ trương cải cách chính trị xã hội, hạn chế đặc quyền của quan lại, quý tộc nên sau bị đi đày ở Vĩnh Châu, Liễu Châu và chết tại đây.

[2] *Vĩnh Châu*: tên đất thuộc tỉnh Hồ Nam.

[3] *Hành Lĩnh*: tức núi Hành sơn thuộc tỉnh Hồ Nam.

[4] *Sông Tiêu*: nhánh sông huyện Linh Lăng, tỉnh Hồ Nam hợp lưu với sông Tương nên gọi là sông Tiêu Tương.

[5] *Tám văn hào lớn*: Đường Tống bát đại gia: Hàn Dũ, Liễu Tông Nguyên, Âu Dương Tu, Tô Tuân, Tô Thức, Tô Triệt, Tăng Củng, Vương An Thạch.

[6] Trong bài *Tế Liễu Tử Hậu văn,* Hàn Dũ có nói: "Ví như người thợ vụng, tay bầm máu, mặt đỏ mồ hôi, còn ông thợ khéo thì đứng khoanh tay. Văn chương ông Liễu không được dùng, còn bọn nịnh thần được thảo chiếu, chế của nhà vua."

[7] Trong *Ngu khê thi tự,* Liễu Tông Nguyên có viết: "嘉木異石錯置, 皆山水之奇者, 以余故, 咸以愚辱焉" (Cây tốt, đá lạ do hóa công bố trí, đều là những kỳ diệu của sơn thủy, chỉ vì tôi ngu mà lụy theo).

Dịch thơ

Nhà cũ của Liễu Tử Hậu ở Vĩnh Châu

Mây trôi Hành Lĩnh mịt mù
Sông Tiêu gợn sóng lô xô cuối trời
Liễu Châu nhà cũ một thời
Phải chăng ở chốn ngậm ngùi này đây
Tấm thân ruồng bỏ một ngày
Sáu ngàn dặm cõi lưu đày thê lương
Lưu truyền thiên cổ văn chương
Tám văn hào lớn vẻ vang thuở nào
Ngón tay rỉ máu đớn đau
Mồ hôi đẫm mặt khổ sao vô cùng
Cây tươi tốt nước khe trong
Ngu hèn mang tiếng tận cùng thế sao
Một thời trai trẻ tài cao
Mà nay đầu bạc nghẹn ngào gió thu

湘江夜泊

一去六十里
悠悠江水長
浮雲連五嶺
明月會三湘
別浦分新[1]色
遥空失故鄉
鶴來人不見
晚樹鬱滄滄

170. Tương giang dạ bạc

Dịch nghĩa: Đêm đậu thuyền trên sông Tương

Đi một mạch sáu mươi dặm. Sông nước tuôn chảy dài dằng dặc. Mây bay trôi nổi nối liền dãy Ngũ Lĩnh. Trăng sáng tụ lại trên những dòng sông Tam Tương[2]. Bến sông xa cách với màu sắc mới lạ. Nhìn về phương trời xa xăm lạc nẻo cố hương. Hạc bay trở về[3] nhưng không thấy người xưa đâu. Ngàn cây chiều tối xanh lạnh lẽo.

---

[1] 秋

[2] *Tam Tương*: sông Tương bắt nguồn từ huyện Hưng An, tỉnh Quảng Tây chảy theo hướng bắc đến huyện Linh Lăng, tỉnh Hồ Nam, sau hợp với sông Tiêu thành Tiêu Tương, rồi chảy lên phía bắc huyện Hành Dương hợp với sông Chung gọi là Chung Tương, lại chảy về hạ lưu gặp sông Nguyên thành sông Nguyên Tương cho nên gọi là Tam Tương.

[3] Sách *Hoàn vũ ký* kể Phí Văn Vĩ nghỉ tại đây rồi cỡi hạc vàng lên cõi tiên nên đặt tên lầu Hoàng Hạc, lầu này ở phía tây huyện Vũ Xương, tỉnh Hồ Bắc, gần vùng Tương Giang.

Dịch thơ

Đêm đậu thuyền trên sông Tương

Thuyền đi xuyên suốt nẻo xa
Sáu mươi dặm đã vượt qua muôn trùng
Miên man sông nước mênh mông
Cuốn trôi dằng dặc bềnh bồng xa khơi
Mây bay trải khắp một trời
Nối liền Ngũ Lĩnh dãy dài mây bay
Vầng trăng tỏa sáng đêm nay
Chiếu soi hội tụ tràn đầy Tam Tương
Bến sông xa cách vấn vương
Sắc màu mới lạ ngỡ ngàng hiện ra
Xa xăm trời rộng vô bờ
Cố hương lạc mất mịt mờ về đâu
Trở về cánh hạc dãi dầu
Ngậm ngùi nào thấy trước sau bóng người
Cây xanh lạnh lẽo cuối trời
Chìm trong u tối tàn phai bóng chiều

湘潭吊三閭大夫

一

好修人去二千載
此地猶聞蘭芷[1]香
宗國三年悲放逐
楚辭萬[2]古擅文章
魚龍江上無殘骨
杜若洲邊有衆芳
極目傷心何處是
秋風落木[3]過沅湘

171. Tương Đàm điếu Tam Lư đại phu I

Dịch nghĩa: Đến Tương Đàm[4] viếng Tam Lư Đại phu[5] I
Người ham muốn tu dưỡng đức tốt ra đi đã hai ngàn năm. Đất này còn thoang thoảng mùi hương của hoa lan, cỏ chỉ[6]. Ba năm bị đày xa tổ quốc[7] khôn xiết đau buồn. (Nhưng) muôn đời Sở Từ[8] vẫn là áng văn chương tuyệt tác. Trên sông đầy cá, rồng, không tìm thấy nắm xương tàn. (Nhưng) bên bãi sông đầy hoa đỗ nhược[9]có thêm những giống cỏ thơm. Nhìn hết tầm mắt, đau lòng vì chẳng biết(dấu tích) cũ ở nơi đâu, Chỉ thấy gió thu thổi lá cây rụng qua sông Nguyên Tương[10].

---

[1] 茝
[2] 千
[3] 葉
[4] *Tương Đàm*: tên huyện của tỉnh Hồ Nam.
[5] *Tam Lư Đại phu*: chức quan của Khuất Nguyên, chưởng quản các quan thuộc vương tộc nước Sở.
[6] *Hoa lan, cỏ chỉ*: giống hoa cỏ có mùi thơm. Thơ Khuất Nguyên có câu: "Bờ sông Nguyên có cỏ chỉ, bờ sông Lễ có hoa lan". Ý muốn nói đến sự cao khiết.
[7] Nguyên văn 宗國, đồng nghĩa với 國 (nước nhà), 祖國 (tổ quốc).
[8] *Sở Từ*: là tuyển tập thi ca lãng mạn đầu tiên của văn học Trung Quốc, tương truyền là một thể thơ mới do quan đại phu Khuất Nguyên nước Sở sáng tác.
[9] *Đỗ nhược*: một giống cỏ thơm. *Ly tao*: "Hái hoa đỗ nhược ở bãi thơm".
[10] Xem chú số 2, Bài 170.

Dịch thơ

Đến Tương Đàm viếng Tam Lư Đại phu

I

Là người dưỡng đức tu tâm
Hai ngàn năm đã biệt tăm cõi trần
Đất này thoang thoảng miên man
Hương thơm cỏ chỉ hoa lan tuyệt vời
Ba năm cố quốc ngậm ngùi
Lưu đày lữ thứ cuối trời mênh mang
Sở Từ một áng văn chương
Muôn đời tuyệt tác vẻ vang vô cùng
Trên sông thủy quái cá rồng
Nắm xương tàn giữa muôn trùng còn đâu
Cỏ thơm chen chúc trước sau
Ven sông đỗ nhược trắng màu nở hoa
Mắt nhìn xa thẳm nhạt nhòa
Chốn xưa khuất nẻo mịt mờ xót thương
Gió thu hiu hắt xốn xang
Nguyên Tương sông rụng lá vàng tả tơi

二

楚國冤魂葬此中
烟波一望渺何窮
直教憲令行天下

何[1]有離騷繼國風
千古誰人憐獨醒
四方何處托孤忠
近時每好為奇服
所佩椒蘭更不同

172. II

Dịch nghĩa: II

Hồn oan của người nước Sở[2] chôn vùi tại chốn này đây. Vời trông khói sóng mênh mông chẳng biết đến đâu là cùng. Ví như hiến lệnh[3] được ban hành trong thiên hạ. Thì làm gì có được Ly tao nối tiếp Quốc phong[4]? Ngàn xưa, có ai thương người một mình tỉnh táo[5]. Bốn phương có chốn nào gửi được tấm lòng cô trung. Gần đây, mỗi khi người ta thích trang phục lạ[6]. Nhưng thứ hoa tiêu, hoa lan[7] của họ đeo chẳng giống ông chút nào.

Dịch thơ
II

Đất này xưa đã chôn vùi
Oan hồn nước Sở lạc loài xót xa
Xa trông khói sóng mịt mờ
Biết đâu tận cõi bến bờ mênh mông

---

[1] 豈
[2] Chỉ Khuất Nguyên.
[3] *Hiến lệnh*: pháp lệnh do Khuất Nguyên làm giúp Sở Hoài Vương.
[4] *Ly tao*: là tác phẩm nổi tiếng của Khuất Nguyên. *Quốc phong*: chỉ *Kinh thi*.
[5] Thiên *Ngư phủ* trong *Sở từ* có câu: "眾人皆醉我獨醒" (Mọi người đều say, chỉ có một mình ta tỉnh).
[6] Khuất Nguyên nói trong *Sở từ* là lúc trẻ mình thích phục sức lạ như đeo gươm dài, đội mũ cao, khoác vòng hoa thơm, ý nói mình thích sự tu dưỡng thanh cao khác người.
[7] *Hoa tiêu, hoa lan*: các thứ hoa Khuất Nguyên thường đeo, để tỏ lòng cao khiết của mình.

Nếu như hiến lệnh cuối cùng
Thi hành khắp chốn mọi vùng dân gian
Sẽ không xuất hiện cõi trần
Quốc Phong kế tục xuất thần Ly Tao
Biết ai muôn thuở nghẹn ngào
Thương người thức tỉnh cô liêu giữa đời
Bốn phương khắp chốn đất trời
Cô trung biết gửi ngậm ngùi nơi đâu
Gần đây thiên hạ đua nhau
Lạ kỳ trang phục sắc màu mê man
Hoa tiêu cùng với hoa lan
Trên người chẳng giống thi nhân thuở nào

反招魂

魂兮魂兮胡不歸
東西南北無所依
上天下地皆不可
鄢郢城中來何為
城郭猶是人民非
塵埃滾滾污人衣
出者驅車入踞坐
坐談立議皆皐夔
不露爪牙與角毒
咬嚼人肉甘如飴
君不見湖南數百州
只有瘦瘠無充肥

魂兮魂兮率此道
三皇之後非其時
早斂精神返太極
慎勿再返令人嗤
後世人人皆上官
大地處處皆汨羅
魚龍不食豺虎食
魂兮魂兮奈魂何

173. Phản Chiêu hồn

Dịch nghĩa: Phản lại "Chiêu hồn"[1]

Hồn ơi, hồn ơi, sao chẳng về. Đông tây nam bắc không chốn nương tựa. Lên trời xuống đất đều không được. Còn trở về thành Yên thành Dĩnh[2] làm gì. Thành quách còn đây, nhân dân đã khác. Bụi bặm mù bay làm dơ bẩn quần áo. Ra ngoài thì ruồi xe, vào nhà ngồi chễm chệ. Đứng ngồi bàn bạc như hai bậc hiền thần Cao, Quỳ[3]. Không để lộ ra nanh vuốt nọc độc. Mà cắn xé thịt người ngọt xớt. Không thấy sao mấy trăm châu ở Hồ Nam. Chỉ có người gầy gò, không ai béo tốt. Hồn ơi, hồn ơi, nếu cứ noi theo lối đó. Thì sau Tam Hoàng[4] không hợp thời nữa. Hãy sớm thu góp tinh thần trở lại Thái Cực[5]. Đừng trở lại đây nữa để người ta mai mỉa. Đời sau đều là Thượng quan[6]. Khắp mặt đất đều là sông Mịch La[7]. Cá rồng không ăn, sói hùm cũng nuốt. Hồn ơi! hồn ơi! hồn làm sao đây.

---

[1] *Chiêu hồn*: tên một bài từ của Tống Ngọc làm để gọi hồn Khuất Nguyên.
[2] *Thành Yên, thành Dĩnh (Sính)*: thành Yên thuộc đất Sở, thành Dĩnh là kinh đô nước Sở, cả hai đều thuộc tỉnh Hồ Bắc.
[3] *Cao, Quỳ*: Cao Dao, Hậu Quỳ, tên hai bậc hiền thần đời Ngu Thuấn.
[4] *Tam Hoàng*: có thể chỉ ba vị vua cổ nhất của Trung Quốc, đó là Phục Hy, Thần Nông, Hoàng Đế.
[5] *Thái cực*: cõi vô cực, vũ trụ vô cùng vô tận.
[6] *Thượng quan*: tức Thượng quan Ngân Thượng, người dèm pha Khuất Nguyên với Sở Hoài Vương.
[7] *Mịch La*: con sông thuộc huyện Tương Âm, tỉnh Hồ Nam.

Dịch thơ

Phản lại "Chiêu hồn"

Hồn ơi hồn hỡi mê man
Sao chưa về cõi trần gian đợi chờ
Đông tây nam bắc vật vờ
Không nơi nương náu thẫn thờ mênh mông
Lên trời xuống đất chẳng xong
Thành Yên, thành Dĩnh ruổi rong làm gì
Còn đây thành quách lê thê
Dân cư thay đổi khác lề thói xưa
Bụi bay cuồn cuộn mịt mờ
Bám đầy lem luốc ngẩn ngơ áo người
Ngựa xe rộn rã cửa ngoài
Trong nhà chễm chệ chỗ ngồi uy nghi
Đứng ngồi bàn luận thị phi
Như bậc khanh tướng Cao, Quỳ ngày xưa
Mà không để lộ bao giờ
Vuốt nanh, nọc độc quỷ ma ẩn mình
Thịt người cắn xé tan tành
Gặm xương ngọt xớt rùng mình xiết bao
Hãy xem cho rõ một điều
Hồ Nam tàn tạ tiêu điều trăm châu
Người người gầy guộc héo sầu
Mấy ai béo tốt được đâu trên đời
Hồn ơi hồn hỡi, hồn ơi

Về đâu một nẻo đường đời tan hoang
Theo sau thời đại Tam Hoàng
Thời không thích hợp bàng hoàng thở than
Sớm lo thu góp tinh thần
Trở về Thái cực thoát trần tiêu dao
Chớ quay về chốn lao xao
Để người cười cợt đớn đau vô vàn
Đời sau chỉ thấy cõi trần
Gian thần nhan nhản Thượng quan muôn người
Khắp nơi ngang dọc ngược xuôi
Mịch La sông chảy cõi đời mênh mông
Cá rồng không nuốt hãi hùng
Thì sau hổ sói lạnh lùng xé nhai
Hồn ơi hồn hỡi hồn ơi
Biết làm sao nữa than ôi phũ phàng

辯[1]賈

不涉湖南道
安知湘水深
不讀懷沙賦
安識屈原心
屈原心湘江水
千秋萬秋清見底
古今安得同心人
賈生一賦徒為耳
烈女從來不二夫
何得栖栖相九州
未必古人知有我
眼中湘水空悠悠

174. Biện Giả

Dịch nghĩa: Biện bác Giả Nghị[2]

Không đi qua đất Hồ Nam. Sao biết nước sông Tương sâu. Không đọc bài phú Hoài sa[3]. Sao hiểu nỗi lòng của Khuất Nguyên. Lòng Khuất Nguyên như nước sông Tương. Ngàn năm vạn năm vẫn trong suốt thấy đáy. Xưa nay mấy ai có được bạn đồng tâm. Bài phú của thư sinh họ Giả chẳng có nghĩa lý gì[4]. Liệt nữ xưa nay không lấy hai chồng. Cần gì phải tất bật đi khắp chín châu tìm vua khác. Chưa

---

[1] 辨

[2] *Giả Nghị*: người Lạc Dương, một nhà từ phú, chính trị luận nổi tiếng đời Tây Hán, giữ chức Thái trung đại phu, chủ trương cải cách nên bị quan thần bài xích nên bị đổi đi làm thái phó ở phủ Trường Sa vương, Lương Hoài vương. Khi đi qua sông Tương làm bài phú *Viếng Khuất Nguyên*, ngụ ý than thở cảnh ngộ mình.

[3] *Bài phú Hoài sa*: là một thiên trong Cửu Chương của Khuất Nguyên, bày tỏ tâm sự bi phẫn vì không gặp thời, không ai dùng đến tài năng của mình, chỉ còn biết dùng cái chết để kết thúc nỗi khổ đau vô hạn.

[4] Trong bài phú *Viếng Khuất Nguyên* của Giả Nghị có câu tỏ ý nên đi tìm vua khác ở chín châu mà thờ, sao phải ôm lấy cố đô ấy.

chắc người xưa biết có ta. Trước mắt dòng sông Tương lững lờ mãi trôi.

Dịch thơ

Biện bác Giả Nghị

Hồ Nam chưa ghé bấy lâu
Sông Tương nào biết nước sâu không ngờ
Nếu chưa đọc phú Hoài Sa
Khuất Nguyên khó hiểu sâu sa tỏ tường
Lòng Khuất Nguyên nước sông Tương
Muôn ngàn năm đáy nước thường trong veo
Xưa nay có được bao nhiêu
Đồng tâm bạn hữu sớm chiều buồn vui
Chỉ là vô nghĩa mà thôi
Giả Sinh làm phú trách người cô trung
Liệt nữ không lấy hai chồng
Tìm vua chín cõi hoài mong vật vờ
Cổ nhân nào biết đến ta
Sông Tương trong mắt lững lờ mãi trôi

長沙賈太傅

絳灌武人何所知
孝文澹泊憚更為
立談不展平生學
事職何妨至死悲
天降奇才無用處
日斜異物有來時
湘潭咫尺相鄰近
千古相逢兩不違

175. Trường Sa Giả thái phó

Dịch nghĩa: Giả Thái Phó[1] ở Trường Sa

Giáng, Quán[2] là bọn võ biền có biết gì. Vua Hiếu Văn[3] không tha thiết gì, sợ thay đổi. Đứng suông mà bàn luận không thể bày tỏ hết cái học cả đời mình. Làm tròn chức phận[4] còn ngại gì mà đến nỗi phải chết đau thương. Trời ban cho tài lạ mà không có chỗ dùng đến. Trong bóng chiều tà có lúc chim lạ[5] đến. Tương Đàm với nơi đây gần gũi trong gang tấc. (Sống cách nhau) ngàn năm, gặp nhau, đôi bên đâu có gì trái nghịch nhau.

---

[1] Tức là Giả Nghị.

[2] *Giáng, Quán*: Giáng Hầu và Quán Anh, hai võ tướng, khai quốc công thần nhà Hán, được Hán Văn Đế trọng dụng.

[3] *Hiếu Văn*: tức Hán Văn Đế (179-159 TCN).

[4] *Làm tròn chức phận*: trong lúc Giả Nghị làm Thái phó Phủ cho Lương Hoài Vương, chẳng may Hoài Vương ngã ngựa chết. Giả Nghị cho là mình không làm tròn phận sự nên buồn phiền rồi năm sau chết lúc 33 tuổi.

[5] *Chim lạ* (dị vật): Giả Nghị ở Trường Sa ba năm, một hôm có con chim lạ đến đậu ở chỗ ngồi, ông lo lắng cho là điềm gở.

Dịch thơ

Giả Thái Phó ở Trường Sa

Võ biền Giáng Quán biết gì
Hiền Văn đạm bạc chẳng hề đổi thay
Đừng bàn luận việc hăng say
Bình sinh học hỏi phô bày hết đâu
Giữ tròn chức phận trước sau
Hại gì đến nỗi chết đau đớn lòng
Không nơi dùng đến thỏa lòng
Kỳ tài trời phú cuối cùng phôi phai
Ngày tàn bóng xế chơi vơi
Bóng chim điềm gở bên đời buồn thay
Chỉ là gang tấc cho hay
Tương Đàm so với chốn này đâu xa
Ngàn xưa cách biệt mịt mờ
Hai ta gặp mặt chẳng xa cách lòng

初秋感興

一

蕭蕭木落楚江空
無限傷心一夜中
白髮生憎班定遠
玉門關外老秋風

176. Sơ thu cảm hứng I

Dịch nghĩa: Cảm hứng đầu thu I

Sông Sở[1] *tiêu điều lá cây rụng bời bời. Trong một đêm xiết bao nỗi đau lòng. Ban Định Viễn*[2] *rất ghét mái tóc cứ bạc trắng ra. Cứ ở mãi ngoài cửa Ngọc Môn*[3]*, già với gió thu.*

Dịch thơ

Cảm hứng đầu thu

I

Quạnh hiu sông Sở cuối trời
Lá khô rơi rụng tơi bời thê lương
Một đêm chất ngất đau thương
Giận hờn tóc trắng bàng hoàng Ban Siêu
Ngọc Môn ngoài cửa hắt hiu
Già nua theo gió thu heo hút về

二

江上西風木葉稀
寒蟬終日噪高枝
其中自有清商調
不是愁人不許知

[1] *Sông Sở*: tức sông Tương.
[2] *Ban Định Viễn*: tức Ban Siêu, tướng nhà Hán. Thời Đông Hán có công chinh phục các nước Tây Vực được phong tước Định Viễn Hầu, làm đô hộ Tây Vực ba mươi năm, đầu bạc mới trở về.
[3] *Ngọc Môn*: một cửa ải phía bắc Trung Quốc, thuộc tỉnh Cam Túc từ đường thủy thông sang nước Tây Vực.

177. II

Dịch nghĩa: II

Gió tây thổi trên sông, lá cây thưa thớt. Ve sầu bị lạnh suốt ngày kêu trên cành cao. Trong tiếng ve kêu có điệu thanh thương[1]. Không phải người có nỗi buồn thì không thể biết được.

Dịch thơ

II

Gió tây thổi lướt trên sông
Lá cây xơ xác theo dòng nước trôi
Ve sầu lạnh lẽo chơi vơi
Cành cao kêu suốt ngày trời than van
Nghe chừng réo rắt chứa chan
Thanh thương cung điệu miên man bồi hồi
Sẽ không thấm thía ngậm ngùi
Nếu không là khách u hoài sầu thương

楚望

荊襄千里古名都
一半襟江一帶[2]湖
天假富彊供百戰
地留缺陷限三吳
秋風落日皆鄉望
流水浮雲失霸圖
孫索劉分何處在
蒼[1]然一望盡平蕪

---

[1] *Điệu thanh thương*: âm điệu buồn nhất trong ngũ âm của cổ nhạc.

[2] 半

178. Sở vọng

Dịch nghĩa: Xa trông về đất Sở[2]

Kinh, Tương[3] *ngàn dặm là đất kinh đô nổi tiếng thời xưa. Một nửa sông bao quanh, một nửa là hồ. Trời ban cho giàu mạnh, để cung cấp cho hàng trăm trận đánh. Đất để chừa khuyết lõm để ngăn cách Tam Ngô*[4]*. Gió thu, bóng xế là lúc trông ngóng về quê nhà. Nước chảy mây trôi, cuốn sạch hết mưu đồ làm bá chủ. Đâu rồi đất họ Tôn đòi, họ Lưu*[5] *chiếm giữ? Trông ra chỉ thấy xanh um một vùng cỏ hoang.*

Dịch thơ

Xa trông về đất Sở

Kinh, Tương ngàn dặm xa xôi
Kinh đô cổ kính một thời nổi danh
Nửa này hồ rộng thênh thênh
Nửa kia uốn chảy vây quanh sông dài
Phú cường ban tặng từ trời
Trăm trận cung ứng trong ngoài thuở xưa
Đất đai khuyết lõm tách ra
Tam Ngô cách trở gần xa đất trời
Gió thu bóng xế chiều phai

---

[1] 愴

[2] *Sở*: là tên một nước lớn thời Chiến Quốc. Chỉ đất Hồ Bắc và Hồ Nam.

[3] *Kinh, Tương*: nước Sở, vốn tên là Kinh, còn gọi là Kinh Sở, nay thuộc tỉnh Hồ Nam; *Tương*: là đất Tương Dương (nay thuộc tỉnh Hồ Bắc).

[4] *Tam Ngô*: ba miền nước Ngô (Tôn Quyền) gồm Ngô Hưng, Ngô Quận và Cối Kê thời Tam Quốc, nay thuộc tỉnh Hồ Bắc.

[5] *Họ Tôn, họ Lưu*: tức Tôn Quyền và Lưu Bị, cùng tranh đất Kinh Châu . Chuyện thời Tam Quốc, Tôn Quyền đòi đất Kinh Châu là nơi Lưu Bị mượn của Lưu Biểu, nhưng Lưu Bị giữ luôn không chịu trả.

Chạnh lòng trông ngóng xa vời cố hương
Mây trôi nước chảy tang thương
Tiêu tan tất cả bá vương mưu đồ
Mênh mông mờ mịt còn đâu
Tranh đòi chiếm cứ đối đầu Tôn, Lưu
Trông theo chỉ thấy âm u
Một vùng cỏ mọc xanh màu hoang vu

耒陽杜少陵墓

一

天古文章天古師
平生佩服未常離
耒陽松柏不知處
秋浦[1]魚龍有所思
異代相憐空灑[2]淚
一窮至此豈工詩
掉頭舊症醫痊未
地下無令鬼輩嗤

[1] 滿
[2] 有

179. Lỗi Dương Đỗ Thiếu Lăng mộ I

Dịch nghĩa: Mộ Đỗ Thiếu Lăng[1] ở Lỗi Dương[2] I

Văn chương lưu lại muôn thuở, là bậc thầy muôn đời. Suốt đời ta không lúc nào không ngớt khâm phục. Cây tùng cây bách ở Lỗi Dương, biết ở nơi đâu. Cá rồng ở bến sông thu[3], chạnh lòng tưởng nhớ. Ở hai thời đại khác nhau, thương nhau, luống rơi lệ. Cùng khổ đến thế phải chăng vì tại thơ hay? Chứng bệnh lắc đầu[4] ngày trước, nay đã khỏi chưa? Dưới suối vàng đừng để cho lũ quỷ cười mình.

Dịch thơ

Mộ Đỗ Thiếu Lăng ở Lỗi Dương

I

Lưu truyền thiên cổ văn chương
Bậc thầy thiên hạ vẻ vang muôn đời
Một đời bái phục khôn nguôi
Còn đâu tùng bách một thời Lỗi Dương
Bến sông thu lạnh nhớ thương
Ngư long tịch mịch vấn vương bây giờ
Thời nay tuy khác thời xưa

---

[1] *Đỗ Thiếu Lăng*: chỉ Đỗ Phủ (712-770), nhà thơ vĩ đại đời Thịnh Đường. Vì có nhà ở đất Thiếu Lăng, phía nam Trường An (nay là tỉnh Thiểm Tây) nên có biệt hiệu là Thiếu Lăng.

[2] *Lỗi Dương*: vùng đất phía đông nam huyện Hành Dương, tỉnh Hồ Nam.

[3] *Cá rồng ở bến sông thu*: ý từ hai câu thơ của Đổ Phủ trong bài *Thu hứng* (kỳ 4): "魚龍寂寞秋江冷, 故國平居有所思" (Cá rồng vắng vẻ sông thu lạnh, Nước cũ ngày nào cứ tưởng mơ).

[4] *Chứng bệnh lắc đầu*: về già Đỗ Phủ mắc nhiều bệnh như tê liệt, điếc. Chứng bệnh lắc đầu có thể nói về tình trạng Đỗ Phủ bị điếc nên không hiểu ai nói gì nên hay lắc đầu?

Thương nhau rơi lệ thẫn thờ lệ rơi
Tột cùng khốn khổ giữa đời
Phải đâu hệ lụy tuyệt vời thi ca
Lắc đầu bệnh cũ khỏi chưa
Suối vàng chớ để quỷ đùa ma trêu

二

每讀儒冠多誤身
千年一哭杜陵人
文章光燄成何用
男女呻吟不可聞
共羨詩名師百世
獨悲異域寄孤墳
扁舟江上多秋思
悵望耒陽日暮雲

180. II

Dịch nghĩa: Mộ Đỗ Thiếu Lăng ở Lỗi Dương II

Mỗi lần đọc câu "Mũ áo nhà nho thường làm lụy thân mình"[1]. Lại một lần khóc thương cho người đất Đỗ Lăng sống ngàn năm trước. Văn chương sáng ngời dùng được việc gì. Trai gái rên khóc[2] chẳng đành lòng nghe. Ai cũng khen tài thơ đáng bậc thầy muôn thuở. Riêng ta buồn thương cho ông phải gửi nấm mồ cô đơn nơi đất

[1] Ý thơ trong bài *Phụng tặng Vi tả thừa trượng nhị thập nhị vận* của Đỗ Phủ: "儒冠多誤身" (Mũ áo nhà Nho thường làm lụy thân mình).

[2] Trong bài *Càn Nguyên trung ngụ Đồng Cốc huyện tác ca thất thủ* của Đỗ Phủ có đoạn tả cảnh mùa đông, Đỗ Phủ đầu bạc tóc rối đi đào khoai rừng. Nhưng tuyết xuống nhiều quá, phải về không và có câu:"男呻女吟四壁靜" (Con trai gái than kêu rên, bốn vách lặng ngắt).

khách. Thả chiếc thuyền con trên sông, tứ thu dào dạt. Buồn bã trông đám mây chiều ở Lỗi Dương.

Dịch thơ

II

Câu thơ ngâm đọc mỗi lần
Nhà Nho vướng lụy bụi trần điêu linh
Đà bao lần khóc một mình
Người từ thiên cổ tài tình Đỗ Lăng
Bấy lâu ngời sáng văn chương
Cũng thành vô dụng bẽ bàng thế gian
Con trai con gái khóc than
Cắn răng thinh lặng dối gian cũng đành
Muôn người khen ngợi tôn vinh
Bậc thầy thơ phú nổi danh muôn đời
Riêng ta thương xót phận người
Mộ phần cõi khách ngậm ngùi đơn côi
Trên sông thuyền nhẹ lướt trôi
Ý thu dào dạt một trời mênh mang
Buồn trông vời vợi vấn vương
Hoàng hôn mây phủ Lỗi Dương mịt mù

湘陰夜

滿目皆秋色
滿江皆月明
寂寥今夜望
遷謫古人情
秋水從西來
茫然通洞庭
靜夜息吟嘯
毋使蛟龍驚

181. Tương Âm dạ

Dịch nghĩa: Đêm ở Tương Âm[1]

Đầy trong mắt là sắc thu khắp mọi nơi. Ánh trăng sáng cũng trải đầy khắp dòng sông. Đêm nay, nhìn cảnh vắng lặng. Chạnh lòng nhớ đến người xưa bị lưu đày[2]*. Dòng nước thu chảy đến từ phía tây. Chảy thông vào hồ Động Đình rộng mênh mông. Đêm tĩnh lặng, thôi đừng ngâm nga nữa. Chớ làm cho loài giao long kinh động.*

---

[1] *Tương Âm*: tên một huyện tỉnh Hồ Bắc ở phía đông sông Tương.
[2] Ý thơ tưởng nhớ đến Khuất Nguyên.

Dịch thơ

Đêm ở Tương Âm

Sắc thu tràn ngập mắt ai
Trăng soi lấp lánh sáng ngời khắp sông
Đêm nay tăm tối mông lung
Tịch liêu khắp nẻo xa trông mịt mờ
Chạnh lòng tưởng nhớ xót xa
Lưu đày giáng chức người xưa thuở nào
Phương tây tuôn đổ dạt dào
Dòng thu nước chảy sớm chiều mãi trôi
Chảy về tận cõi xa xôi
Động Đình hồ rộng cuối trời mênh mang
Trong đêm tĩch lặng thê lương
Ngâm nga thôi chớ vấn vương mơ mòng
Khiến cho xao động một vùng
Vực sâu thăm thẳm giao long kinh hoàng

登岳陽樓

危樓峙高岸
登臨何壯哉
浮雲三楚盡
秋水九江來
往事傳三醉
故鄉空一涯
西風倚孤檻
鴻雁有餘哀

182. Đăng Nhạc Dương lâu

Dịch nghĩa: lên lầu Nhạc Dương[1]

Tòa lầu cao đứng sừng sững bên bờ cao. Đứng trên cao nhìn xuống, phong cảnh thật tráng lệ biết bao. Đám mây trôi nổi che khắp miền Tam Sở[2]*. Nước thu từ chín dòng sông*[3] *đổ về. Việc xưa truyền lại có người ba lần say sưa ở lầu này*[4]*. Quê hương chỉ còn một góc trời trống trải mênh mông. Trước ngọn gió phía tây thổi về, một mình đứng tựa vào lan can. Nghe vẳng lại tiếng chim hồng, chim nhạn bay qua thêm buồn bã.*

---

[1] *Lầu Nhạc Dương*: tên một tòa lầu danh tiếng ở cửa tây thành Nhạc Dương, tỉnh Hồ Nam do Trương Duyệt đời Đường xây, đối mặt với hồ Động Đình.

[2] Xem chú số 3, Bài 143.

[3] *Chín dòng sông*: chín dòng sông đổ vào hồ Động Đình, sông Phong, sông Nguyên, sông Tương, sông Tư, sông Dương Tử,...

[4] *Ba lần say*. Lã Động Tân đời Đường thi hỏng, được Chung Ly Quyền dạy thuật trường sinh. Người đời liệt Lã Động Tân vào hàng Bát Tiên. Ông có hai câu thơ: "三醉岳陽人不識, 朗吟飛過洞庭湖" (Ba lần say ở lầu Nhạc Dương mà không ai biết, Ngâm vang, bay qua hồ Động Đình).

Dịch thơ

Lên lầu Nhạc Dương

Lầu cao sừng sững ven sông
Lên trên khoáng đạt mênh mông tuyệt vời
Khắp miền Tam Sở chơi vơi
Mây trôi phủ kín một trời tái tê
Chín dòng sông chảy tuôn về
Mùa thu con nước lê thê sớm chiều
Từng nghe chuyện cũ thuở nào
Ba lần túy lúy liêu xiêu một người
Cố hương khuất bóng ngậm ngùi
Xa trông vời vợi cuối trời mênh mang
Lan can tựa bóng mơ màng
Gió tây hiu hắt vấn vương vật vờ
Còn đây văng vẳng gần xa
Tiếng chim hồng, nhạn xót xa u buồn

黃鶴樓

何處神仙經幾時
猶留仙跡此江湄
今來古往盧生夢
鶴去樓空崔顥詩
檻外煙波終渺渺
眼中草樹尚依依
衷情無限憑誰訴
明月清風也不知

183. Hoàng hạc lâu

Dịch nghĩa: Lầu Hoàng Hạc[1]

Thần tiên ở nơi đâu đến đã trải qua bao đời. Vẫn còn lưu lại dấu tiên ở bến sông này. Việc mới đến, việc cũ qua như giấc mộng của chàng họ Lư[2]*. Hạc bay đi mất, lầu trống vắng, chỉ còn lại vần thơ của Thôi Hiệu*[3]*. Khói sóng phía ngoài lan can vẫn mênh mang. Trong mắt, cây và cỏ vẫn như xưa. Biết cùng ai bày tỏ niềm cảm xúc từ đáy lòng mình, Trăng trong, gió mát cũng đâu hiểu được (nỗi niềm này).*

---

[1] *Lầu Hoàng Hạc*: xem chú số 3, Bài 170.

[2] *Giấc mộng của chàng họ Lư*: đời Đường, Lư sinh thi hỏng, nghỉ trọ ở Hàm Đan, gặp đạo sĩ cho mượn cái gối để nằm ngủ. Lúc bấy giờ chủ quán đang nấu nồi kê, Lư sinh nằm ngủ thấy mình lấy con gái họ Thôi, rồi đỗ tiến sĩ, cuối cùng làm quan Tể tướng, hưởng đủ mọi vinh hoa phú quý trên đời trên mười năm, nhưng đến khi tỉnh dậy nồi kê vẫn chưa chín.

[3] *Thôi Hiệu*: nhà thơ đời Đường, người Biện Châu tỉnh Hà Nam nổi tiếng vì bài thơ đề trên lầu Hoàng Hạc với câu: "黃鶴樓昔人已乘黃鶴去, 此地空餘黃鶴樓" (Người xưa cưỡi hạc vàng bay đi mất, Nơi này chỉ còn trơ lại lầu Hoàng Hạc)

Dịch thơ

Lầu Hoàng Hạc

Trải qua bao thuở đổi dời
Thần tiên ngự đến từ nơi chốn nào
Bên sông thuở ấy sớm chiều
Thần tiên dấu tích tiêu dao cõi trần
Cổ kim lai vãng xoay vần
Chỉ là giấc mộng chập chờn Lư Sinh
Bay đi cánh hạc mong manh
Vần thơ Thôi Hiệu tâm tình lầu không
Lan can ngoài cõi mông lung
Mịt mờ khói sóng mênh mông vô bờ
Cỏ cây trong mắt gần xa
Vẫn còn nguyên vẹn như xưa sắc màu
Biết ai bày tỏ trước sau
Tâm tư vô hạn từ sâu đáy lòng
Dù cho gió mát trăng trong
Cũng không hiểu được tấm lòng này đâu

漢陽晚眺

霸王陳跡屬悠悠
漢水滔滔晝夜[1]流
龜鶴兩山相對岸
神仙一去只空樓
詩成草樹皆千古
日暮鄉關共一愁
想像當年吹笛夜
白蘋紅蓼滿汀洲

184. Hán Dương vãn thiếu

Dịch nghĩa: Ngắm cảnh chiều ở Hán Dương[2]
Dấu cũ của bá vương[3] đã đi về cõi mông lung. Dòng sông Hán[4] đêm ngày chảy cuồn cuộn. Hai ngọn núi Quy, Hạc[5] hai bên bờ đối mặt nhau. Khi thần tiên đã đi rồi chỉ còn tòa lầu hoang vắng[6]. Thơ làm xong, cỏ cây cũng cùng thơ được lưu danh ngàn năm[7]. Chiều xuống ai cùng chung một mối sầu nhớ quê hương[8]. Còn tưởng như vào đêm

---

[1] 夜晝

[2] *Hán Dương*: là một huyện thuộc tỉnh Hồ bắc, cách Vũ Xương một con sông. Vũ Xương là nơi có lầu Hoàng Hạc.

[3] *Bá vương*: Hán Dương cũng là nơi tranh bá đồ vương ngày trước.

[4] *Sông Hán*: một nhánh sông của Trường Giang.

[5] *Quy, Hạc*: hai ngọn núi ở bờ sông Dương Tử.

[6] *Lầu hoang vắng*: chỉ lầu Hoàng Hạc ở bên kia sông.

[7] Ý từ thơ *Hoàng Hạc lâu* của Thôi Hiệu: "晴川歷歷漢陽樹, 芳草萋萋鸚鵡洲" (Mặt sông lúc trời tạnh, phản chiếu cây cối Hán Dương rõ mồn một, Cỏ thơm trên bãi Anh Vũ mơn mởn xanh tươi).

[8] Ý từ thơ Thôi Hiệu (*Hoàng Hạc lâu*): "日暮鄉關何處是" (Chiều tà, quê hương ở nơi chốn nào)

thổi sáo[1] năm nào. Chỉ thấy bến sông đầy tràn rau tần trắng và rau liệu hồng mà thôi.

Dịch thơ

Ngắm cảnh chiều ở Hán Dương

Bá vương dấu tích còn đâu
Mà nay thuộc cõi mơ hồ xa xôi
Triền miên cuồn cuộn mãi trôi
Một dòng sông Hán cuối trời mênh mông
Ngọn Quy đỉnh Hạc sánh cùng
Đôi bờ vách núi muôn trùng cheo leo
Thần tiên khuất bóng phiêu diêu
Lầu trơ còn đó quạnh hiu ngậm ngùi
Vần thơ sáng tạo một thời
Cỏ cây để tiếng muôn đời chưa phai
Quê hương sầu nhớ ngậm ngùi
Chiều tàn bóng xế chơi vơi chạnh lòng
Dường như văng vẳng mông lung
Du dương tiếng sáo nhớ nhung đêm nào
Bên sông tràn ngập sắc màu
Rau tần rau liệu chen nhau trắng hồng

[1] Ý từ thơ của Lý Bạch: "黄鶴樓中吹玉笛" (Trong lầu Hoàng Hạc có tiếng sáo ngọc thổi).

灄口道中

秋滿楓林霜[1]葉紅
小猧[2]嗥出短籬東
數畦秫[3]稻雞豚外
一帶茅茨楊柳中
鴻嶺隔年虛宿夢
白頭千里走秋風
茫然不辨[4]還鄉路
觸[5]目浮雲處處同

185. Nhiếp khẩu đạo trung

Dịch nghĩa: Trên đường Nhiếp Khẩu[6]

Sắc thu ngập tràn rừng phong, sương nhuộm đỏ lá cây. Tiếng chó con sủa ầm vang phía hàng rào thấp phía đông. Vài thửa ruộng lúa nếp còn thêm gà heo. Một dãy nhà tranh trong rặng dương liễu. Xa núi Hồng Lĩnh một năm trời, chỉ mộng mị suông. Mái tóc bạc vẫn lặn lội trong gió thu ngoài ngàn dặm. Mịt mù xa thẳm không còn nhận ra đường trở về quê nhà. Mây trôi nổi ngợp mắt, trông nơi đâu cũng thấy như nhau.

---

1 露
2 蛙, 蝸
3 村秔
4 識
5 滿
6 *Nhiếp Khẩu*: thị trấn ở cửa sông Nhiếp Giang, phía đông thành Vũ Hán.

Dịch thơ

Trên đường Nhiếp Khẩu

Rừng phong tràn ngập sắc thu
Lá cây nhuộm đỏ một màu sương giăng
Bên hàng rào thấp chắn ngang
Phía đông chó sủa âm vang liên hồi
Heo gà quanh quẩn tới lui
Ngoài kia lúa nếp ven trời bao la
Ngàn cây dương liễu gần xa
Nhà tranh núp bóng chơ vơ ẩn mình
Một năm mộng mị buồn tênh
Núi non Hồng Lĩnh mong manh mịt mù
Hắt hiu ngàn dặm gió thu
Lê thê lữ thứ bạc đầu long đong
Cõi xa thăm thẳm mênh mông
Nẻo về nào biết mông lung quê nhà
Mây trôi trong mắt nhạt nhòa
Ngập tràn khắp chốn mịt mờ mây trôi

李家寨早發

曉色何滄茫
初日隱山腹
路上人既行
枝頭鳥猶宿
萬古一紅塵
其中皆碌碌
犬噬竹村中
定有高人屋

186. Lý gia trại tảo phát

Dịch nghĩa: Sáng sớm từ Lý gia trại[1] ra đi

Sắc trời ban mai thật là bát ngát. Mặt trời mới mọc còn nấp trong lòng núi. Trên đường, đã có người đi. Đầu cành, chim còn ngủ. Muôn thuở vẫn một đám bụi hồng. Trong đó mọi người bận rộn, tất bật. Trong xóm trúc có tiếng chó sủa. Chắc có nhà của bậc cao nhân.

Dịch thơ

Sáng sớm từ Lý gia trại ra đi

Bình minh cảnh sắc chơi vơi
Lung linh bát ngát đất trời mênh mang
Mặt trời chớm mọc mơ màng
Ẩn mình dưới núi nhẹ nhàng lên cao

---

[1] *Lý gia trại*: trang trại của nhà họ Lý mà đoàn đi sứ của Nguyễn Du ghé nghỉ lại.

Đầu cành chim ngủ liêu xiêu
Trên đường đã thấy lao xao bóng người
Bụi hồng muôn thuở cõi đời
Người người tất bật ngược xuôi vô vàn
Chó kêu thôn trúc xa gần
Đinh ninh nhà của cao nhân chốn này

武勝關

谷口雄關武勝名
古時此地限蠻荊
一兵不設自雄壯
百載承平無戰爭
半日樹蔭[1]隨馬背
十分秋意到[2]蟬聲
傷心千里一迴首
滿目楚山無限青[3]

187. Vũ Thắng quan

Dịch nghĩa: Ải Vũ Thắng[4]

Cửa ải hùng tráng ở khe núi mang tên ải Vũ Thắng. Thời xưa, nơi này giới hạn đất Man Kinh[5]*. Không cần đóng quân canh giữ, tự nó đã hùng tráng. Trăm năm nay hưởng thái bình, không có chiến tranh. Suốt nửa ngày, bóng cây chạy đuổi theo lưng ngựa. Mười*

---

[1] 陰

[2] 到意

[3] 情

[4] *Vũ Thắng*: cửa ải Vũ Thắng, ở phía nam huyện Tín Dương, tỉnh Hà Nam.

[5] *Man Kinh*: chỉ vùng đất nước Sở. Thời xưa nước Sở gọi là Kinh và là đất Nam Man, nên thường gọi là Man Kinh.

phần, ý thu đến trong tiếng ve kêu. Trên đường ngàn dặm, đau lòng quay đầu lại. Mắt ngợp núi nước Sở, xanh biết bao.

Dịch thơ

Ải Vũ Thắng

Mang tên Vũ Thắng oai hùng
Cửa quan khe núi giữa vùng bao la
Đất này vào thuở xa xưa
Man Kinh chia cách cõi bờ từ đây
Chẳng cần quân đóng cho hay
Vốn luôn hùng tráng xưa nay giữa đời
Chiến tranh chấm dứt trong ngoài
Trăm năm tận hưởng an vui thái bình
Ngàn cây loáng thoáng chênh vênh
Nửa ngày lưng ngựa bóng hình cuốn theo
Ý thu trọn vẹn sớm chiều
Vấn vương day dứt ve kêu não lòng
Xa xăm ngàn dặm muôn trùng
Ngoảnh đầu nhìn lại chạnh lòng xót xa
Ngập tràn trong mắt mịt mờ
Trập trùng núi Sở vô bờ ngát xanh

信陽即事

河南首信陽
天下此中央
片石存申國
重山限楚彊
馬鳴思飼秣
民食半秕糠
白髮秋何恨
西風遍異鄉

188. Tín Dương tức sự

Dịch nghĩa: Tức cảnh ở Tín Dương[1]

Tín Dương là vùng đất trọng yếu của Hà Nam. Đây là trung tâm của thiên hạ. Vẫn còn đó tấm bia đá của nước Thân[2]*. Núi non trùng điệp ngăn chia bờ cõi nước Sở. Tiếng ngựa kêu réo bên máng ăn. Dân đói phải ăn cơm trộn nửa phần là tấm cám. Mùa thu tưởng như vô hạn, mái tóc đã bạc phơ. Cơn gió từ phía tây đã thổi tràn khắp trên đất khách, quê người.*

Dịch thơ

Tức cảnh ở Tín Dương

Tín Dương thủ phủ Hà Nam
Bao la thiên hạ trung tâm chốn này

---

[1] *Tín Dương*: tên một huyện thuộc tỉnh Hà Nam, ở đây có bức thành cổ nên gọi là thành Tín Dương.

[2] *Nước Thân*: một nước cũ do Vũ Vương nhà Chu lập ra để phong cho con cháu Bá Di, Thúc Tề.

Nước Thân phiến đá còn đây
Ngăn chia cõi Sở núi vây trùng trùng
Ngựa đòi rơm thóc kêu mong
Tấm cám trộn nửa lót lòng người dân
Gió tây đất khách lan tràn
Thu về tóc trắng muộn phiền mênh mang

偶興

信陽城上動悲笳
秋滿河南百姓家
萬里鄉心回首處
白雲南下不勝多

189. Ngẫu hứng

Dịch nghĩa: Ngẫu hứng

Trên thành Tín Dương vang lên tiếng khèn lá sầu bi. Sắc thu tràn ngập nhà dân đất Hà Nam. Lòng nhớ quê xa vạn dặm, quay đầu nhìn lại. Mây trắng bay về phía nam nhiều không xiết kể.

Dịch thơ

Ngẫu hứng

Tiếng khèn bi thảm buồn tênh
Nỉ non da diết trên thành Tín Dương
Thu về tràn ngập vấn vương
Hà Nam khắp chốn nẻo đường nhân gian
Hồn quê muôn dặm chứa chan

Ngoảnh đầu nhìn lại miên man u hoài
Cõi nam mây trắng chơi vơi
Bồng bềnh phủ kín một trời mênh mông

渡淮有感淮陰侯作[1]

尋常一飯報千金
五載君臣分誼[2]深
推食解衣難背[3]德
藏弓烹狗亦甘心
百蠻谿峒留苗裔
兩漢山河變古今
惆悵江頭思往事
斷雲衰草滿[4]淮陰

190. Độ Hoài hữu cảm Hoài Âm hầu tác

Dịch nghĩa: Qua sông Hoài[5] nhớ Hoài Âm hầu[6]

---

[1] BK không có chữ 作
[2] 議
[3] 倍
[4] 隔
[5] *Sông Hoài*: sông ở phía bắc thành Tín Dương, bắt nguồn từ Hà Nam đến An Huy, ra biển nam vịnh Giao Châu.
[6] *Hoài Âm hầu*: tức Hàn Tín đời Hán, người đất Hoài Âm, nhờ Tiêu Hà tiến cử, được phong đại tướng, trong năm năm giúp Hán Cao tổ lập được nhiều công trạng, được phong Tề vương, sau đổi thành Sở vương. Về sau có người tố cáo oan cho ông là mưu phản, Hán Cao tổ giả vờ đi chơi đất Vân Mộng, bắt về giáng làm Hoài Âm Hầu. Sau bị Lã Hậu giết ba họ.

Chỉ một bữa cơm thường mà đền đáp ngàn vàng[1]. Năm năm tình nghĩa vua tôi thật sâu sắc. Ơn đức nhường cơm sẻ áo thật khó quên[2]. Dù chịu cảnh "cất cung giết chó" cũng cam lòng[3]. Trong khe động đất Man còn để lại dòng giống[4]. Núi sông hai nhà Hán thay đổi theo thời gian. Qua bến sông, ngậm ngùi nhớ lại chuyện cũ. Mây tan rã, cỏ úa tàn tràn ngập đất Hoài Âm.

Dịch thơ

Qua sông Hoài nhớ Hoài Âm hầu

Dù cho một bữa cơm xoàng
Đền ơn đáp nghĩa ngàn vàng như không
Năm năm thắm thiết một lòng
Quân thần tình nghĩa thủy chung vẹn toàn
Khó quên ân đức vô vàn
Nhường cơm sẻ áo chứa chan tâm tình
Giấu cung giết chó vô tình
Cắn răng nhẫn nhục cũng đành cam tâm
Bách Man khe động âm thầm
Lưu truyền dòng giống thăng trầm đến nay
Sơn hà Lưỡng Hán cho hay
Cổ kim biến đổi bao ngày tang thương

---

[1] Hồi trẻ, Hàn Tín nhà nghèo, gặp bà Phiếu Mẫu cho ăn một bữa cơm. Lúc làm Sở vương, Tín vời Phiếu Mẫu đến trả ơn ngàn vàng.

[2] Nhắc lại câu nói của Hàn Tín: "Vua Hán trao ấn thượng tướng cho ta, cấp cho mấy vạn quân, cởi áo cho mặc, nhường cơm cho ăn, ta nói điều gì vua đều nghe, bàn kế gì vua đều dùng, nên ta mới được như thế này".

[3] Đây là thủ đoạn của các ông vua gian hùng đời phong kiến. Đánh bại địch rồi thì giết các công thần, sợ họ cướp mất ngôi vua, cũng như săn được mồi rồi thì cất cung giết chó, không dùng nữa.

[4] Tương truyền khi Hàn Tín bị nạn, hai người bạn là Tiêu Hà và Khoái Triệt giấu nàng hầu của Tín đã có mang vào trong rừng núi phương nam, nên sau này họ Hàn mới còn nòi giống.

Qua sông cập bến vấn vương
Chuyện xưa kỷ niệm nhớ thương ngậm ngùi
Mây trôi tan rã chơi vơi
Hoài Âm cỏ úa tàn phai ngập tràn

渡淮[1]有感文丞將[2]

山河風景尚依然
丞相孤忠萬古傳
一渡淮河非故宇
重來江左更何年
哀衷[3]觸處鳴金石
怨血歸時化杜鵑
南北只今無異俗
夕陽無限往來船

191. Độ Hoài hữu cảm Văn Thừa tướng

Dịch nghĩa: Qua sông Hoài[4] cảm nhớ Văn Thừa tướng[5]

---

1 河
2 相
3 忠忠
4 *Sông Hoài*: thuộc phần đất hai tỉnh An Huy, Giang Tô. Khi nước Tống bị người Kim đánh bại, phải cắt đất để cầu hoà, lấy sông Hoài làm ranh giới. Từ sông Hoài trở lên bắc thuộc về Kim, trở xuống nam thuộc về nhà Tống. Từ ấy nhà Tống gọi là Nam Tống, còn gọi là miền Giang Tả vì ở tả ngạn sông Hoài.
5 *Văn Thừa tướng*: tức Văn Thiên Tường, hiệu Văn Sơn, người Giang Tây, làm thừa tướng nhà Nam Tống. Khi quân Nguyên vượt sông Hoài đánh xuống nam, Thiên Tường khởi binh chống cự, được phong là Hữu thừa tướng. Quân Tống thua, nhà Tống mất. Văn Thiên Tường bị bắt giam ở Yên Kinh 3 năm, không chịu khuất phục nhà Nguyên nên bị giết. Văn Thiên Tường nổi tiếng với kiệt tác *Chính khí ca,* khẳng khái, lẫm liệt được lưu truyền muôn thuở.

Phong cảnh núi sông vẫn y nguyên như thuở nào. Vẫn còn truyền mãi muôn đời tấm lòng cô trung của Thừa tướng. Vượt qua sông Hoài thì không còn là đất cũ nữa. Biết đến năm nào mới lại trở về Giang Tả. Nỗi lòng bi thương đến nơi đâu cũng có những lời thơ như vàng, đá[1]*. Máu oan khuất khi trở về sẽ trở thành chim đỗ quyên*[2]*. Đến nay phong tục Nam, Bắc không còn khác nhau nữa*[3]*. Trong ánh chiều tà thuyền bè xuôi ngược nhiều khôn xiết kể.*

Dịch thơ

Qua sông Hoài nhớ Văn Thừa tướng

Còn đây phong cảnh núi sông
Lưu truyền Thừa tướng cô trung muôn đời
Sông Hoài khuất nẻo xa vời
Chẳng còn cõi đất vùng trời thuở xưa
Trùng phùng Giang Tả bến bờ
Năm nào trở lại mong chờ bấy lâu
Lòng sầu về đến nơi đâu
Lời thơ vàng đá theo nhau xuất thần
Thân mang dòng máu oán hờn
Đỗ quyên hóa kiếp xác thân trở về
Bắc Nam phong tục xưa kia
Đến nay không khác nhau gì nữa đâu
Chiều buông bóng xế mịt mù
Thuyền bè tấp nập chen nhau vô vàn

---

[1] Khi Văn Thiên Tường bị bắt, ông có làm hai tập thơ ghi lại cảnh ngộ của mình. Đó là bài *Chỉ nam lục* và *Chỉ nam hậu lục*.

[2] Thơ Văn Thiên Tường có câu: "從今别卻江南路, 化作啼鵑帶血歸" (Từ nay cách biệt Giang Nam, Khi trở về sẽ thành con chim đỗ quyên kêu ra máu).

[3] Ý nói ngày nay nước Trung Quốc đã thống nhất.

河南道中酷暑

河南秋八月
殘暑未消融
路出涼風外
人行烈日中
途長嘶倦馬
目斷滅歸鴻
何處推車漢
相看碌碌同

192. Hà Nam đạo trung khốc thử

Dịch nghĩa: Nắng gắt trên đường Hà Nam[1]

Tiết thu, tháng tám ở Hà Nam. Khí nóng tàn vẫn chưa tan hết. Ra đường phía ngoài có gió mát. Người đi giữa nắng gay gắt của mặt trời. Dặm đường dài, ngựa mệt mỏi hí vang. Mỏi mắt trông, không còn thấy bóng chim hồng bay về. Anh đẩy xe kia quê ở đâu? Nhìn nhau thấy vất vả như nhau.

Dịch thơ

Nắng gắt trên đường Hà Nam

Mùa thu tháng tám Hà Nam
Nồng oi nắng gắt chưa tan khí trời
Ra đường gió mát xa vời
Người đi nắng quái giữa trời chói chang
Đường dài ngựa mệt hí vang
Cánh hồng khuất bóng mất vương lối về

[1] *Hà Nam*: một tỉnh của Trung Quốc, phía nam sông Hoàng Hà.

Quê đâu người đẩy xe kia
Cùng chung vất vả thẫn thờ nhìn nhau

舊許都

許州城漢帝都
曹氏于此移漢圖
受禪臺基已不見
風雨夜夜猶號呼
自古得國當以正
奈何侮寡而欺孤
魏受漢禪晉受魏
前後所出如一途
魏亡晉續更朝代
自此迄[1]今幾千載
其中興廢[2]知幾人
峨峨城堞何曾改
城外青山似舊時
奸雄簒竊人何在
漢人宗廟已無蹤[3]
魏人園陵亦頹敗
蕩蕩城中一片土
亭午市人趨賣買
惟有建安二[4]十五年事
人口成碑終不壞

---

1 日
2 廢興
3 踪
4 二

遠來使我多沉吟
遺臭留[1]芳皆古今
突兀名城當大道
巨奸到此應寒心

193. Cựu Hứa đô

Dịch nghĩa: Thành Hứa Đô[2] cũ

Thành Hứa Châu là nơi vua nhà Hán đóng đô. Họ Tào cướp cơ đồ nhà Hán ở tại nơi này. Không còn thấy nền đài nhận ngôi vua nữa. Chỉ còn nghe thấy đêm đêm tiếng mưa gió thét gào. Từ xưa, để được một nước phải giữ đạo chính nghĩa. Sao lại đi lừa vợ góa, dối con côi nhà người ta[3]. Nhà Ngụy nhận ngôi từ nhà Hán nhường, nhà Tấn lại nhận ngôi nhà Ngụy nhường[4]. Trước, sau đều đi theo con đường đó. Nhà Ngụy tiêu vong, nhà Tấn kế tiếp, các triều đại thay đổi nhau. Từ đó đến nay đã qua mấy ngàn năm rồi. Trong khoảng thời gian đó, biết bao người đã dấy lên rồi lại sụp đổ. Nhưng tòa thành cao chót vót vẫn chưa từng thay đổi. Ở bên ngoài thành, dãy núi vẫn xanh như thuở trước. Lũ gian hùng cướp ngôi đoạt nước kia giờ còn ai nữa đâu? Tôn miếu nhà Hán không còn dấu vết nữa. Lăng tẩm, vườn tược nhà Ngụy cũng đã đổ nát tan hoang. Chỉ còn một miếng đất rộng ở trong thành. Buổi trưa bao người họp chợ chen nhau mua bán. Duy có việc xảy ra năm thứ hai mươi lăm đời Kiến An[5]. Đã thành bia miệng để đời không bao giờ mất. Khiến cho ta từ xa đến cứ suy nghĩ mãi. Việc lưu tiếng thơm và để tiếng thối xưa nay đều vẫn thế. Tòa thành nổi tiếng đứng cao ngất trời bên đường cái. Bọn đại gian hùng lúc đến đây sẽ cảm thấy ớn lạnh trong lòng.

---

[1] 流, 遺

[2] *Hứa Đô*: nước Hứa thời xưa, nay ở phía Đông huyện Hứa Xương, tỉnh Hà Nam. Năm Kiến An nguyên niên (196), Tào Tháo dời đô nhà Hán từ Lạc Dương đến đó nên gọi là Hứa Đô.

[3] Chỉ vợ và con của Linh Đế.

[4] Tào Phi bắt Hiến Đế, con của Linh Đế, nhường ngôi cho mình, đổi quốc hiệu là Nguỵ. Sau đó, họ Tư Mã Viêm lại bắt vua Nguỵ nhường ngôi, lập nên nhà Tấn.

[5] Năm thứ 25 thời Kiến An (220), Tào Phi ép Hiến Đế nhường ngôi.

Dịch thơ

Thành Hứa Đô cũ

Kinh thành tráng lệ Hứa Châu
Là nơi vua Hán đóng đô một thời
Họ Tào cướp đoạt động trời
Cơ đồ nhà Hán chôn vùi nơi đây
Nền đài không thấy chốn này
Ngôi vua trao nhận tỏ bày sử xanh
Đêm đêm chỉ thấy hoành hành
Mưa gào gió thét rung rinh đất trời
Xưa nay được nước công khai
Tôn phù chính nghĩa lòng người mới yên
Cớ sao lừa đảo dối gian
Con côi vợ góa làm càn đáng khinh
Hán nhường Ngụy nhận chân thành
Ngụy nhường Tấn nhận chính danh lẽ thường
Tất cả cùng một con đường
Trước sau tin tưởng để nương theo cùng
Đổi thay triều đại xoay vòng
Ngụy tàn Tấn nối hưng vong lẽ thường
Mấy ngàn năm trải tang thương
Đến nay bao kẻ phế hưng trên đời
Tòa thành cao ngất tận trời
Chưa từng thay đổi giữa đời bấy lâu

Ngoài thành vẫn thấy trước sau
Núi non xanh thẳm một màu thuở xưa
Gian hùng soán đoạt ngôi vua
Còn đâu bóng dáng gần xa một người
Hán nhân tôn miếu ngậm ngùi
Chẳng còn dấu tích đất trời mênh mang
Hoa viên lăng tẩm tan hoang
Mà nay đổ nát tang thương không ngờ
Trong thành mảnh đất bao la
Bán buôn họp chợ giữa trưa đầy người
Chỉ duy một việc trên đời
Kiến An năm thứ hai mươi lăm này
Trở thành bia miệng đến nay
Lưu truyền từ đó từng ngày từng đêm
Trầm tư viễn khách đắm chìm
Lưu thơm để thối cổ kim đã từng
Tòa thành cao ngất lẫy lừng
Hiện ra sừng sững giữa đường cái quan
Đại gian hùng cũng thất thần
Trong lòng ớn lạnh vô vàn nơi đây

歐陽文忠公墓

五尺豐碑立道傍
宋朝古墓記歐陽
平生直道無遺憾
千古重泉尚有香
秋草一丘藏鼠貉
名家八大擅文章
長松芝草生何處
樵牧歌吟過夕陽

194. Âu Dương Văn Trung công mộ

Dịch nghĩa: Mộ của Âu Dương Văn Trung[1]

Tấm bia cao năm thước dựng bên đường. Mộ cổ triều Tống khắc ghi tên họ Âu Dương. Suốt đời theo đường ngay thẳng không để lại điều gì đáng ân hận. Ngàn xưa dưới suối vàng vẫn còn thơm ngát mùi hương. Một gò cỏ thu thành nơi ẩn náu đầy chuột, chồn. Văn chương tiếng tăm lừng lẫy đứng vào hàng tám văn hào lớn[2]*. Cây tùng cao và cỏ chi mọc ở chốn nào. Dưới bóng xế chiều, người tiều phu, người chăn trâu nghêu ngao ca hát.*

---

[1] *Âu Dương*: tức Âu Dương Tu (1007-1072), tự Vĩnh Thúc, hiệu Tuý Ông, là một tám văn hào lớn đời Đường - Tống. Âu Dương Tu là một nhà nho cương trực, suốt đời lo tiến cử hiền tài đề bạt kẻ hậu tiến, là người khởi xướng cách tân văn học. Sau khi chết được vua phong tặng thuỵ hiệu Văn Trung.

[2] Xem chú số 5, Bài 169.

Dịch thơ

Mộ của Âu Dương Văn Trung

Bia cao năm thước ven đường
Mộ xưa triều Tống, Âu Dương khắc truyền
Suốt đời chính trực vững bền
Lòng không hối tiếc ưu phiền ung dung
Ngàn năm chín suối muôn trùng
Danh thơm truyền mãi tấm lòng người xưa
Cỏ thụ tàn úa xác xơ
Nấm mồ chồn chuột gần xa náu mình
Văn chương tỏa sáng lưu danh
Tám văn hào lớn quang vinh thuở nào
Cỏ chi cùng với tùng cao
Mọc lên nảy lộc chốn nào mênh mông
Hoàng hôn bóng xế mông lung
Tiều phu hòa giọng mục đồng nghêu ngao

裴晉公墓

蕩蕩秋原丘隴平
墓碑猶誌晉公名
丹心一點留今[1]古
白骨天年隔死生
儘有猷為優將相
無妨形貌厭丹青
傷心近日昭陵樹
一帶啼鵑徹渭城

195. Bùi Tấn Công mộ

Dịch nghĩa: Mộ Bùi Tấn Công[2]

Cánh đồng mùa thu rộng bát ngát, gò đống bằng phẳng. Tấm bia mộ còn ghi tên Tấn Công. Một tấm lòng son còn lưu tiếng xưa nay. Ngàn năm xương trắng chia cách kẻ sống và người chết. Có thừa mưu lược làm tướng văn tướng võ. Hình dung tướng mạo cần chi tô vẽ đỏ xanh[3]*. Đau lòng gần đây thấy trên cây ở Chiêu lăng*[4]*. Tiếng quyên kêu suốt một dải Vị Thành*[5]*.*

---

[1] 千

[2] *Bùi Tấn Công*: tức Bùi Độ, tự Trung Lập, người đời Đường, đậu Tiến sĩ, làm quan dưới triều Đường Hiến Tông, có công dẹp giặc được phong chức Tấn Quốc công, làm tể tướng 30 năm. Sau vì bọn hoạn quan lộng quyền, ông cáo quan, về nhà ngâm vịnh với các nhà thơ đương thời như Bạch Cư Dị, Lưu Vũ Tích.

[3] Hai câu này lấy ý từ chuyện Bùi Độ đề vào bức truyền thần của mình, đại ý: Thân hình không cao, diện mạo không đẹp mà sao làm được tướng văn, tướng võ. Chỉ cái tâm linh thiêng, bút họa không vẽ được. Bùi Độ tướng mạo bình thường nhưng văn võ toàn tài.

[4] *Chiêu lăng*: tên lăng của Đường Thái Tông ở Thiểm Tây, cách đó có một khu táng các văn thần võ tướng có công giúp nước. Có lẽ mộ Bùi Độ táng ở đó.

[5] *Vị Thành*: ở phía tây bắc huyện Trường An, tỉnh Thiểm Tây.

Dịch thơ

Mộ Bùi Tấn Công

Mùa thu bát ngát cánh đồng
Gò cao bằng phẳng một vùng chung quanh
Tấn Công bia mộ ghi danh
Tấm lòng son mãi tôn vinh muôn đời
Ngàn năm xương trắng chia phôi
Tử sinh đôi ngả ngậm ngùi xót xa
Tài năng mưu lược có thừa
Tướng văn tướng võ gần xa tung hoành
Cần gì tô điểm vẽ tranh
Xanh xanh đỏ đỏ tượng hình vô duyên
Chạnh lòng đau xót triền miên
Một ngày trong đám cây miền Chiêu Lăng
Vị Thành một dải mênh mang
Tiếng quyên khắc khoải vấn vương cuối trời

黃河

一氣茫茫混沌前
其來無際去無邊
天潢[1]巨派九千里
聖主休期五百年
懷古未能忘夏禹
至[2]今誰復羨張騫
秋中可有浮槎過
我欲[3]乘之再上天

196. Hoàng Hà

Dịch nghĩa: Sông Hoàng Hà[4]

Một bầu khí mênh mông trước thời hỗn độn[5]. Không biết từ đâu chảy đến, cũng chẳng biết chảy về bến bờ nào. Là nhánh lớn của "Sông Trời", dài chín ngàn dặm[6]. Năm trăm năm là đến thời đại thịnh, bậc vua Thánh[7] (ra đời). Nhớ chuyện xưa, không thể nào quên vua Hạ Vũ[8]. Đến nay còn ai muốn làm như Trương Khiên[9]. Giữa mùa thu, giá như có được người thả bè vượt sông. Ta cũng muốn cưỡi theo bè đó lên trời lần nữa.

---

[1] 河
[2] 只
[3] 興
[4] *Hoàng Hà*: sông lớn ở phía Bắc Trung Hoa.
[5] *Hỗn độn*: thời vũ trụ là khí hỗn nhiên, khi chưa phân trời đất.
[6] Theo truyền thuyết Trung Quốc: sông Hoàng Hà như liền với trời. Thơ Lý Bạch: "黃河之水天上來" (Nước sông Hoàng Hà từ trên trời đổ xuống).
[7] Theo truyền thuyết, cứ năm trăm năm, nước sông Hoàng Hà trong lại một lần, có vua Thánh ra đời, thiên hạ đại thịnh.
[8] *Hạ Vũ*: vua Vũ nhà Hạ cho đào sông ngòi thoát nước, trị thủy sông Hoàng Hà, trừ nạn lụt cho dân.
[9] *Trương Khiên*: người đời Hán, theo Vệ Thanh đánh Hung nô được phong tước hầu.

Dịch thơ

Sông Hoàng Hà

Trước thời hỗn độn xa xôi
Mênh mang nguyên khí sơ khai mịt mờ
Từ đâu lại đến không ngờ
Đi về nào biết cõi bờ ra sao
Hoàng Hà một nhánh trời cao
Chín ngàn dặm chảy tuôn trào miên man
Năm trăm năm sẽ một lần
Ra đời vua Thánh cõi trần hiển linh
Chuyện xưa nhớ mãi ân tình
Đức vua Hạ Vũ tốt lành không quên
Đến nay ai muốn nối truyền
Theo gương người cũ Trương Khiên thuở nào
Giữa thu sông nước dạt dào
Giá như có chiếc bè nào vượt sông
Thì ta cũng muốn theo cùng
Lên trời lần nữa thỏa lòng bấy lâu

黃河阻潦

龍門西上赤雲浮
傾盡崑崙一片秋
百里散流無定派
一波矗起便成洲
麥糕土狗難為食
落梗漂[1]萍失自謀
剩有閒心無罣[2]礙
不妨終日對浮鷗

197. Hoàng Hà trở lạo

Dịch nghĩa: Bị nước lũ sông Hoàng Hà làm tắc đường

Phía tây núi Long Môn[3], mây đỏ nổi. Trút hết cả một mảng trời thu núi Côn Lôn[4] xuống. Nước chảy tràn trăm dặm không có dòng nhất định. Sóng dựng vọt cao lên nổi thành bãi. Bánh bột mạch ép khô, thịt chó thôn dã[5] thật khó ăn. Cành cây gãy rụng, cánh bèo trôi, không tự mình lo toan gì được. Có thừa một tấm lòng nhàn không gì trở ngại. Chẳng ngại suốt cả ngày đối mặt với đám chim âu.

---

[1] 彯

[2] 望

[3] *Long Môn*: tên một dãy núi thuộc địa phận tỉnh Thiểm Tây, Sơn Tây.

[4] *Côn Lôn*: tên một dãy núi ở phía tây Trung Quốc.

[5] Nguyên văn 土狗, là giống chó bản địa vùng cao nguyên phía nam Vạn lý Trường thành, phía đông cao nguyên Tây Tạng và phổ biến ở khắp miền nông thôn Trung Quốc.

Dịch thơ

Bị nước lũ sông Hoàng Hà làm tắc đường

Long Môn dãy núi phía tây
Kéo về đỏ ửng mây bay ngập tràn
Côn Lôn trút đổ xa gần
Mảnh trời thu sắc non ngàn còn đâu
Nước tràn trăm dặm trước sau
Một dòng mãi chảy thấy đâu chốn này
Sóng dâng trào vọt cho hay
Tạo thành bãi đất phô bày nhấp nhô
Chó quê cùng bánh mạch khô
Thức ăn mộc mạc nào ngờ khó trôi
Cánh bèo cành rụng lạc loài
Biết sao mưu tính giữa đời truân chiên
Còn đây một tấm lòng nhàn
Không gì trở ngại cõi trần bao la
Suốt ngày không sợ gần xa
Chim âu đối diện nhởn nhơ đất trời

比干墓

遯狂君子各全身
八百諸侯會孟津
七竅有心安避剖
一丘遺殖盡成仁
目中所觸能無淚
地下同遊可有人
慚愧貪生魏田舍
忠良胡亂彊相分

198. Tỷ Can mộ

Dịch nghĩa: Mộ Tỷ Can[1]

Bậc quân tử phải đi trốn hoặc giả điên để khỏi bị giết[2]*. Tám trăm chư hầu họp nhau ở Mạnh Tân*[3] *(để đánh vua Trụ tàn ác). Có trái tim bảy lỗ*[4] *thì sao không khỏi bị mổ? (Này đây) một gò cây cỏ (của người chịu chết) thành bậc nhân*[5]*. Trông tận mắt, có thể nào không rơi nước mắt. Ở dưới đất có người có thể làm bạn đồng tâm. Đáng xấu hổ họ Ngụy*[6] *quê mùa tham sống. Dám hồ đồ gượng ép chia hai Trung thần với Lương thần*[1]*.*

---

[1] *Tỷ Can*: là một người trong hàng chú bác của bạo chúa nhà Thương là Trụ. Ông thường can gián vua Trụ nên bị giết.

[2] Trước sự tàn bạo của vua Trụ, Vi Tử bỏ trốn, Cơ Tử giả điên, do đó không bị giết.

[3] *Mạnh Tân*: tên một bến sông trên sông Hoàng Hà, nay là bến Hà Dương, thuộc tỉnh Hà Nam. Chu Vũ Vương họp quân tám trăm nước chư hầu ở đây để đánh vua Trụ.

[4] *Bảy lỗ*: *Sử ký* chép: "Tỷ Can can gián vua Trụ, Trụ giận nói: "Ông tự cho ông là thánh, ta nghe nói tim thánh có bảy lỗ, không biết có thực không?", bèn giết Tỷ Can để mổ xem tim.

[5] *Thành bậc nhân*: Khổng Tử nói: "Hữu sát thân dĩ thành nhân" (Tự hy sinh để thành người nhân).

[6] *Họ Ngụy*: chỉ Tể tướng Ngụy Trưng đời Đường Thái Tông. Ngụy Trưng trước làm tôi Thái Tử Kiến Thành, anh Thế Dân. Sau Thế Dân giết Kiến Thành lên ngôi

Dịch thơ

Mộ Tỷ Can

Giả điên quân tử ẩn mình
Giữ thân toàn vẹn an lành trước sau
Mạnh Tân tụ họp cùng nhau
Tám trăm nước nhỏ chư hầu khắp nơi
Trái tim bảy lỗ khác người
Tránh sao khỏi mổ giữa đời tang thương
Nắm xương cỏ mọc gò hoang
Cuối cùng rồi cũng mơ màng thành nhân
Chạnh lòng tận mắt lệ tràn
Dưới lòng đất thẳm bạn hiền giao du
Xiết bao hổ thẹn bấy lâu
Lão Ngụy tham sống cúi đầu đáng khinh
Hồ đồ gượng ép sao đành
Lương thần phân biệt nhục vinh trung thần

---

vua (tức Đường Thái Tông). Nguỵ Trưng hay nói thẳng để can vua nên Thái Tông gọi là "điền xá hán" (lão nhà quê).

[1] Ngụy Trưng chia bầy tôi làm *trung thần* và *lương thần*, *trung thần* là những người trung trực vì can gián mà bị giết (như Tỷ Can), còn *lương thần* là những người tôi hiền.

阻兵行

金鏘鏘鐵錚錚
車馬馳驟雞[1]犬鳴[2]
小戶不閉[3]大戶閉
扶老攜幼移入城
本地六月至九月[4]
滑濬二縣齊稱兵
賊殺官吏十八九
滿城西風吹血腥
更有山東直隸遙相應
白蓮異術多神靈
州官聞賊至
挑燈終夜籍民丁
州弁聞賊至
磨礪刀劍戛戛鳴
州人聞賊至
三三五五交頭細語聲咿嚶
行人遠來不解事
但聞城外進退[5]皆炮聲
河南一路皆振動
羽檄急發如飛星
滾滾塵埃蔽天日
步騎一縱復一横
騎者彎角弓

---

[1] 驚
[2] 雞
[3] 開
[4] 六日至九日
[5] 遠近

長箭滿壺白羽翎
步者肩短槊
新磨鐵刃懸朱纓
又有新點丁壯之[1]兵器
削竹為鎗皮尚青
大車載弓激[2]
小車裝尖釘
終日往來無暫停
數百里地遍戈甲[3]
道路壅塞無人行
長送長嘆[4]短送默
進退維[5]谷難為情
昨日黃河水大至
五日無食棲[6]沙汀
今日衛州阻盜賊
不知前路何時清
安得風車日萬里
飛身一息來天京
吾聞內顧[7]頻年苦荒旱
只有春作無秋成
湖南河南久無雨

---

1 乏
2 鏡
3 兵
4 難
5 惟
6 栖
7 地

自春徂[1]秋田不耕
大男小女頻[2]饑色
糠秕[3]為食藜為羹
眼見饑[4]莩死當道[5]
懷中棗子身邊傾
空屋壁上有查字
數百餘戶皆饑零
小民不忍寒且饑[6]
苟圖飽燠[7]身為輕
湟池弄甲不足道
稍加存恤當自平
民[8]死在歲不在我
勿得欺心蔽[9]聖明
昨見新鄭城門粘榜示
按戶給粟蘇殘氓
黃河以北麥又熟
百[10]日而輩妻子皆得生
歸來歸來勿作死
撫官惠保如父兄

---

[1] 阻
[2] 盡
[3] 粃
[4] 餓
[5] 路
[6] 與餓
[7] 食
[8] 身
[9] 仇
[10] 不

199. Trở binh hành

Dịch nghĩa: Binh đao làm tắc nghẽn đường (Bài hành)

Đồ binh khí đồng, sắt va chạm nhau kêu loảng xoảng. Xe ngựa chạy rầm rập, gà chó kêu. Nhà nghèo không đóng cửa, nhà giàu đóng cửa. Dìu già dắt trẻ dời vào trong thành. Đất này từ tháng sáu đến tháng chín. Hai huyện Hoạt, Tuấn[1] cùng nổi binh. Quan lại mười người, giặc giết tám chín người. Đầy thành gió tây thổi mùi máu tanh. Lại thêm Sơn Đông, Trực Lệ[2] từ xa hưởng ứng. Bạch Liên giáo[3] có nhiều phép thuật thần linh. Quan châu nghe tin giặc đến. Khêu đèn suốt đêm lập sổ đinh. Quan võ của châu nghe tin giặc đến. Mài dao, liếc kiếm tiếng nghe xoèn xoẹt. Dân trong châu nghe tin giặc đến. Túm ba, tụm năm châu đầu nói xì xầm to nhỏ. Khách từ xa đến không hiểu chuyện gì. Chỉ nghe ngoài thành lui tới đều theo tiếng pháo lệnh. Cả miền Hà Nam đều chấn động. Hịch lệnh cấp tốc như sao bay. Bụi cuốn che lấp mặt trời. Bộ binh, kị binh chạy dọc ngang. Kị binh giương cung sừng. Tên dài gắn lông chim trắng để đầy bầu. Bộ binh vác giáo ngắn. Mũi thép mới mài, tua đỏ treo lủng lẳng. Lại có binh khí của tráng binh mới gọi. Vót trúc làm giáo, vỏ còn xanh. Xe lớn chở cung dây. Xe nhỏ chở chông nhọn. Suốt ngày qua lại không ngừng. Mấy trăm dặm chỗ nào cũng có binh lính. Đường sá tắc nghẽn, không người đi. Người đưa tiễn xa than dài, người đưa tiễn gần im lặng. Tới lui đều trong tình trạng khó khăn. Hôm qua nước Hoàng Hà dâng cao. Năm ngày không có ăn, đậu thuyền trên bãi sông. Hôm nay ở Vệ Châu[4] bị giặc cướp chặn đường. Không biết đường trước mặt bao giờ mới được yên. Sao được cỗ xe gió một ngày đi vạn dặm. Bay vù một mạch đến thiên kinh. Ta nghe dân trong vùng nhiều năm khổ vì đại hạn, mất mùa. Chỉ có cấy xuân mà không có thu hoạch. Hồ Nam, Hà Nam đã lâu không mưa. Từ mùa xuân tới mùa thu ruộng bỏ không cày. Trai lớn gái nhỏ vẻ mặt ốm đói. Tấm cám làm cơm, rau lê làm canh. Tận mắt thấy người đói chết trên đường. Hột táo trong bọc lăn bên mình. Nhà bỏ không, có

---

[1] *Hoạt, Tuấn*: hai huyện phía bắc tỉnh Hà Nam.

[2] *Sơn Đông, Trực Lệ*: Sơn Đông ở phía đông sông Hoàng Hà, Trực Lệ ở phía Bắc sông Hoàng Hà.

[3] *Bạch Liên giáo*: một tổ chức bí mật có tính chất tôn giáo, có từ cuối đời Nguyên, thường nổi binh đánh khắp nơi.

[4] *Vệ Châu*: châu nhỏ của tỉnh Hà Nam.

chữ Tra trên vách. Hơn mấy trăm nhà đều trôi giạt vì đói. Dân hèn mọn không chịu nổi vừa rét lạnh lại còn đói. Chỉ sao lo được miếng ăn một cách không thận trọng mà coi nhẹ tấm thân. Chơi đùa binh khí trong vũng ao[1]*, không đáng nói. Khéo nói nhủ lòng thương một chút là yên ngay. Dân chết vì năm mất mùa, chẳng phải tại ta*[2]*. Đừng dối lòng mà che mắt thánh minh. Hôm trước thấy cửa thành Tân Trịnh*[3] *yết bảng cáo thị. Xét theo từng nhà mà cấp lúa cứu dân sống sót. Phía bắc sông Hoàng Hà lúa mạch lại chín. Trăm ngày nữa vợ con các người đều được sống. Về đi, về đi, chớ có liều chết. Quan tuần phủ xin gìn giữ dân như cha anh.*

Dịch thơ

Binh đao làm tắc nghẽn đường *(Bài hành)*

Binh đao loảng xoảng rền vang
Tiếng đồng tiếng sắt rộn ràng chạm nhau
Rầm rầm xe ngựa trước sau
Gà kêu chó sủa đua nhau vang trời
Nhà giàu cửa đóng then cài
Nhà nghèo cửa mở then rời toang hoang
Dìu già dắt trẻ trên đường
Vào thành lũ lượt vội vàng chen đua
Tháng sáu tháng chín vừa qua
Huyện Hoạt huyện Tuấn can qua tranh giành
Giết quan bọn giặc hoành hành
Mười người hết chín tan tành thịt xương
Gió tây thổi khắp nẻo đường

---

[1] Theo *Hán thư*, nhân dân vì đói rét mà nổi loạn, ví như trẻ con chơi đùa binh khí trong vũng ao.

[2] Theo *Mạnh Tử*: "民死在歲不在我" (Dân chết tại trời làm mất mùa chứ không phải tại ta). Đó là câu nói của bọn quan lại, vua chúa ngày trước, thấy dân đói thì đổ tội cho trời làm mà không nhận là mình không mang lại ấm no cho dân.

[3] *Tân Trịnh*. đời Thanh, thành này thuộc phủ Khai Phong, tỉnh Hà Nam.

Đầy thành tanh máu bi thương vô bờ
Sơn Đông Trực Lệ miền xa
Cùng nhau hưởng ứng chen đua trong ngoài
Bạch Liên giáo phái ra oai
Thần linh phép thuật vẽ vời nơi đây
Quan nghe giặc đến châu này
Chong đèn ghi chép đêm chầy số dân
Ra tay quan võ chuyên cần
Kiếm đao xoèn xoẹt mê man liếc mài
Nghe tin dân chúng người người
Năm ba xúm lại lầm lời nhỏ to
Chuyện đâu viễn khách ngẩn ngơ
Ngoài thành tiến thoái bất ngờ pháo vang
Hà Nam chấn động bàng hoàng
Phát nhanh hịch lệnh khắp đường như bay
Bụi bay cuồn cuộn bao ngày
Mặt trời che kín từ đây mịt mù
Bộ binh kỵ mã trước sau
Dọc ngang ngang dọc theo nhau ào ào
Cung sừng quân kỵ dương cao
Lông chim tên trắng đầy bao thật dài
Bộ binh giáo ngắn kề vai
Tua treo sắc đỏ mũi mài mới đây
Lại thêm lính tráng một bầy
Giáo dài trúc vót vỏ đầy sắc xanh
Xe con chông nhọn tròng trành

Cung dây xe lớn chênh vênh trên đường
Suốt ngày qua lại không ngừng
Quân binh trăm dặm đầy đường ngược xuôi
Đường đi tắc nghẽn nối dài
Gần xa tiến bước chuyển dời mấy ai
Đường xa thạn thở tiễn người
Đường gần đưa tiễn ngậm ngùi lặng yên
Khó khăn lấn bước tiến lên
Lùi lại càng khó khăn thêm bội phần
Hôm qua nước lớn ngập tràn
Hoàng Hà dâng nước miên man vô bờ
Năm ngày bụng đói vật vờ
Đậu thuyền bên bến sông chờ nôn nao
Hôm nay Châu Vệ lao đao
Ngăn đường giặc cướp xôn xao một vùng
Nẻo đường trước mặt muôn trùng
Bao giờ mới được ung dung thanh bình
Ước gì xe gió đưa mình
Một hơi bay đến thiên kinh tức thời
Vùng này dân chúng tả tơi
Mất mùa hạn hán kéo dài bao năm
Vụ xuân cày cấy ươm mầm
Cũng không thu hoạch lỡ lầm việc nông
Không mưa đổ xuống khắp vùng
Hồ Nam cùng với cánh đồng Hà Nam
Xuân qua thu lại âm thầm

Ruộng không cày cấy thăng trầm bấy lâu
Gái trai lớn nhỏ trước sau
Sắc mặt ốm đói cùng nhau bao ngày
Cơm ăn tấm cám dùng thay
Canh lê tạm nuốt qua ngày mà thôi
Thấy ngay tận mắt giữa đời
Có người chết đói nằm phơi trên đường
Từ trong bọc túi đeo mang
Bên mình hạt táo vãi vương vật vờ
Người không nhà trống chơ vơ
Chữ đề tra xét vách trơ rã rời
Đã hơn trăm hộ trong ngoài
Chỉ vì đói khát lạc loài điêu linh
Dân hèn bất mãn không đành
Chịu cảnh đói rét hoành hành bấy lâu
Miếng ăn lo tính dãi dầu
Thân mình xem nhẹ trước sau chẳng màng
Có gì đáng để ngó ngàng
Giáp binh đùa bỡn ao làng đấy thôi
Chút lòng thương xót khéo lời
Chuyện nào rồi cũng hòa vui yên lành
Gặp năm hạn hán điêu linh
Khiến cho dân chết phải mình làm nên
Đối lòng chớ có huyên thuyên
Mà che được mắt vua hiền thánh minh
Hôm qua mới thấy trong thành

Tân Trịnh cáo thị rành rành bảng treo
Cứu dân cấp lúa sớm chiều
Xét theo từng hộ đói nghèo long đong
Hoàng Hà mạn bắc dòng sông
Lúa mạch lại chín khắp đồng bao la
Chỉ trăm ngày nữa trông chờ
Vợ con cứu sống cả nhà yên vui
Thôi về đi nhé người ơi
Chớ liều mạng sống phận người mong manh
Xin quan tuần phủ chân tình
Coi dân như phụ huynh mình chở che

嵇侍中祠

古廟松篁一帶幽
清風猶似竹林秋
廣陵調絕餘聲響
正氣歌成立懦夫
亙古未乾流血地
奇忠能破問蟆愚
可憐江左多名士
空對江山泣楚囚

200. Kê thị trung từ

Dịch nghĩa: Đền thờ quan Kê Thị Trung[1]

Một dãy cây tùng và những bụi trúc xanh um ở nơi ngôi miếu cổ. Cái vẻ thanh cao tựa như vào mùa thu ở Trúc Lâm[2]*. Điệu đàn Quảng Lăng*[3] *đã dứt nhưng âm hưởng vẫn còn vọng lại. Bài Chính khí ca*[4] *làm xong khiến cho những kẻ nhu nhược, hèn yếu cũng lập chí. Suốt từ xưa đến nay, đất này chưa ráo vết máu của người trung thần. Tấm lòng trung khác thường phá được cái ngu của người hỏi chuyện ễnh ương*[5]*. Khá thương sao đất Giang Tả*[6] *có nhiều kẻ sĩ danh tiếng. Mà chỉ biết ngồi suông nhìn non nước và khóc sướt mướt như đám người tù binh nước Sở*[7]*.*

Dịch thơ

Đền thờ Kê Thị Trung

Nơi đây cổ miếu dãi dầu
Rặng tùng bụi trúc âm u mịt mờ

---

[1] *Kê Thị Trung*: tức Kê Thiệu, con Kê Khang, làm chức Thị trung đời Tấn Huệ Đế (290-306). Khi Huệ Đế bị giặc đuổi, tên bắn như mưa, Kê Thiệu lấy thân che cho vua, chết, máu phun vào cả áo vua.

[2] *Trúc Lâm*: chỉ *Trúc Lâm thất hiền* 竹林七賢 (bảy người hiền ở Trúc Lâm, trong đó có Kê Khang, cha Kê Thiệu). Câu này ý nói con giống khí tiết cha.

[3] *Điệu đàn Quảng Lăng*: tên một điệu đàn của Kê Khang. Ý nói Kê Khang tuy đã mất, nhưng con là Kê Thiệu còn noi theo khí tiết của ông như điệu đàn Quảng Lăng đã dứt nhưng vẫn còn âm hưởng.

[4] *Chính Khí ca*: bài ca của Văn Thiên Tường đời Nam Tống. Trong đó có câu: "爲嵇侍中血" (Làm giọt máu của ông Thị trung họ Kê (liều chết bảo vệ vua)

[5] *Cái ngu của người hỏi chuyện ễnh ương*: chỉ vua Tấn Huệ đế nghe ễnh ương kêu thì hỏi: "Ễnh ương kêu có ý vì công hay vì tư?". Khi Huệ Đế bị giặc đuổi, tên bắn như mưa, Kê Thiệu, làm chức Thị Trung, lấy thân che cho vua, chết, máu phun vào cả áo vua. Tuy ngu như vậy, nhưng khi có người tâu xin rửa vết máu ở áo thì Huệ đế bảo chớ rửa, cứ giữ lấy để nhớ Kê Thị Trung.

[6] *Giang Tả*: vùng hạ lưu sông Trường Giang, cũng gọi là Giang Đông. Lúc bấy giờ, nhà Tấn bị Ngũ Hồ lấy Trung Nguyên, phải chạy xuống Giang Đông.

[7] *Người tù binh nước Sở*: sách *Thế thuyết tân ngữ* nói: "Những người Tấn thất bại qua sông, mỗi lần gặp tiết đẹp thì họp nhau ở Tân Đình, chè chén và nhìn nhau khóc. Vương Đạo mặt biến sắc bùi ngùi nói: "Ta phải hết sức giúp nhà vua lấy lại nước cũ, sao lại bắt chước bọn tù binh nước Sở cứ nhìn nhau mà khóc?"

Một làn gió mát gần xa
Ngỡ mùa thu mộng cõi bờ Trúc Lâm
Quảng Lăng điệu nhạc biệt tăm
Vẫn còn âm hưởng vọng thầm xưa nay
Bài ca Chính khí cho hay
Kẻ hèn lập chí tỏ bày hiên ngang
Máu đào dưới đất kiên cường
Vẫn còn tươi thắm vấn vương muôn đời
Lòng trung kỳ lạ tuyệt vời
Ễnh ương ngu hỏi một lời phá tan
Thương thay Giang Tả một miền
Biết bao danh sĩ điềm nhiên lạnh lùng
Quê hương sông núi nhìn suông
Tù nhân nước Sở khóc thương dối lòng

銅雀臺

一世之雄安在哉
古人去兮[1]今人來
不見鄴中魏武帝
但見江邊銅雀臺
臺基雖在已[2]傾圮
陰風怒號[3]秋草靡
玉龍金鳳盡茫茫

---

[1] 了
[2] 亦
[3] 風雨怒號

何況臺中歌舞妓
斯人盛時誰敢當
眇視皇帝凌[1]侯王
只恨層臺空嵂屼
小喬終老嫁周郎
一朝大限有時至
尚食奏歌圖[2]悅鬼
分香賣履苦叮嚀
落落丈夫何爾爾
奸雄別自有機[3]心
不是嗚哀兒女氣
千機萬巧盡成空
終古傷心漳江[4]水
我思古人傷我情
徘徊俯仰悲浮生
如此英雄且如此
況乎寸功與薄名
人間勳業若長在
此地高臺應未傾

[1] 陵
[2] 徒
[3] 深
[4] 河

201. Đồng Tước đài

Dịch nghĩa: Đài Đồng Tước[1]

Anh hùng một thuở nay ở đâu? Người xưa đã qua rồi, người nay tới. Chẳng thấy Nguỵ Vũ đế[2] *trong thành Nghiệp*[3]*. Chỉ thấy đài Đồng Tước ở bên sông. Nền đài tuy còn nhưng đã nghiêng đổ. Gió lạnh thét gào, cỏ thu tàn úa. Lầu Ngọc Long, Kim Phụng*[4] *cũng mịt mờ dấu vết. Huống chi ca nhi, vũ nữ trong đài. Người ấy lúc thịnh, ai dám chống lại? Coi thường vua, lấn lướt vương hầu. Chỉ hận mấy tầng lầu cao sừng sững. Mà nàng Tiểu Kiều đến già vẫn là vợ Chu Lang*[5]*. Một sớm mai hạn lớn xảy đến. Dâng thức ăn, đàn hát mong làm vui hồn ma*[6]*. Chia hương, bán giày, khổ tâm dặn dò. Bậc trượng phu lỗi lạc sao lại như thế? Kẻ gian hùng riêng có mưu kế trong lòng. Chẳng phải kêu thương uỷ mị như tính khí đàn bà? Rốt cuộc muôn khéo ngàn khôn cũng thành hư không tất cả. Từ ngàn xưa đau lòng nhìn nước sông Chương*[7]*. Ta nghĩ đến người xưa mà xót xa nỗi mình. Bồi hồi ngẩng lên cúi xuống, cảm thương kiếp phù sinh. Anh hùng đến như thế mà lại như thế. Huống chi những kẻ có chút công nhỏ mọn, danh vọng mỏng manh. Nghiệp lớn ở đời nếu còn mãi. Thì tòa đài cao ở đất này chắc chưa bị đổ.*

---

[1] *Đài Đồng Tước*: đài được Tào Tháo cho xây ở bên sông Chương, quận Nghiệp để làm chỗ nghỉ ngơi, vui chơi.

[2] Tức Tào Tháo (155-220), tự là Mạnh Đức, thời Kiến An có công thống nhất bắc Trung quốc, làm quan đến chức thừa tướng, phong Ngụy Vương. Sau khi Tào Tháo chết, con là Tào Phi phế bỏ nhà Hán, lên làm vua, truy tôn là Ngụy Vũ Đế.

[3] *Thành Nghiệp*: nơi Tào Tháo xây đài Đồng Tước.

[4] *Ngọc Long, Kim Phượng*: tên hai lầu ở hai bên đài Đồng Tước.

[5] *Tiểu Kiều*: vợ của Chu Du (Chu Lang), đô đốc quân Ngô. Khổng Minh khích Chu Du đánh Tào Tháo, xuyên tạc bài phú của Tào Thực (con Tào Tháo) khi đọc cho Du nghe, nói là Tào Tháo xây đài Đồng Tước để bắt hai chị em Đại Kiều (vợ Tôn Sách) và Tiểu Kiều (vợ Chu Du) đem về nhốt ở đài này. Chu Du nổi giận quyết đánh Tào Tháo, diệt tám mươi vạn quân Tào ở trận Xích Bích.

[6] Lúc sắp chết, Tào Tháo dặn các tỳ thiếp, hằng ngày phải cúng các món Tào Tháo thích ăn khi còn sống và có nữ nhạc múa hát để làm vui. Tào Tháo lại chia phấn sáp, giày thêu, khăn lụa cho các tỳ thiếp để họ bán lấy tiền khi túng thiếu.

[7] *Sông Chương*: sông phát nguyên từ tỉnh Sơn Tây, chảy qua tỉnh Hà Bắc rồi đổ vào sông Vệ.

Dịch thơ

Đài Đồng Tước

Anh hùng một thuở tung hoành
Biết còn lưu lại bóng hình phôi phai
Người xưa khuất bóng xa vời
Người nay lại đến giữa đời đổi thay
Quạnh hiu thành Nghiệp giờ đây
Vua Ngụy Vũ đế chốn này thấy đâu
Bên sông chỉ thấy dãi dầu
Một đài Đồng Tước bạc màu thời gian
Nền đài còn đó điêu tàn
Mà nay sụp lở nghiêng dần thảm thương
Gió lạnh gào thét điên cuồng
Cỏ thu tàn héo úa vàng xác xơ
Ngọc Long Kim Phụng lầu xưa
Còn đâu dấu tích mịt mờ tàn phai
Cùng tan biến cả trên đời
Ca nhi vũ nữ trong đài huống chi
Con người lúc thịnh gớm ghê
Nào ai dám chống dám chê chút nào
Xem thường vua chúa tự cao
Vương hầu lấn át ra vào ung dung
Chỉ là đáng hận vô cùng
Đài cao sừng sững muôn trùng trời xanh
Tiểu Kiều người đẹp nổi danh

Đến già là vợ chung tình Chu lang
Sớm mai đại hạn bàng hoàng
Cùng ma tấu nhạc cơm dâng vui mừng
Trượng phu lỗi lạc đáng thương
Khổ tâm căn dặn chia hương bán giày
Gian hùng riêng sẵn mưu đầy
Phải đâu nhi nữ khóc ngây dở người
Ngàn khôn muôn khéo tuyệt vời
Cũng thành mây khói đất trời phôi pha
Ngàn năm đau xót vô bờ
Sông Chương nước chảy gần xa muôn trùng
Người xưa nghĩ đến chạnh lòng
Xót thương mình vẫn long đong dặm trường
Ngẩng đầu cúi xuống vấn vương
Phù sinh kiếp sống cảm thương bồi hồi
Anh hùng như thế thế thôi
Huống chi danh mỏng công tồi cỏn con
Nếu như đại nghiệp mãi còn
Đài cao không để vùi chôn đất này

七十二疑冢

鄴城城外野風吹
秋草蕭蕭舊事非
枉用一人無限智
空留萬古許多疑
臭名滿槨藏何用

賊骨千年罵不知
何似錦城先主廟
至今松柏有光輝

202. Thất thập nhị nghi trủng

Dịch nghĩa: Bảy mươi hai ngôi mộ giả[1]

Bên ngoài thành Nghiệp[2] *gió đồng thổi. Cỏ thu tiêu điều, việc cũ đã qua. Dùng mưu trí vô hạn của một người thật uổng phí. Chỉ để lại bao nỗi ngờ cho muôn đời sau. Tiếng xấu đầy hầm mộ, chôn giấu kỹ để làm chi. Nắm xương nghịch tặc ngàn năm bị chửi rủa mà cũng không hay biết. Sao bằng được miếu Tiên chúa*[3] *ở Cẩm Thành*[4]*. Đến tận ngày nay cây tùng, cây bách vẫn còn tỏa sáng.*

Dịch thơ

Bảy mươi hai ngôi mộ giả

Bên ngoài thành Nghiệp hoang vu
Cánh đồng gió thổi mịt mù gần xa
Mùa thu cỏ úa xác xơ
Chuyện xưa tích cũ đã qua đi rồi
Biết bao mưu trí con người
Thế mà tận dụng một đời uổng công
Chỉ còn ngờ vực trong lòng
Muôn đời lưu lại tận cùng mai sau

---

[1] Tào Tháo nổi tiếng là người đại mưu trí, có tánh đa nghi. Trước khi chết, sợ sau này có kẻ đào mồ, Tào Tháo cho làm 72 ngôi mộ giả ở ngoài Nghiệp Thành là nơi chôn mình.

[2] Xem chú số 3, Bài 201.

[3] *Miếu Tiên chúa*: miếu thờ Lưu Bị ở Cẩm Thành.

[4] *Cẩm Thành*: tức Cẩm Quan Thành ở phía nam huyện Thành Đô tỉnh Tứ Xuyên tức đất Ba Thục xưa của nhà Hán, nơi Lưu Bị đóng đô.

Nắm xương nghịch tặc ngàn thu
Vô tri nghe chửi trước mồ vắng tanh
Miếu Tiên chúa chốn Cẩm Thành
Đến nay tùng bách mãi xanh rạng ngời

藺相如故里

大勇不以力
僅有藺相如
僥倖能完璧
徘徘善避車
豐碑留姓字
全趙免丘墟
慚愧力扼虎
平生無可書

203. Lạn Tương như cố lý

Dịch nghĩa: Làng cũ của Lạn Tương Như[1]

Bậc đại dũng không cần đến sức mạnh. Chỉ có mình Lạn Tương Như. May mắn lấy lại được ngọc bích. Đi lòng vòng trên đường để tránh xe[2]*. Bia lớn còn ghi tên họ. Bảo toàn cho nước Triệu không*

---

[1] *Lạn Tương Như*: người nước Triệu thời Chiến Quốc, là môn hạ của viên trưởng thái giám Mục Hiền. Vua Triệu được viên ngọc bích quý của họ Hà, vua Tần muốn đem mười lăm thành đổi lấy ngọc. Lạn Tương Như mang ngọc sang Tần, nhưng vua Tần không nói đến việc giao thành. Lạn Tương Như lập kế lấy lại ngọc đem về nguyên vẹn.

[2] Liêm Pha và Lạn Tương Như cùng là thượng khanh nước Triệu. Liêm Pha ganh ghét Lạn Tương Như không có công đánh giặc mà cũng ở ngôi như mình, có ý định làm nhục Lạn Tương Như. Lạn Tương Như biết vậy nên mỗi lần thấy xe Liêm Pha thì cho xe mình tránh đi ngả khác, nói rằng: "Không phải ta sợ Liêm tướng quân đâu, sở dĩ nước Tần không dám đánh nước Triệu là vì có ta và Liêm Pha, nếu hai con hổ đánh nhau thì thế không lưỡng toàn được. Ta tránh Liêm Pha là vì quốc gia mà không nghĩ đến thù riêng". Liêm Pha nghe lời nói ấy, đến gặp

thành gò đống. Hổ thẹn thay cho kẻ có sức bắt được cọp[1]. Mà trọn đời không có gì đáng ghi chép vào sách.

Dịch thơ

Làng cũ Lạn Tương Như

Cần gì sức mạnh nữa đâu
Con người đại dũng trước sau một đời
Lạn Tương Như đúng là người
Rất may ngọc bích thu hồi vinh danh
Tránh ai xe ngựa quẩn quanh
Họ tên bia lớn lưu danh mãi truyền
Cứu nguy nước Triệu vẹn toàn
Thoát cảnh đổ nát hoang tàn diệt vong
Xiết bao hổ thẹn trong lòng
Sức người bắt cọp tay không tầm thường
Một đời lặng lẽ đáng thương
Công danh không xứng mấy hàng sử xanh

Lạn Tương Như xin tạ tội. Từ đó hai người kết bạn tâm giao, cùng nhau nỗ lực giúp nước Triệu.

[1] Ý từ *Luận ngữ,* (Thuật nhi): "暴虎馮河, 死而無悔者, 吾不與也" (Tay không mà bắt cọp, không thuyền mà lội qua sông, chết không tiếc thân, kẻ ấy ta không cho theo giúp ta).

邯鄲即事

一帶垂楊半暮煙
邯鄲勝跡見遺編
高原豐草呼鷹路
何處雲和挾[1]妓筵
鴻嶺夢[2]中荒射獵
白頭足跡遍山川
黃河南北皆秋水
鄉信何能[3]達鴈邊

204. Hàm Đan tức sự

Dịch nghĩa: Tức cảnh ở Hàm Đan[4]

Một dải dương liễu rủ trong khói gần xế chiều. Thắng cảnh Hàm Đan còn ghi trong sách cũ. Trên cao nguyên, bãi cỏ tươi xanh là lối mời gọi chim ưng (đi săn). Núi Vân Hòa[5] *nơi có tiếng đàn, tiệc vui cùng ca kỹ nay ở đâu. Hồng Lĩnh trong giấc mộng thiếu vắng những cuộc đi săn. Đầu bạc rồi mà vẫn còn in dấu chân khắp núi sông. Khắp phía nam, phía bắc của sông Hoàng Hà đều ngập nước mùa thu. Tin tức gửi về quê nhà làm sao đưa tới bên chim nhạn được.*

---

1 扶

2 夏

3 由

4 *Hàm Đan*: kinh đô nước Triệu thời Chiến Quốc, nay thuộc tỉnh Hà Bắc (Trung Quốc).

5 *Vân Hoà*: tên núi. Sách *Chu Lễ* (Xuân cung đại ty nhạc): "Vân Hòa chi cầm sắt" (Đàn cầm sắt ở núi Vân Hòa); chương *Minh đường* đời Bắc Tề: "Cô Trúc chi quán Vân Hòa huyền" (tiếng sáo Cô Trúc, tiếng đàn Vân Hòa).

Dịch thơ

Tức cảnh ở Hàm Đan

Lơ thơ liễu rủ buông mành
Mịt mờ khói tỏa bồng bềnh chiều buông
Hàm Đan thắng cảnh một vùng
Lưu truyền sách vở mãi không phai mờ
Cỏ non xanh mướt gần xa
Chim ưng mời gọi đợi chờ cao nguyên
Vân Hòa cung điệu thần tiên
Tiệc hoa kỹ nữ mê man chốn nào
Mộng mơ Hồng Lĩnh sớm chiều
Cuộc săn trông vắng nghẹn ngào vấn vương
Bạc đầu lữ thứ dặm trường
Dấu chân trải khắp nẻo đường núi sông
Mùa thu sông nước mênh mông
Ngập tràn nam bắc ven sông Hoàng Hà
Quê nhà mòn mỏi mong chờ
Biết đâu cánh nhạn nương nhờ gửi tin

韓信講兵處

百萬旌麾北渡河
燕郊地下有沉戈
悠悠事後二[1]千載
蕩蕩城邊一片沙
噲伍[2]未成甘碌碌
君前猶[3]自善多多
可憐十世山河在
厚誓徒延絳灌家

205. Hàn Tín giảng binh xứ

Dịch nghĩa: Chỗ Hàn Tín[4] luyện binh

Trăm vạn cờ xí vượt sông Hoàng Hà kéo lên phía bắc. Dưới đất Yên[5] còn vùi chôn gươm giáo. Việc xảy ra, dằng dặc đã hai ngàn năm. Ở bên thành chỉ còn một bãi cát bồi mênh mông. Cùng hàng với bọn Phàn Khoái[6], chưa thành công, cam chịu tầm thường. Trước mặt vua lại tự phụ cho mình "càng nhiều (quân) càng tốt[7]". Thương

---

[1] 三

[2] 側

[3] 還

[4] Xem chú số 6, Bài 190.

[5] *Yên*: tên đất ở đông bắc Trung Quốc, gần Bắc Kinh ngày nay.

[6] *Phàn Khoái*: tướng tiên phong của Hàn Tín. Theo *Sử ký*, khi Hàn Tín bị giáng chức, lúc qua nhà Phàn Khoái chơi có cười nói: "斥之為噲伍" (Mình lại ngang hàng với bọn Khoái).

[7] Hán Cao Tổ hỏi: "Như tài ta thì chỉ huy được bao nhiêu quân?". Hàn Tín đáp: "Bệ hạ bất quá chỉ huy được mười vạn là cùng". Lại hỏi: "Còn nhà ngươi?", Hàn Tín đáp: "Thần thì càng nhiều quân càng hay" (*Sử ký*).

thay, đã mười đời rồi sơn hà vẫn còn đấy. Nhưng chỉ có Giáng hầu, Quán Anh là được hưởng lời thề hậu hĩ[1] mà thôi.

Dịch thơ

Chỗ Hàn Tín luyện binh

Cờ bay trăm vạn phất phơ
Kéo lên phương bắc Hoàng Hà vượt sông
Ngoài thành một cõi mênh mông
Vùi chôn gươm giáo dưới lòng đất Yên
Xa xôi chuyện cũ phai tàn
Hai ngàn năm vẫn lưu truyền vấn vương
Ven thành lũy cổ thênh thang
Chỉ còn bãi cát mênh mông cuối trời
Ngang hàng Phàn Khoái một thời
Cũng đành cam chịu phận người xót xa
Tự cao trước mặt nhà vua
Càng nhiều càng tốt hơn thua so tài
Xót thương thân phận một người
Núi sông còn đó mười đời lê thê
Lâu dài hưởng lộc lời thề
Hai nhà Giáng Quán thỏa thuê phận mình

[1] Hán Cao Tổ phong tước cho các công thần, thề rằng: "Bao giờ sông Hoàng Hà chỉ còn bé như chiếc dải áo, núi Thái Sơn mòn đi chỉ còn bằng viên đá mài, nước vẫn còn truyền cho con cháu". Nhưng trong số công thần đó, chỉ có Giáng hầu Chu Bột và Quán Anh được hưởng phú quí, còn Trương Lương bỏ đi tu tiên, Tiêu Hà bị hạ ngục, Hàn Tín bị giết chết. (Sử ký).

廉頗碑

廉頗亡去武安將
四十萬人同穴葬
乳臭小兒易言兵
一國長城徒自喪
寄閫重任須老成
內審國勢[1]外敵情
所以臨敵能制勝
端在捐仇知負荊
一國兩虎不可犯
二十餘年誰與爭
將軍在時趙以重
將軍去時令趙輕
所恨讒人織萋斐
何須一食三遺屎[2]
白頭去後不重來
邯鄲之事可知矣
趙亡秦繼三千年
將軍名字至今傳
摩挲古碣三太息
勃勃壯氣想見其生前
今人不少食多肉
幾令家養無遺畜

[1] 計
[2] 矢

清平時節無戰爭
一口雄談不數廉頗與李牧

206. Liêm Pha bi

Dịch nghĩa: Bia Liêm Pha[1]

Liêm Pha bỏ đi, Võ An[2] làm tướng. Bốn chục vạn người chôn cùng một huyệt. Như trẻ con miệng còn hôi sữa[3] huênh hoang nói việc binh. Một bức trường thành[4] đành bỏ uổng. Trọng trách ngoài bờ cõi nên giao cho bậc lão thành. Bên trong hiểu rõ thế nước, bên ngoài biết tình hình địch. Sở dĩ gặp địch giành thắng lợi. Vì quên thù riêng mình, mang roi gai đến tạ tội. Một nước hai hổ[5], không ai có thể xâm phạm được. Trên hai chục năm, ai dám tranh hơn. Tướng quân còn, nước Triệu được coi trọng. Tướng quân mất, nước Triệu bị coi khinh thường. Đáng giận kẻ gièm pha kiếm chuyện thêu dệt. Bịa đặt chuyện một bữa ăn ba lần són phân[6]. Người bạc đầu ra đi

---

[1] *Liêm Pha*: một tướng giỏi của nước Triệu thời Chiến Quốc. Đời Huệ Văn Vương, năm thứ 16, Liêm Pha giúp Triệu đánh Tề đại bại, được phong chức thượng khanh, nổi tiếng với chư hầu là người có dũng khí.

[2] *Võ An*: Võ An Quân, tức Bạch Khởi (?-257), tướng Tần. Đã đánh hơn 70 thành. Đánh bại quân Triệu Quát, chôn sống hơn 40 vạn hàng binh Triệu.

[3] Chỉ Triệu Quát. Triệu Quát từ nhỏ học binh pháp, bàn quân sự, cho rằng thiên hạ chẳng có ai địch nổi mình. Quát từng bàn quân sự với cha, Triệu Xa không bắt bẻ, vặn vẹo nổi, nhưng vẫn không cho là phải. Mẹ Quát hỏi lý do, Xa đáp: *"Việc binh cực kỳ nguy hiểm, mà Quát lại khinh thường. Nước Triệu không cử Quát làm tướng thì thôi, chứ cử nó thì cái người làm vỡ quân Triệu tất là nó"*. Quả thực, sau đó, Triệu Quát lên thay Liêm Pha, bao nhiêu chương trình biện pháp cũ thay đổi hết, nhiều quan quân liêu thuộc bị thuyên chuyển. Tướng Tần là Bạch Khởi được tin, bèn dùng chiến thuật bất thường, cho quân mai phục rồi vờ thua chạy, chặn đường tiếp tế và cắt quân Triệu làm đôi, lòng quân Triệu ly tán. Được hơn bốn mươi ngày thì quân Triệu cạn lương, bị đói. Triệu Quát tung số quân tinh nhuệ nhất ra mặt trận và đích thân điều khiển. Quân Tần bắt Triệu Quát rồi giết. Quân Quát thua cả mấy mươi vạn người đầu hàng và đều bị quân Tần chôn sống hết.

[4] Chỉ Liêm Pha, là trường thành của cả nước.

[5] *Hai hổ*: chỉ Lạn Tương Như và Liêm Pha. Lạn Tương như nói: *"Sở dĩ nước Tần hùng cường kia không dám đem quân đánh Triệu, là vì ở đây còn có hai con hổ. Tương Như tôi nhẫn nhục nhường nhịn, là vì để mối nguy của quốc gia lên trên cái hiềm thù cá nhân đấy"*. Lời nói này đến tai Liêm Pha, Liêm Pha cởi trần, lưng mang cành có cây gai đến nhà Tương Như tạ tội.

[6] *Ba lần són phân*: sứ giả nước Triệu về báo với vua: *"Liêm tướng quân tuy già nhưng ăn còn khỏe. Có điều ngồi với tôi một lúc mà đến ba lần són phân"*(*Sử ký*).

không còn trở về nữa. Hàm Đan[1] *ra sao có thể biết được rồi. Triệu mất, Tần nối đã ba ngàn năm. Tên tuổi tướng quân nay vẫn còn truyền lại. Ta chùi bia cổ, than thở mãi. Tưởng như còn thấy hùng khí tướng quân vẫn bừng bừng như lúc còn sống. Đời nay lắm kẻ ăn nhiều thịt. Trong nhà không còn gia súc. Gặp buổi thanh bình không chiến tranh. Miệng nói hùng hồn, bất kể Liêm Pha lẫn Lý Mục*[2].

Dịch thơ

Bia Liêm Pha

Sau khi phế bỏ Liêm Pha
Võ An làm tướng xông pha cõi ngoài
Chỉ cần một huyệt mà thôi
Bốn mươi vạn xác chôn vùi ngổn ngang
Trẻ con hôi sữa ngang tàng
Huênh hoang khoác lác dễ dàng việc binh
Quốc gia bền vững trường thành
Cũng đành phá hủy tan tành còn đâu
Biên cương trọng trách đối đầu
Lão thành giao phó trước sau một lòng
Am tường thế nước bên trong
Cõi ngoài giặc giã hiểu thông tình hình
Bao lần thắng địch vang danh
Thù riêng quên lãng tự mình chịu roi
Nhất quốc lưỡng hổ một thời
Không ai xâm phạm đất trời giang sơn

---

[1] *Hàm Đan*: xem chú số 4, Bài 204.

[2] *Lý Mục*: tướng giỏi ở biên giới phía bắc nước Triệu. Lý Mục đánh Hung Nô, quân Hung Nô mười năm không dám phạm biên giới.

Nào ai tranh nổi một lần
Hai mươi lăm lẻ cõi trần đã qua
Tướng quân gìn giữ nước nhà
Nước Triệu kính trọng gần xa nghiêng mình
Rồi sau muôn nước coi khinh
Tướng quân rời bỏ khuất mình chịu oan
Gièm pha thêu dệt kẻ gian
Thật là đáng giận vô vàn trái ngang
Có sao bịa chuyện hoang đường
Cơm ăn phân són vãi vương ba lần
Không hề trở lại một lần
Ra đi đầu bạc cõi trần tang thương
Đương nhiên sẽ biết tỏ tường
Hàm Đan thế sự tấn tuồng ra sao
Triệu vong Tần nối thuở nào
Ba ngàn năm đã đổi triều thay ngôi
Tướng quân danh tiếng một thời
Đến nay tỏa sáng chưa phai mãi truyền
Lau chùi bia cổ miên man
Sụt sùi than thở thở than chạnh lòng
Tướng quân chí khí kiêu hùng
Tưởng như sống lại bừng bừng như xưa
Những người ăn thịt gần xa
Mà nay gia súc trong nhà vắng tanh
Thanh bình không có chiến tranh
Liêm Pha Lý Mục xem khinh nói càn

蘇秦亭

一

敝盡貂裘不復西
趙臺抵掌吐虹霓
縱横自可愚庯[1]主
富貴還能倨[2]寡妻
六國印銷沙漠漠
一亭秋暮草萋萋
人生權利誠[3]無謂
今古誰能破此迷

207. Tô Tần đình I

Dịch nghĩa: Đình Tô Tần[4] I

Rách hết áo điêu cừu, không trở lại phía tây. Nơi triều đường nước Triệu, đập bàn tay thở ra khí cầu vồng[5]. Thuyết Hợp tung, Liên hoành chỉ lừa phỉnh được vua chúa tầm thường[6]. Giàu sang chỉ có thể ngạo nghễ với đàn bà goá. Ấn sáu nước tiêu tan, chỉ còn bãi cát mịt mùng. Một ngôi đình trong cảnh thu muộn, cỏ um tùm. Trong đời người, quyền lợi thật là vô vị. Xưa nay ai có thể phá tan được điều mê muội đó.

---

[1] 人

[2] 敖

[3] 成

[4] *Tô Tần*: người đất Lạc Dương, đi du thuyết mấy năm, không ai nghe theo, tiền hết, áo rách, trở về nhà bị cả nhà rẻ rúng. Tô Tần có học thuật nghị luận, sang nước Tần, Tần không dùng. Tô Tần bèn đi du thuyết 6 nước: Yên, Triệu, Hàn, Ngụy, Tề, Sở từ bắc xuống nam, gọi là kế "Hợp tung" chống Tần. Tô Tần được là Tung ước trưởng, đeo ấn tướng quốc của 6 nước. Mười lăm năm sau, Trương Nghi du thuyết 6 nước từ đông sang tây thần phục nước Tần, gọi là kế "Liên hoành" với nhau, phá thuyết "Hợp tung" của Tô Tần.

[5] Ý nói tài hùng biện của Tô Tần.

[6] Về sau, Tô Tần làm quan ở nước Tề, tranh giành địa vị với quan đại phu, bị ám sát chết.

Dịch thơ

Đình Tô Tần

I

Điêu cừu áo rách tả tơi
Không còn trở lại đất trời phía tây
Triều đình nước Triệu một ngày
Huênh hoang múa mép vỗ tay hào hùng
Tung Hoành kế sách tô hồng
Lừa vua phỉnh chúa vào vòng dối gian
Giàu sang phú quý vô vàn
Chỉ lòe bà góa cơ hàn đáng thương
Ấn phong sáu nước tan hoang
Mịt mù bãi cát mênh mang cuối trời
Một đình hiu quạnh giữa đời
Cỏ hoang rậm rạp ngậm ngùi cuối thu
Nhân sinh quyền lợi riêng tư
Cũng thành vô vị mộng mơ hão huyền
U mê cứ mãi triền miên
Nào ai kim cổ phá tan diệt trừ

二

季子黑裘[1]敝
徒步擔囊歸
其妻不下機
其嫂不為炊
父母不復顧
相看如路岐
丈[2]夫一失志[3]
骨肉皆相離
一朝[4]大運有時至
六印纏腰鳴[5]得意
黄金百[6]鎰[7]璧百雙
從車千乘來鄉里
父母郊迎[8]嫂膝行
妻見其夫側目視
平生志願畢於斯
前倨後恭言正[9]鄙
合縱不在卻彊秦
但向所親驕富貴
刺股原為權利謀

---

[1] 貂
[2] 大
[3] 意
[4] Bản Bùi Kỷ (BK) không có 2 chữ này.
[5] 呼
[6] 萬
[7] 鑑
[8] 供
[9] 甚

嗟呼[1]此人小哉器
書中飽聞蘇秦名
道中卻[2]過蘇秦亭
車馬金玉已無跡
亭前之草空青青
世人多讀[3]蘇秦傳
猶為位勢[4]富貴傷其生

208. II

Dịch nghĩa: II

Quý Tử[5], áo cừu đen rách tả tơi. Đành đi bộ mang gói đồ về. Vợ không rời khung cửi. Chị dâu không nấu cơm cho ăn. Cha mẹ không đoái nhìn. Như gặp người lạ ở ngã ba đường. Kẻ trượng phu khi thất chí. Người ruột thịt cũng đều lìa bỏ. Một sớm vận lớn thành công đến. Ấn tướng quốc sáu nước đeo trên lưng, được đắc ý. Vàng trăm nén, ngọc bích trăm đôi. Ngàn cỗ xe đi theo trở về làng. Cha mẹ ra tận đồng xa nghênh đón, chị dâu lết gối ra chào. Vợ thấy chồng, lấm lét nhìn. Chí nguyện một đời chính là ở lúc đó. "Trước sao khinh rẻ, sau lại cung kính"[6], lời nói ấy thật quá hèn hạ. Kế hợp tung chẳng phải để chống nước Tần hùng mạnh. Mà chỉ nhằm khoe khoang, vênh vang phú quý với người thân. "Dùi đâm vào vế"[7] cốt để mưu quyền lợi. Than ôi, khí độ người đó thật là nhỏ mọn. Trong sách, nghe danh Tô Tần đã nhiều. Nay trên đường, lại qua đình Tô Tần. Ngựa xe vàng ngọc không còn dấu vết. Trước đình chỉ thấy cỏ mọc xanh xanh. Người đời lắm kẻ đọc truyện Tô Tần. Thế mà còn để địa vị, giàu sang làm hại đời mình.

---

[1] 呼事

[2] 初

[3] 每誦

[4] 勢位

[5] *Quý Tử*: tên chữ của Tô Tần.

[6] Lời của Tô Tần khi đeo ấn sáu nước về nhà.

[7] Khi đi du thuyết lần đầu bị thất bại, về nhà bị gia đình coi rẻ. Tô Tần đem sách Âm phù kinh ra đọc, lúc buồn ngủ, tự lấy dùi đâm vào vế đùi để tỉnh thức.

Dịch thơ

II

Áo cừu Quý Tử tả tơi
Trở về lệ bước quàng vai gói đồ
Vợ ôm khung cửi cúi đầu
Nấu cơm bếp núc chị dâu chẳng màng
Mẹ cha ngoảnh mặt liếc ngang
Tưởng như kẻ lạ trên đường ngã ba
Trượng phu thất chí nào ngờ
Người thân cốt nhục lìa xa phũ phàng
Một ngày thời vận huy hoàng
Lưng đeo sáu ấn nghênh ngang thỏa lòng
Chồi lòa trăm nén vàng ròng
Trăm đôi ngọc bích sáng trong rạng ngời
Quê hương làng mạc dặm dài
Xe đi ngàn cỗ theo người vinh quy
Ngoài đồng cha mẹ đón về
Chị dâu khụy gối lết quỳ mừng vui
Thấy chồng vợ liếc lả lơi
Bao nhiêu chí nguyện một đời này đây
Trước khinh sau kính cho hay
Lời sao hèn hạ khi dày vò nhau
Hợp tung kế sách trước sau
Chống Tần hùng mạnh trước sau vẽ vời
Chỉ nhằm kiêu hãnh trên đời
Khoe khoang phú quý với người thân quen
Bắp chân dùi nhọn đâm xiên

Vốn mưu quyền lợi bon chen tranh giành
Than ôi khí độ mong manh
Là người nhỏ mọn háo danh tầm thường
Từ trong sách vở tỏ tường
Tô Tần nghe tiếng vẻ vang vô cùng
Trên đường ghé đến một vùng
Đình Tô Tần giữa mênh mông đất trời
Ngựa xe vàng ngọc một thời
Mà nay dấu vết tàn phai chốn này
Trước đình quang cảnh giờ đây
Xanh xanh cỏ mọc những ngày đã qua
Người đời bao kẻ gần xa
Đọc Tô Tần truyện thuở xưa rành rành
Sao còn làm hại đời mình
Bởi vì phú quý quyền hành đáng thương

豫讓橋匕首行

晉陽城外[1]滔滔水
智伯漆頭為溺器
無人報仇誠可悲
其臣豫讓身當之
漆身為癩剔鬚眉
當道乞食妻不知[2]

[1] 下
[2] 妻子相逢仍不知

身挾匕首伏橋下
怒視仇腹甘如飴
殺氣凜凜不可近
白日無光霜雪飛
再擭再舍心不移
臨[1]死猶能三擊衣
凌凌奇氣千[2]霄上
自此橋名更豫讓
君臣大義最分明
國士眾人各易尚
愧剎人臣懷二心
千古聞之色惆悵
不[3]是荊軻聶政徒
甘人豢養輕其軀[4]
血氣之勇不足道
君獨錚錚鐵丈夫
路經三晉皆丘土
注目橋邊如有睹
西風凄凄[5]寒逼人
征馬頻頻[6]驚失路
匕首當時七寸長
獨有萬丈光茫亙今古

[1] 論
[2] 干
[3] 豈
[4] 驅
[5] 萋萋
[6] 嘶嘶

209. Dự Nhượng kiều chủy thủ hành

Dịch nghĩa: (Bài hành) về dao chủy thủ[1] trên cầu Dự Nhượng[2]
Bên ngoài thành Tấn Dương[3] nước chảy cuồn cuộn. Đầu của Trí Bá[4] bị bôi sơn làm chậu đựng nước tiểu. Thật đáng thương vì không có ai để trả thù cho ông. Bề tôi của ông là Dự Nhượng đem thân để đảm đương việc này. Ông sơn thân mình làm người bị hủi, cạo râu mày. Đi ăn xin ngoài đường, vợ gặp chẳng nhận ra được. Giắt dao chủy thủ bên hông, núp dưới gầm cầu. Giận dữ nhìn vào bụng kẻ thù muốn đâm ngọt xớt như ăn đường. Sát khí đằng đằng không ai dám lại gần. Giữa ban ngày mà trời như tăm tối, sương tuyết bay bay. Bị bắt rồi được thả ra mấy lần nhưng lòng vẫn không thay đổi. Đến lúc trước khi chết, còn chém ba nhát dao vào áo (Tương Tử). Cái tiết khí kỳ lạ ấy cao ngất ngàn tầng mây. Từ đây, tên cầu được đổi thành cầu Dự Nhượng. Cái nghĩa lớn giữa vua và tôi rất rõ ràng. Người quốc sĩ và người thường có cách ứng xử khác nhau[5]. Kẻ làm bề tôi mà có hai lòng thật đáng hổ thẹn đến chết. Ngàn năm nghe chuyện ai cũng phải ngậm ngùi thương xót. Chẳng phải là bọn Kinh Kha, Nhiếp Chính[6]. Cam chịu cho người nuôi nấng thừa mứa mà xem nhẹ tấm thân mình. Cái dũng trong máu huyết của họ không đáng nói. Chỉ riêng ông là đấng trượng phu có chí cứng rắn như sắt thép.

---

[1] *Chủy thủ*: một thứ dao, gươm ngắn, đầu như cái thìa.

[2] *Dự Nhượng*: theo *Sử ký*, người nước Tấn, là bầy tôi Trí Bá, được Trí Bá rất kính yêu. Trí Bá đánh thua Triệu Tương Tử, bị Tương Tử cho sơn xương sọ dùng làm chậu dùng đựng nước tiểu. Dự Nhượng hết lòng rửa nhục cho Trí Bá. Dự Nhượng bôi sơn vào mình, làm như người hủi, nuốt than cho mất tiếng. Ăn mày ở chợ, mà vợ không nhận ra. Dự Nhượng nấp dưới một cây cầu, chờ giết Tương Tử. Lại thất bại, trước khi kề gươm vào cổ tự vẫn, Dự Nhượng xin đâm ba lần vào áo Tương Tử để bầy tỏ ý chí báo thù.

[3] *Tấn Dương*: đất Chu Thành vương phong cho em, sau đổi là nước Tấn. TRí Bá phá đê cho nước lụt tràn vào Tấn Dương.

[4] *Trí Bá*: tức Trí Dao, một trong sáu quan khanh của nước Tấn, thời Tấn Xuất Công

[5] Dự Nhượng nói với Tương Tử: "Tôi đã làm tôi cho họ Phạm và họ Trung Hàng. Họ Phạm và họ Trung Hàng đãi tôi như người thường nên tôi báo đáp theo lối thường. Trí Bá đãi tôi như quốc sĩ nên tôi báo đáp theo tư cách quốc sĩ".

[6] Kinh Kha là thích khách giúp Thái Tử Đan nước Yên giết Tần Thủy Hoàng nhưng không thành công. Nhiếp Chính là thích khách giúp Nghiêm Trọng Tử nước Tề giết tể tướng nước Hàn là Hiệp Lũy.

Đường qua vùng Tam Tấn[1] đều thành gò bãi. Mắt chăm chú ý nhìn bên cầu dường như vẫn thấy bóng dáng của ông. Cơn gió tây lạnh lẽo khiến tê cóng người. Ngựa đi nhiều phen hí lên sợ lạc đường. Dao chủy thủ thời đó chỉ dài bảy tấc. Nhưng riêng nó sáng ngời rộng khắp muôn trượng suốt từ xưa cho đến nay.

Dịch thơ:

Dao chủy thủ trên cầu Dự Nhượng

(Bài hành)

Tấn Dương thành lũy cõi ngoài
Ngày đêm cuồn cuộn nước trôi xa gần
Đầu lâu Trí Bá trét sơn
Làm chậu nước tiểu tồi tàn nhớp nhơ
Đau lòng quá đỗi xót xa
Không người dốc chí thiết tha trả thù
Bề tôi Dự Nhượng bấy lâu
Tự mình gánh vác đương đầu làm thay
Sơn mình tô vẽ bầy hầy
Giả làm người hủi cạo mày cạo râu
Trên đường khất thực trước sau
Vợ không nhận biết gặp nhau ngỡ ngàng
Dưới cầu ẩn nấp bên đường
Trong người chủy thủ đeo mang dãi dầu
Điên cuồng nhìn bụng kẻ thù
Muốn đâm ngọt xớt bấy lâu thề nguyền
Đằng đằng sát khí như điên

---

[1] *Tam Tấn*: sau khi Trí Bá chết, nước Tấn bị ba nước Triệu, Hàn, Ngụy chí làm ba nước nên gọi là Tam Tấn.

Lại gần ai dám mon men trên đường
Ban ngày trời tối lạ thường
Tung bay lất phất tuyết sương mịt mờ
Mấy lần thạ bất bất thạ
Vẫn không thay đổi gần xa vững lòng
Trước khi gần chết vẫy vùng
Áo Tương Tử chém vạt lưng ba lần
Ngất trời khí lạ chuyển vần
Tên cầu Dự Nhượng một lần vinh danh
Quân thần đại nghĩa phân minh
Dân thường quốc sĩ ân tình khác nhau
Tôi thờ hai chúa trước sau
Chết trong hổ thẹn còn đâu là người
Ngàn xưa nghe chuyện trên đời
Lòng ai không chút ngậm ngùi xót xa
Phải đâu Nhiếp Chính Kinh Kha
Khinh thân vì lụy người ta nuôi mình
Dũng khí dòng máu đã đành
Trượng phu sắt thép vững vàng riêng ông
Đường qua Tam Tấn muôn trùng
Bãi gò cao thấp long đong từng giờ
Bên cầu dõi mắt xa xa
Ngỡ như thấy bóng người xưa bồi hồi
Gió tây buốt giá tê người
Ngựa đi sợ hãi liên hồi hí vang
Chỉ dài bảy tấc chiều ngang

Thuở nào chúy thủ vẻ vang một vùng
Lạ thay tia sáng hào hùng
Chiếu soi muôn trượng muôn trùng cổ kim

豫讓橋

豫讓匿身刺襄子
此地因名豫讓橋
豫讓既殺趙亦滅
橋邊秋草空蕭蕭
君臣正論堪千古
天地全經盡一朝
凜烈寒風冬日薄
奸雄過此尚魂消

210. Dự Nhượng kiều

Dịch nghĩa: Cầu Dự Nhượng

Dự Nhượng ẩn mình để ám sát Tương Tử. Chốn này vì vậy mới đặt tên cầu là Dự Nhượng. Khi Dự Nhượng bị giết, nước Triệu cũng bị diệt vong. Đám cỏ thu bên cầu héo sầu xác xơ. Lời bàn đúng đắn về nghĩa vua tôi đáng để lưu muôn thuở. Làm tròn đạo của đất trời trong một buổi sớm mai. Gió rét ghê rợn, mặt trời mùa đông thêm nhạt nhòa. Kẻ gian hùng qua chốn này sẽ kinh hồn bạt vía.

Dich thơ

Cầu Dự Nhượng

Ẩn mình Dự Nhượng âm thầm
Giết người Tương Tử rắp tâm những ngày
Kể từ ngày đó đến nay
Cầu tên Dự Nhượng đất này lưu danh
Ngày sau Dự Nhượng bỏ mình
Khiến cho nước Triệu tan tành diệt vong
Đôi bờ cầu cũ chạnh lòng
Cỏ thu sầu héo một vùng quạnh hiu
Quân thần chính luận bao điều
Trải qua muôn thuở sớm chiều làm gương
Đất trời đạo nghĩa tỏ tường
Sớm ngày trọn vẹn mọi đường xong xuôi
Gió đông buốt giá ghê người
Mong manh mờ mịt mặt trời phôi phai
Gian hùng nếu đến nơi đây
Thất kinh phách lạc hồn bay tan tành

荊軻故里

白虹貫日天漫漫
風蕭蕭兮易水寒
歌聲慷慨金[1]聲烈
荊軻從此入秦關
入秦關兮持[2]匕首
六國深仇一引手
殿上卒[3]然一[4]振驚
左右手搏王環柱
階下舞陽如死人
神勇毅然惟獨君
縱然不殺秦皇[5]帝
也算古今無比倫[6]
怪底行蹤原市隱
曾與燕丹無夙分
殺身只為受人知
徒得田光輕一刎
可憐無辜樊於期
以頭借人無還時[7]
一朝枉殺三烈士
咸陽天子終巍巍
燕郊一望皆塵土

---

1 岳
2 挟
3 忽
4 齊
5 王
6 二人
7 期

秋日秋風滿官路
市上歌聲不復聞
易水波流[1]自今古
故里枳棘縱復横
只有殘碑猶未傾
莫道匕首更無濟
揭竿斬[2]木為先聲

211. Kinh Kha cố lý

Dịch nghĩa: Làng cũ của Kinh Kha[3]

Cầu vồng trắng vắt ngang mặt trời, bầu trời mênh mang. Gió thổi hiu hắt, nước sông Dịch[4] *lạnh. Tiếng ca khảng khái, tiếng thép rít. Kinh Kha từ đây vào cửa ải nhà Tần. Vào ải Tần, cầm dao chuỷ thủ*[5]*. Thù sâu sáu nước gửi cả vào một tay. Trên cung điện bỗng nhiên kinh động. Quan tả hữu tay không đánh bắt, vua chạy vòng quanh cột*[6]*. Dưới thềm, Vũ Dương*[7] *đứng đờ người như đã chết. Thần dũng hiên ngang chỉ có mình ông. Dù chẳng giết được Hoàng đế nhà Tần. Tính ra xưa nay không có người nào sánh bằng. Lạ thay, vốn dấu kín hành tung giữa chợ. Không từng có duyên nợ kiếp trước với thái tử Đan nước Yên*[8]*. Xả thân chỉ vì được người biết đến*

---

[1] 流波

[2] 斬竿揭

[3] *Kinh Kha*: một kiếm khách người nước Vệ, được Thái tử Đan nước Yên tin dùng, sang Tần uy hiếp Tần Thuỷ Hoàng.

[4] *Sông Dịch*: sông phát nguyên từ Dịch Huyện, tỉnh Hà Bắc. Kinh Kha đến sông này hát: "風蕭蕭兮易水寒, 壯士一去不復返" (Gió hiu hắt, nước sông Dịch lạnh, Tráng sĩ một đi không trở về).

[5] Xem chú số 1, Bài 209.

[6] Bị Kinh Kha cầm chủy thủ đuổi theo để đâm, vua Tần sợ hãi chạy quanh cột, các quan hoảng hốt cuống quýt chỉ dùng tay không để đánh Kinh Kha.

[7] *Vũ Dương*: Tần Vũ Dương là dũng sĩ, được Thái tử Đan cử đi theo giúp sức Kinh Kha. Tới trước bệ rồng, Vũ Dương thất sắc run rẩy, Kinh Kha đành hành động gấp nên hỏng việc.

[8] Thái tử Đan, con của Yên Vương Hỉ, bị đưa sang Tần làm con tin, giận Tần Vương là bạn chơi hồi nhỏ, bỏ trốn về nước.

mình. Luống được Điền Quang[1] nhẹ nhàng đâm cổ chết. Đáng thương Phàn Ô Kỳ[2] chẳng có tội tình gì. Cho mượn đầu không hẹn kỳ trả lại. Một sớm ba liệt sĩ[3] chết oan. Mà ngôi thiên tử ở Hàm Dương[4] cuối cùng vẫn cao vời ngất ngưởng. Đất Yên nhìn khắp chỉ toàn đất bụi. Nắng thu, gió thu đầy trên đường quan. Trong chợ không còn nghe tiếng ca nữa. Sông Dịch chảy mãi từ ngàn xưa. Nơi làng cũ, cây chỉ, cây gai mọc ngang dọc. Chỉ có cái bia tàn vẫn chưa đổ. Chớ nói rằng cây Chuỷ thủ vô dụng. Nó mở đầu cho việc chặt cây làm giáo, dựng cờ [5], (khởi nghĩa).

Dịch thơ

Làng cũ của Kinh Kha

Bầu trời rộng lớn mênh mang
Cầu vồng trắng sáng xuyên ngang mặt trời
Hắt hiu gió thổi chơi vơi
Lạnh căm sông Dịch ven trời gần xa
Hùng hồn khẳng khái tiếng ca
Ngỡ như tiếng sắt chen đua tiếng vàng
Kinh Kha từ đó lên đường
Tay cầm chủy thủ hiên ngang ải Tần
Thù sâu sáu nước căm hờn
Trong tay dồn lại một lần trả xong

---

[1] *Điền Quang*: người được thầy học của Thái tử Đan là Cúc Võ tiến cử để bàn mưu thích khách, Điền Quang già, tiến cử Kinh Kha và lấy cái chết để Thái tử Đan tin và để khích lệ Kinh Kha.

[2] *Phàn Ô Kỳ*: tướng nhà Tần có lỗi với vua Tần, trốn sang nước Yên, được Thái tử Đan trọng đãi. Kinh Kha muốn dùng cái đầu của Phàn Ô Kỳ dâng lên vua Tần để thực hiện kế hoạch ám sát. Phàn Ô Kỳ đồng ý và kháng khái tự đâm cổ chết.

[3] Tức Điền Quang, Phan Ô Kỳ và Kinh Kha.

[4] *Hàm Dương*: kinh đô nước Tần, tức Vị Thành cũ, ở phía đông bắc Trường An, tỉnh Thiểm Tây bây giờ. "Hàm Dương thiên tử" chỉ vua Tần.

[5] Tần Thủy Hoàng vô đạo. Trần Thiệp cùng Ngô Quảng khởi nghĩa. Dân hưởng ứng nhiệt liệt, chặt cây làm gậy, trương sào làm cờ để khởi nghĩa chống Tần.

Khắp trên cung điện bệ rồng
Đột nhiên chấn động vô cùng thất kinh
Cột rồng vua sợ chạy quanh
Quần thần chống trả cũng đành tay không
Dưới thềm đờ đẫn trong lòng
Như người đã chết hãi hùng Vũ Dương
Trên đời duy nhất một chàng
Cao vời dũng mãnh hiên ngang như thần
Dù không giết được vua Tần
Nào ai sánh nổi cõi trần xưa nay
Ẩn mình giữa chợ lạ thay
Yên Đan nào có duyên may thuở nào
Bỏ mình liều mạng thế sao
Cho người biết đến sớm chiều nổi danh
Uổng công tự vẫn vẹn tình
Điền Quang xem nhẹ thân mình ra đi
Đáng thương cho Phàn Ô Kỳ
Tội gì cho mượn đầu lìa oái ăm
Chỉ trong một sớm thăng trầm
Ba chàng liệt sĩ cõi trần chết oan
Cuối cùng thiên tử nhà Tần
Uy nghi vòi vọi vô vàn Hàm Dương
Cõi Yên mù mịt bụi đường
Đường quan nắng gió mênh mang thu về
Lặng im phố chợ tái tê
Tiếng đàn giọng hát sớm khuya lụi tàn

Ngàn xưa sông Dịch chứa chan
Mà nay mãi chảy miên man vô bờ
Còn đây làng cũ xa xưa
Cây gai cây chỉ bao mùa dọc ngang
Chỉ còn bia cổ ven đường
Vẫn chưa nghiêng đổ tang thương thuở nào
Phải đâu chủy thủ tầm phào
Dựng cờ gậy gộc hô hào đấu tranh

帝堯廟

太虛一點大觀之
天地無功萬物資
在日茅茨猶不剪
後身香火更何為
一中心法開群帝
千古崇祠對九疑
曾向許由讓天下
聖人名實有誰知

212. Đế Nghiêu miếu

Dịch nghĩa: Miếu Đế Nghiêu[1]

Một điểm trong thái hư[2] xem ra rất to lớn. Như trời đất vô vi nhưng muôn vật được nhờ[3]. Lúc sống, ở nhà tranh còn không cắt tỉa. Chết

---

[1] *Đế Nghiêu*: vị vua thời cổ đại, sau truyền ngôi cho vua Thuấn. Nghiêu, Thuấn tượng trưng bậc vua tài đức, anh minh.

[2] *Thái hư*: thái không, chỉ trời đất.

[3] Ý từ câu. "堯舜無為而治" (Các vua thánh theo lẽ vô vi mà muôn dân được nhờ)

rồi, hương khói thờ cúng để làm chi? Tâm pháp Nhất trung[1] *mở lối cho vua chúa đời sau. Ngôi đền cao muôn thuở đối diện dãy núi Cửu Nghi*[2]*. Từng muốn nhường thiên hạ cho Hứa Do*[3]*. Danh và Thực của bậc thánh nhân nào có ai biết*[4]*.*

Dịch thơ

Miếu Đế Nghiêu

Chỉ là một điểm thái hư
Vô cùng to lớn thuở xưa tỏ mình
Vô vi trời đất chân tình
Nương nhờ vạn vật an lành xưa nay
Sinh thời giản phác chốn này
Nhà tranh tua tủa phô bày tự nhiên
Ngày sau khuất bóng cửu tuyền
Cần gì hương hỏa cho phiền dân gian
Nhất trung tâm pháp thánh thần
Đế vương khai mở tỏa lan muôn đời
Cửu Nghi đền miếu ngất trời
Mây ngàn muôn thuở chơi vơi muôn trùng
Đã từng ước nguyện đáy lòng
Nhường ngôi thiên hạ tỏ cùng Hứa Do
Thánh nhân danh thực mơ hồ

---

[1] *Nhất trung*: vua Nghiêu truyền ngôi cho Thuấn và dặn: "允 執 厥 中" (Phải giữ lấy đạo trung).

[2] *Cửu Nghi*: dãy núi thuộc tỉnh Hồ Nam. Đền thờ vua Nghiêu đặt ở Cửu Nghi.

[3] *Hứa Do*: bậc cao sĩ đời thượng cổ, tự Vũ Trọng, ở ẩn Bái Trạch. Vua Nghiêu đem thiên hạ nhường cho nhưng Hứa Do không nhận.

[4] Hứa Do nói với vua Nghiêu: "Ông làm vua, thiên hạ đã bình trị rồi. Bây giờ bảo tôi thay thế thì tôi vì danh à ? Danh chỉ là khách, Thực mới là chủ."

劉伶墓

劉家之子不成才
荷插揚言死便埋
醉裡已能齊[1]萬物
死時何必念遺骸
天年古墓長荊棘
萬里官道多風埃
何以[2]清醒看世事
浮萍擾擾更堪哀

213. Lưu Linh mộ

Dịch nghĩa: Mộ Lưu Linh[3]

Chàng họ Lưu chẳng tài cán gì. Vác cuốc rêu rao "chết đâu chôn đó"[4]*. Khi đã say thì coi muôn vật ngang nhau. Sau khi chết hà tất phải lo nghĩ tới hình hài. Mộ cổ ngàn năm mọc đầy gai góc. Đường quan muôn dặm nhiều gió bụi. Sao mình lại lấy trong sạch, tỉnh táo mà nhìn việc đời. Để rồi như những cánh bèo trôi giạt rất đáng thương*[5]

---

[1] 濟

[2] 似

[3] *Lưu Linh*: người đời Tấn (210-270), tên chữ là Bá Luân, thích uống rượu, không quan tâm đến việc đời. Là một trong "Trúc Lâm thất hiền". Ông để lại hậu thế bài *Tửu đức tụng.*

[4] *Chết đâu chôn đó*: Lưu Linh thường ngồi xe hươu kéo, mang theo một bầu rượu, sai người vác cuốc theo sau và nói câu trên.

[5] Trong bài *Tửu đức tụng* của Lưu Linh có câu: "Việc đời như cánh bèo trôi nổi trên sông Giang, sông Hán".

Dịch thơ

Mộ Lưu Linh

Lưu Linh lãng tử bất tài
Chết đâu chôn đó cuốc này rêu rao
Khi say muôn vật như nhau
Chết còn luyến tiếc trước sau hình hài
Ngàn năm cổ mộ tàn phai
Mọc đầy gai góc rối bời ngổn ngang
Đường quan muôn nẻo dặm trường
Mịt mù gió cuốn bụi đường liêu xiêu
Sao ta thức tỉnh thanh cao
Nhìn xem thế sự bao điều đổi thay
Lênh đênh bèo dạt lất lây
Chạnh lòng thương xót tháng ngày lênh đênh

麒麟墓

河北道中五尺豐碑當大路
中有楷字大書麒麟墓
道傍故老為余言
永樂四年貢麟道死瘞此土
官命立碑用存故
此事迄今已經古
但見官道蕩蕩無丘陵
其旁不對亦不樹
片石傾攲苔蘚蔓
淒風朝吹暮苦雨
吁嗟麟兮何由睹
吁嗟麟兮天上祥
骨肉委之虫蛾蠹
麟兮麟兮爾何苦
何況燕棣何如人
奪姪自立非仁君
暴怒一逞夷十族
大棒巨鑊烹忠臣
五年所殺百餘萬
白骨成山地血殷
麟兮果為此人出
大是妖物何足珍
或是爾生不忍見殺[1]戮
先就此地捐其身
呼嗟仁獸兮麒麟

---

1 僇

於世不見以為祥
見之不過同犬羊
若道能為聖人出
當[1]世何不南遊翔

214. Kỳ Lân mộ

Dịch nghĩa: Mộ Kỳ lân[2]

Trên đường Hà Bắc có tấm bia cao năm thước dựng bên đường cái. Trong có mấy chữ đại tự lối chữ khải: "Mộ Kỳ Lân". Ông lão ở bên đường bảo ta rằng. Năm Vĩnh Lạc[3] *thứ tư, con kỳ lân đem cống vua, chết giữa đường, chôn tại đây. Quan trên cho dựng bia để ghi lại việc cũ. Việc ấy đến nay đã xưa rồi. Nay chỉ còn thấy con đường cái quan bằng phẳng không gò đống. Cạnh bia chẳng đắp mộ cũng không trồng cây. Phiến đá xiêu vẹo, rêu phủ mờ. Sáng gió lạnh thổi, chiều mưa dầm dề tuôn. Than ôi, kỳ lân vì đâu mày hiện ra. Than ôi, kỳ lân là giống vật báo điềm lành ở trên trời. Nay thịt xương bỏ cho sâu kiến đục. Ôi kỳ lân! Ôi kỳ lân! Sao mày khổ thế! Huống nữa Yên Đệ*[4] *là người như thế nào. Cướp ngôi của cháu để tự lập làm vua, không phải là bậc nhân quân. Để hả một cơn giận y giết cả mười họ. Giết trung thần bằng cách đánh bằng gậy lớn và nấu trong vạc dầu lớn. Trong năm năm giết trên trăm vạn mạng người. Xương trắng chất thành núi, đất ngập máu. Ôi kỳ lân! nếu mày vì kẻ ấy mà hiện ra. Thì mày chỉ là đồ yêu quái, có gì đáng quý. Hoặc là mày sống ở đời không nỡ nhìn cảnh chém giết. Nên đến chỗ này để chết trước. Than ôi! kỳ lân là loài thú có đức nhân. Trên đời chẳng thấy nên cho là điềm lành. Thấy thì chẳng qua cũng như loài chó dê. Nếu bảo kỳ*

---

[1] 今

[2] Theo sách cổ, kỳ lân là linh thú có lòng nhân, báo hiệu điềm lành, đời thịnh trị, kỳ lân ra đời là có thánh nhân xuất hiện.

[3] *Vĩnh Lạc*: niên hiệu của vua Minh Thành Tổ (1403-1424).

[4] *Yên Đệ*: con thứ sáu của Minh Thái Tổ (1368-1398), đã cướp ngôi của cháu là Minh Huệ Đế (1399-1402), tự lập lên làm vua Minh Thành Tổ, niên hiệu Vĩnh Lạc (1403-1424). Đại thần Phương Hiếu Nhụ chống lệnh không chịu thảo chiếu cho Yên Đệ lên ngôi, bị đánh tan xác, phanh thây, cả mười họ bị tru di.

lân vì thánh nhân mà hiện ra. Thì thời ấy sao không lượn chơi sang phương Nam?[1]

Dịch thơ

Mộ Kỳ lân

Trên đường Hà Bắc chốn này
Bia cao năm thước dựng ngay ven đường
Kỳ lân mộ khắc tỏ tường
Chữ chân nét lớn một hàng ở trên
Ven đường ông lão huyên thuyên
Rằng năm Vĩnh Lạc tứ niên thuở nào
Kỳ lân cống chết xôn xao
Giữa đường chôn cất sớm chiều nơi đây
Mệnh quan truyền dựng bia này
Khắc ghi việc cũ tỏ bày mai sau
Xảy ra việc ấy đã lâu
Nay đường cái phẳng trước sau không gò
Không cây bia đá không mồ
Liêu xiêu phiến đá rêu mờ phủ che
Sớm mai gió lạnh thổi về
Bóng chiều buông xuống dầm dề mưa rơi
Than ôi nào đã đến thời

---

[1] Ý nói, nếu kỳ lân báo điềm lành sao không xuất hiện ở nước Nam, vào thời kỳ đó, ở nước ta, Bình Định Vương Lê Lợi cùng Nguyễn Trãi khởi nghĩa chiến thắng quân Minh (1418-1427). Nguyễn Du mượn cái chết của con kỳ lân để nói lên lòng căm giận của mình đối với tên bạo chúa ấy. Trước ông trừ Nguyễn Trãi, ít có tác giả Việt Nam nói rõ tội ác của Minh Thành Tổ, thậm chí có người còn theo sử gia phong kiến Trung Quốc cho hắn là vị vua anh hùng.

Điềm lành báo ứng từ trời kỳ lân
Thịt xương sâu kiến khoét dần
Kỳ lân ơi hỡi khổ thân một đời
Huống chi Yên Đệ là người
Ngai vàng tự lập cướp ngôi cháu mình
Trút cơn cuồng nộ thình lình
Giết luôn mười họ vô tình bất nhân
Dùng gậy lớn giết trung thần
Quăng vào vạc lớn xác thân tan tành
Trong năm năm đã bạo hành
Giết trên trăm vạn người lành đáng thương
Xương trắng chất núi ven đường
Máu tràn mặt đất chảy loang xa gần
Kỳ lân ơi hỡi kỳ lân
Nếu vì kẻ ấy một lần hiện ra
Chỉ là quỷ quái yêu ma
Có gì đáng quý để mà trông mong
Hay là mắt không nỡ trông
Những cảnh chém giết ở trong cuộc đời
Cho nên ở đất xa xôi
Cũng đành chết trước chôn vùi xác thân
Than ôi loài thú kỳ lân
Có lòng nhân đức vô vàn bấy lâu
Trên đời hiếm thấy nơi đâu
Dân gian mới tưởng trước sau điềm lành
Có khi nhìn thấy bóng hình

Như dê như chó vô tình vô luân
Nếu như vì đấng thánh nhân
Kỳ lân xuất hiện cõi trần như mơ
Thế sao thuở ấy hiện ra
Lãng du một chuyến cõi bờ phương nam

偃城岳武穆班處

當時曾駐岳家軍
此地經今有戰塵
大將空懷邦國恥
君王已絕父兄親
金牌十二有遺恨
鐵騎三千空暮雲
血戰十年成底事
風波亭下謝金人

215. Yển Thành Nhạc Vũ Mục ban xứ

Dịch nghĩa: Yển Thành[1], nơi Nhạc Vũ Mục[2] rút quân

Thời đó quân của Nhạc tướng quân từng đóng quân ở đây. Đất này xưa nay đã trải qua cát bụi chiến tranh. Đại tướng luống mang nỗi sỉ nhục đất nước. Nhà vua[3] đã dứt bỏ tình thân như cha anh. Mười hai thẻ kim bài[4] để lại mối hận. Ba ngàn quân kỵ chỉ còn lại đám

---

[1] *Yển Thành*: thuộc tỉnh Hà Nam, phía nam thành Hứa Xương, nơi Nhạc Phi đóng quân.

[2] *Nhạc Vũ Mục*: tức Nhạc Phi, tướng tài thời Nam Tống. Sau bị Tần Cối giết hại. Đến đời Hiếu Tông, được phục chức và đặt tên thuỵ là Vũ Mục.

[3] *Nhà vua*: chỉ vua Tống Cao Tông không còn nghĩ đến việc cha (Huy Tông) và anh (Khâm Tông) đã bị quân Kim bắt.

[4] Nhắc việc Tần Cối giả lệnh vua, một ngày phát *mười hai thẻ kim bài* ra mặt trận triệu Nhạc Phi về, rồi hạ ngục giết.

mây chiều. Mười năm huyết chiến chỉ để làm nên cái việc. Bị giết ở đình Phong Ba[1] để triều đình tạ tội với người Kim.

Dịch thơ

Yển Thành, nơi Nhạc Vũ Mục rút quân

Nhạc Phi danh tướng một thời
Đã từng đồn trú ở nơi chốn này
Đất này bao thuở xưa nay
Mịt mù cát bụi những ngày chiến tranh
Đau lòng đại tướng không đành
Quốc gia sỉ nhục điêu linh vô bờ
Quân vương tàn nhẫn không ngờ
Tình phụ huynh đã lìa xa trên đời
Mười hai tấm thẻ kim bài
Để lại mối hận ngất trời đớn đau
Ba ngàn quân kỵ ào ào
Chỉ còn những đám mây chiều vấn vương
Mười năm đổ máu chiến trường
Để rồi thành nỗi trái ngang tận cùng
Đình Phong Ba giết người trung
Cúi đầu tạ tội thỏa lòng người Kim

[1] *Đình Phong Ba*: một đình trong ngục Đại Lý Tự, nơi Nhạc Phi bị giết, nay còn di tích ở Hàng Châu, Chiết Giang.

東路

泰山山色滿青徐
千里山東縱目初
何處聖賢松柏下
別城絃誦魯鄒餘
他鄉顏狀頻開鏡
客路塵埃半讀書
行色匆匆歲雲暮
不禁憑軾歎歸歟

216. Đông lộ

Dịch nghĩa: Đường đi phía đông

Sắc màu của núi Thái Sơn[1] *tràn ngập vùng châu Thanh, châu Từ*[2]*. Phóng tầm mắt ra ngắm nhìn ngàn dặm đất Sơn Đông. Bậc thánh hiền ở chốn nào dưới gốc tùng, bách. Riêng còn tiếng đàn, đọc sách ở đất Trâu, Lỗ*[3]*. Nơi tha hương, thường soi gương xem dung mạo của mình. Dọc đường đất khách đầy gió bụi, nửa thời giờ dùng để đọc sách. Vội vàng ra đi vì năm cũng sắp hết rồi. Dựa vào đòn ngang của chiếc xe, không ngăn được lời than thở: "Về đi thôi!"*[4]

---

[1] *Thái Sơn*: dãy núi cao ở phía bắc Trung Quốc.
[2] *Châu Thanh, châu Từ*: thuộc tỉnh Sơn Đông.
[3] *Trâu, Lỗ*: tên hai nước thời xưa của Trung Quốc, Khổng Tử người nước Lỗ, Mạnh Tử người nước Trâu. Học trò Khổng, Mạnh học thi, thư, lễ, nhạc…nên ở đây nói còn lại tiếng đàn, tiếng đọc sách.
[4] *Về đi thôi*: Khổng Tử chu du khắp các nước chư hầu, không được vua nào tin dùng, nên than: "歸歟" (Về đi thôi, về đi thôi).

Dịch thơ

Đường đi phía đông

Thái Sơn sắc núi tỏa lan
Nhuốm màu khắp chốn miên man Thanh, Từ
Xa trông vời vợi mịt mờ
Sơn Đông ngàn dặm bến bờ nơi đâu
Chốn nào từ thuở ngàn thu
Dưới vòm tùng bách trước sau thánh hiền
Góc thành Trâu, Lỗ bao phen
Gảy đàn đọc sách điềm nhiên mãi còn
Tha hương thấp thỏm bồn chồn
Gương soi dung mạo mỏi mòn bấy lâu
Dọc đường gió bụi mịt mù
Nửa dành đọc sách trầm tư qua ngày
Hành trình tất bật loay hoay
Một năm sắp hết từng ngày tàn phai
Tựa xe xao xuyến bồi hồi
Cũng đành than thở về thôi ngậm ngùi

管仲三歸臺

舊臺湮沒草離離
曾以桓公霸一時
郡縣城中空九合
莓苔石上記三歸
在朝巧與君心合
沒世終憐相業卑
喜值聖朝公覆幬[1]
往來臺下雜華夷

217. Quản Trọng Tam Quy đài

Dịch nghĩa: Đài Tam Quy của Quản Trọng[2]

Đài cũ chìm lấp, cỏ mọc tua tủa. Từng giúp Tề Hoàn Công nên nghiệp bá một thời. Trong thành đã trải qua chín lần hợp các quận huyện. Trên đá rêu phủ còn ghi chữ "Tam Quy". Ở triều đình khéo hợp lòng vua. Chết rồi, rốt cuộc, bị chê là Tể tướng tầm thường[3]*. Mừng gặp thánh triều che chở khắp thiên hạ. Nên dưới đài qua lại tấp nập người Hoa, người Di*[4]*.*

---

[1] 燾

[2] *Quản Trọng*: tên là Di Ngô, tự là Trọng, người đất Dĩnh Thượng nước Tề (vùng Sơn Đông). Công nghiệp của Tề Hoàn Công đều nhờ tướng quốc Quản Trọng giúp đỡ mà thành nên được tôn là Thượng phụ, được phép xây *Đài Tam Quy*, đài cao ba tầng, ngụ ý rằng ba hạng người quy phục mình: dân quy phục, chư hầu quy phục, các rợ quy phục.

[3] Mạnh Tử có câu chê: "Quản Trọng được vua tin dùng như thế, mà sự nghiệp chỉ tầm thường có thế".

[4] Hoa, văn minh chỉ người Trung Quốc, Di, mọi rợ chỉ các dân tộc ở ngoài biên giới Trung Quốc. Quản Trọng làm tướng, dùng chính sách tôn nhà Chu, chinh phục các dân tộc ngoài biên giới. Khổng Tử khen: "Nếu không có Quản Trọng thì ta đã phải gióc tóc, khép vạt áo sang bên trái rồi", nghĩa là đã hóa ra mọi rợ rồi. Ngày nay Trung Quốc đã thống nhất, không còn phân biệt Hoa với Di như thời Quản Trọng nữa.

Dịch thơ

Đài Tam Quy của Quản Trọng

Đài xưa chìm khuất nơi đâu
Cỏ hoang tua tủa trước sau một vùng
Đã từng trợ giúp Hoàn Công
Một thời nghiệp bá thành công cõi trần
Đã từng tụ họp chín lần
Trong thành quận huyện kết thân chư hầu
Phủ rêu trên đá dãi dầu
Tam Quy chữ khắc bạc mầu phôi pha
Triều đình khéo hợp lòng vua
Chết rồi mang tiếng gần xa tầm thường
Mừng vui công đức vô lường
Thánh triều che chở yêu thương tràn đầy
Dưới đài lai vãng xưa nay
Hoa, Di tấp nập chốn này tới lui

榮棨期拾穗處

三樂人皆有
如何子獨知
生貧猶不恤
老死復何悲
曠野東山下
行歌拾穗時
賢名留此地
天古起人思

218. Vinh Khải Kỳ thập tuệ xứ

Dịch nghĩa: Nơi Vinh Khải Kỳ[1] nhặt lúa[2]

Ba niềm vui của ông, mọi người đều có. Sao chỉ mình ông biết. Sống nghèo còn chẳng lo sợ. Già chết lại buồn chi. Cánh đồng bát ngát dưới núi Đông Sơn[3]. Vừa ca vừa nhặt lúa. Tiếng tăm người hiền lưu mãi đất này. Ngàn xưa đến nay người ta vẫn còn nhớ.

Dịch thơ

Nơi Vinh Khải Kỳ nhặt lúa

Ba niềm vui thú đời người
Chỉ riêng ông hiểu lẽ trời ung dung
Chẳng lo kiếp sống khốn cùng

---

[1] *Vinh Khải Kỳ*: một ẩn sĩ đời Xuân Thu. Sách *Liệt tử* chép: "Khổng Tử đi chơi, thấy Vinh Khải Kỳ ở ngoài đồng vừa đi vừa hát bèn hỏi: "Tiên sinh có điều gì vui mà hát thế?". Vinh Khải Kỳ đáp: "Tôi có rất nhiều điều vui: vui được làm người, quý hơn muôn vật; vui được làm người đàn ông, quý hơn đàn bà; vui được sống lâu 90 tuổi, không chết non. Đó là ba điều vui vậy".

[2] *Nhặt lúa*: *Thập tuệ,* tên một bài ca.

[3] *Đông Sơn*: tên núi thuộc tỉnh Chiết Giang.

Già rồi thì chết cũng không u buồn
Đông Sơn bát ngát cánh đồng
Nghêu ngao nhặt lúa ung dung những ngày
Hiền nhân lưu tiếng đất này
Lòng người tưởng nhớ xưa nay mãi còn

孟子祠古柳[1]

吾聞天池[2]之濆有龍夭矯[3]
今之畫圖無略肖
風雨一夜飛下來
化為亞聖官門柳
此柳渾全百十圍
養成大物非一時
雨露天意獨滋潤
鬼神暗中相扶持
枝柯落落老益壯
歲月悠悠深不知
左蟠[4]右轉[5]當大道
過客不敢攀其枝
蔥蔥鬱鬱抱元氣
天下斯文其在斯[6]
鄉人支以二石柱

1 行
2 地
3 嬌
4 盤
5 旋
6 茲

石柱既深根愈固
不同凡卉小春秋
半畝風煙自今古
灝[1]然之氣非尋常
大材[2]應與天齊[3]壽

219. Mạnh Tử từ cổ liễu

Dịch nghĩa: Cây liễu cổ nơi đền thờ Mạnh Tử[4]

Ta nghe nói bên bờ ao trên trời có con rồng uốn lượn. Những bức tranh vẽ ngày nay chẳng giống chút gì. Một đêm mưa gió, con rồng đã bay xuống đây. Hóa làm cây liễu trước cửa đền Á Thánh. Cây liễu này còn toàn vẹn, (vòm tàn lá) to trăm người ôm. Nuôi trồng thành cây liễu to cao không phải một lúc là được. Trời có ý yêu riêng nên đổ mưa móc, thấm nhuần. Quỉ thần cũng ngấm ngầm giúp đỡ. Cành nhánh sum suê, càng già càng khỏe, cứng cáp. Năm tháng dài dằng dặc, không biết đã trải qua bao năm. Cành uốn khúc phía bên trái rồi lại quay vòng về phía phải đứng ngay bên đường lớn. Khách qua đường không dám vịn vào cành. Sum suê, rậm rạp ôm chứa nguyên khí. Nền văn chương đạo lý trong thiên hạ có lẽ ở nơi này. Người làng đã xây hai trụ đá để chống đỡ cây. Trụ đá càng sâu gốc càng bền bỉ. Không như cây cỏ tầm thường yểu mệnh. Cây choán nửa mẫu đất trong gió mây sương khói từ xưa đến nay. Cái khí hạo nhiên[5] *chẳng phải tầm thường. Cây liễu to lớn sẽ cùng trời sánh ngang tuổi thọ.*

---

[1] 浩

[2] 樹

[3] 並

[4] *Mạnh Tử*: nhà triết học lớn thời Chiến Quốc, người nước Trâu, tỉnh Sơn Đông. Ông thừa kế, phát huy học thuyết Khổng Tử, lên án các cuộc chiến tranh phi nghĩa, nhấn mạnh *Nghĩa,* giỏi hùng biện, được tôn làm "Á Thánh" trong Nho giáo.

[5] *Hạo nhiên*: chính khí, tinh thần chính đại cương trực. *Mạnh Tử* (Công Tôn Sửu thượng). "我善養吾浩然之氣" (Ta khéo nuôi dưỡng cái khí hạo nhiên của ta)

Dịch thơ

Cây liễu cổ nơi đền thờ Mạnh Tử

Từng nghe câu chuyện thuở xưa
Ao trời rồng uốn bên bờ vòng quanh
Ngày nay trông những bức tranh
Vẽ không hề giống tượng hình đã quen
Đêm mưa rồng lượn một miền
Hóa thành cây liễu trước đền thánh nhân
Đến nay cây liễu vẹn toàn
Trăm người ôm xuể bóng tàn vòm cây
Liễu cao thân lớn thế này
Dưỡng nuôi đâu chỉ một ngày là xong
Là do thiên ý nhủ lòng
Tưới nhuần mưa móc một vùng riêng ban
Quỷ thần tăm tối cõi trần
Ra tay phù trợ ngấm ngầm xưa nay
Sum suê cành nhánh lá cây
Càng già càng khỏe ngày ngày tốt tươi
Tháng năm dằng dặc mãi trôi
Nào đâu biết được bao thời đã qua
Uốn quanh trái phải gần xa
Đứng ngay đường lớn từ xưa nay rồi
Trên đường qua lại bao người
Vén cành ai dám đùa chơi bao giờ
Um tùm rậm rạp lòa xòa

Chứa ôm nguyên khí vô bờ bấy lâu
Văn chương thiên hạ trước sau
Phải chăng xuất hiện ban đầu từ đây
Dân làng kêu gọi chung tay
Dựng hai trụ đá đỡ cây thuở nào
Trụ sâu bền vững thêm nhiều
Cổ hèn sánh nổi bao nhiêu tuổi đời
Vòm cây nửa mẫu trong ngoài
Gió mây sương khói một trời xưa nay
Khí hạo nhiên cao vời thay
Lớn lao chính trực tỏ bày mênh mang
Cây cao to lớn lạ thường
Vô cùng trường thọ sánh ngang với trời

嵇康琴臺

琴臺古跡[1]記嵇康
人死琴亡臺亦荒
文武七絃終寂寂
東西兩晉亦茫茫
至今不朽惟童[2]性
此後何人到醉鄉
嘆息廣陵絃絕後
琵琶新譜半胡姜

---

[1] 讀
[2] 龍

220. Kê Khang cầm đài

Dịch nghĩa: Đài gảy đàn cầm của Kê Khang[1]

Dấu tích xưa ghi Cầm đài là của Kê Khang. Khi người chết, đàn mất, rồi đài cũng bỏ hoang. Bảy dây văn và dây vũ cuối cùng cũng bặt tiếng; hai nhà Đông Tấn, Tây Tấn cũng mịt mờ xa xăm. Đến nay, cái bất hủ của ông còn lại là tính tình trẻ thơ hồn nhiên. Về sau, ai là người đến với làng say đây. Than thở cho điệu đàn Quảng Lăng đã dứt. Khúc nhạc mới của đàn tỳ bà phân nửa được làm theo âm điệu của Hồ Khương[2].

Dịch thơ

Đài gảy đàn cầm của Kê Khang

Cầm đài tích cũ lưu danh
Kê Khang nổi tiếng tung hoành thuở xưa
Khi người khuất bóng mịt mờ
Đài hoang đàn mất xót xa ngậm ngùi
Bảy dây văn vũ một thời
Cuối cùng tịch mịch giữa đời phù du
Đông Tấn, tây Tấn trước sau
Thế rồi cũng đã mịt mù xa xăm
Mà nay còn mãi tiếng tăm
Hồn nhiên con trẻ thăng trầm xưa nay

---

[1] Kê Khang (233-262) tự Thúc Dạ, người đời Tấn, ở đất Trất (nay thuộc huyện Túc, tỉnh An Huy). Dòng họ Hề, lánh nạn đến Kê Sơn, do đó tự đặt hiệu là Kê Khang. Ông là một trong Trúc Lâm thất hiền. Là người đa tài, đa nghệ, thông tuệ, thích học thuyết Lão Trang, tính chính trực, thích đàn, rượu… Sau bị Tư Mã Chiêu giết. Khi lâm hình ông vẫn ung dung gảy khúc *Quảng Lăng tán*. Đàn xong nói: "Có kẻ xin học bài này, ta không dạy, thế là từ đây không ai còn đàn bài Quảng Lăng này nữa". *Cầm đài* là chỗ Kê Khang ngồi đánh đàn.

[2] *Hồ Khương*: người Hồ, ở miền tây bắc Trung Quốc.

Về sau ai sẽ một ngày
Làng Say ghé đến chốn này nhớ ai
Thở than tiếc nuối bồi hồi
Quảng Lăng mai một phôi phai tiếng đàn
Tỳ Bà tân khúc lan tràn
Hồ Khương phân nửa cung đàn lai căn

東阿山路行

東阿路出亂山中
萬樹松杉一逕通
澗霧自生宜隱豹
溪雲無事懶從龍
丘陵處處留前代
桑柘家家近古風
笑我白頭忙不了
嚴寒[1]一路過山東

221. Đông a sơn lộ hành

Dịch nghĩa: Đi đường núi qua Đông A

Đường Đông A đi ra từ trong núi ngổn ngang. Một con đường nhỏ hẹp chạy qua muôn gốc tùng sam. Sương móc từ khe hang bốc lên thích hợp cho con báo ẩn nấp. Mây ở khe suối lờ lững chẳng màng bay theo rồng. Nơi nơi gò đống, lăng mộ lưu dấu triều đại trước. Nhà nhà trồng các loại dâu gần với lề nếp xưa. Cười ta đầu bạc bận rộn mãi chưa thôi. Giữa trời buốt lạnh vẫn lặn lội trên đường qua Sơn Đông.

---

[1] 冬

Dịch thơ

Đi đường núi qua Đông A

Muôn trùng dãy núi dọc ngang
Từ đây xuyên một nẻo đường Đông A
Ngoằn ngoèo lối nhỏ lòa xòa
Tùng sam muôn gốc gần xa cuối trời
Báo rừng ẩn náu trong ngoài
Núi hang sương tỏa chơi vơi mịt mờ
Suối khe mây lướt hững hờ
Bóng rồng ẩn hiện như mơ chẳng màng
Gò cao lăng mộ ngổn ngang
Tiền triều lưu dấu tang thương khắp vùng
Nhà nhà nếp cổ chung lòng
Dâu gai các giống vẫn trồng xưa nay
Cười mình đầu bạc lất lây
Long đong lận đận tháng ngày khôn nguôi
Căm căm buốt giá một trời
Sơn Đông lặn lội dặm dài vượt qua

楚霸王墓

一

拔山扛鼎奈天何
夙恨悠悠寄淺沙
霸上已成天子氣
帳中空聽美人歌
眼前片石英雄在
事後群儒口舌多
欲覓長陵一坏土
赤眉亂後遍蓬麻

222. Sở Bá vương mộ I

Dịch nghĩa: Mộ Sở Bá Vương[1] I

Có sức dời núi nhấc vạc[2] nhưng làm gì được mệnh trời. Mối hận cũ dằng dặc gửi dưới cát mỏng. Đất Bá Thượng[3] đã hiện ra khí tượng thiên tử. Trong màn luống nghe tiếng hát của người đẹp[4]. Phiến đá trước mắt, còn lưu dấu anh hùng. Sau việc ấy, đám nhà nho miệng

---

[1] *Sở Bá Vương*: tức Hạng Tịch (232-202) tự Vũ, người đất Hạ Tương (nay thuộc tỉnh Giang Tô). Xuất thân từ gia đình quý tộc, đời đời làm tướng nước Sở. Cuối đời Tần, theo chú là Hạng Lương khởi binh ở Ngô Trung, đánh phía bắc đến vùng sông Hoài, sông Hoàng Hà, đại phá quân Tần. Tự lập làm Tây Sở Bá Vương cùng Lưu Bang tranh đoạt thiên hạ. Cuối cùng bị thua ở Cai Hạ, chạy đến Ô Giang và tự vẫn ở đây.

[2] *Dời núi*: trong bài *Cai Hạ ca* của Hạng Vũ: "力拔山兮氣蓋世" (Sức nhổ núi, khí bao trùm trời). *Nhấc vạc*: tương truyền, ở trước miếu vua Hạ Vũ có cái vạc to, chỉ mình Hạng Vũ mới nhấc nổi.

[3] *Bá Thượng*: đất phía đông huyện Trường An, thuộc tỉnh Thiểm Tây. Lưu Bang đóng quân ở đó. Người ta thấy mây ngũ sắc như hình rồng hiện trên trời. Phạm Tăng bảo cùng Hạng Vũ rằng đó là điềm báo Lưu Bang sẽ được làm vua thiên hạ (Thiên tử khí).

[4] *Tiếng hát của người đẹp*: chỉ Ngu cơ, vợ yêu của Hạng Vũ. Khi bị Lưu Bang vây bủa ở Cai Hạ, Hạng Vũ hát đi hát lại bài *Cai Hạ ca*, Ngu Cơ hát theo. Nước mắt Hạng Vương giàn giụa, người chung quanh đều khóc, không một ai ngước nhìn lên.

bàn tán lắm điều. Muốn tìm một mô đất ở Trường Lăng[1]. Nhưng sau loạn Xích My[2], gai góc mọc đầy.

Dịch thơ

Mộ Sở Bá Vương

I

Đời non nhấc đỉnh tuyệt vời
Cũng không chống nổi mệnh trời được đâu
Hận thù dằng dặc bấy lâu
Vùi nông bãi cát nhấp nhô cũng đành
Bá Thượng vùng đất tốt lành
Khí mây thiên tử hình thành từ đây
Rèm hoa trống vắng buồn thay
Mỹ nhân giọng hát đắm say xé lòng
Còn đây trước mắt cuối cùng
Đá lưu dấu tích anh hùng thuở xưa
Để rồi từ đó gần xa
Nhà Nho một đám bàn ra tán vào
Chốn nào tìm kiếm tiêu điều
Trường Lăng gò mả thuở nào uy nghi
Từ sau bạo loạn Xích My
Um tùm gai góc bốn bề tràn lan

---

[1] *Trường Lăng*: mộ của Hán Cao Tổ, nay thuộc huyện Trường Lăng, tỉnh Thiểm Tây.

[2] *Loạn Xích My*: trong cuộc nổi dậy cuối đời Tây Hán, để phân biệt với quân Vương Mãng, loạn quân đều tô đỏ lông mày (赤眉).

二

路旁片石獨崢嶸
不是烏江是魯城
及識敗亡非戰罪
空勞智力與天爭
古今無那英雄淚
風雨猶聞叱吒聲
寂寂二時無埽祭
春來虞草自叢生

223. II

Dịch nghĩa: II

Tấm đá đứng cao sừng sững một mình bên đường. Không phải ở Ô Giang[1] mà ở thành nước Lỗ[2]. Đến khi biết bại vong không phải vì tội đánh trận kém[3]. Mới biết là đem trí lực chống lại trời chỉ uổng công. Xưa nay biết bao anh hùng đã rơi nước mắt. Trong mưa gió ngỡ như nghe tiếng thét gào[4]. Vắng lặng hai mùa không người quét dọn cúng tế. Mỗi mùa xuân đến, cỏ Ngu (mỹ nhân) lại mọc lên xanh tươi[5].

[1] *Ô Giang*: sông phát nguyên từ Quý Châu chảy qua phía đông bắc Hòa huyện, tỉnh An Huy. Hạng Vương tự đâm cổ ở nơi đây.

[2] *Thành nước Lỗ*: nay là huyện Khúc Phụ, tỉnh Sơn Đông. Hạng Vương chết rồi, cả đất Sở đầu hàng Hán, duy có thành này là không chịu đầu hàng. Lưu Bang bèn bêu đầu Hạng Vương ra cho xem mới chịu hàng.

[3] Nhắc lời Hạng Vũ cho rằng mình thua không phải vì không biết dụng binh mà vì trời làm cho thua (không gặp thời).

[4] Hạng Vũ cầm quân thường la hét.

[5] *Cỏ Ngu (mỹ nhân)*: khi Hạng Vũ tự tử, Ngu Cơ chết theo Hạng Vũ. Cỏ mọc trên mộ nàng, người ta gọi là *Ngu mỹ nhân thảo* 虞美人草.

Dịch thơ

II

Bên đường phiến đá lẻ loi
Đứng cao sừng sững giữa trời mênh mang
Nào đâu ở cõi Ô Giang
Thành xưa nước Lỗ tang thương chốn này
Bại vong, mới hiểu được ngay
Phải đâu chiến đấu dở hay tội tình
Chống trời uổng phí tranh giành
Công lao trí lực trở thành khói mây
Làm sao kể xiết xưa nay
Anh hùng nước mắt rơi đầy sử xanh
Từ trong mưa gió hoành hành
Ngỡ như nghe thấy âm thanh thét gào
Hai mùa vắng vẻ tiêu điều
Tế thờ quét dọn sớm chiều nào ai
Mỗi mùa xuân đến đất trời
Cỏ Ngu lại mọc xanh tươi lan tràn

柳下惠墓

吳店橋通泗水波
士師名蹟未消磨
事人直道寧三黜
作聖全功在一和
相對尼山長有魯
可憐盜跖已家
碑殘沒[1]字埋荒草
天古聞風一下車

224. Liễu Hạ Huệ mộ

Dịch nghĩa: Mộ Liễu Hạ Huệ[2]

Dưới cầu Ngô Điếm[3] *nước sông Tứ*[4] *chảy. Danh thơm dấu cũ của bậc Sĩ sư*[5] *vẫn chưa mất. Lấy đạo ngay thẳng thờ người, ba lần chịu truất phế. Nên công nghiệp bậc thánh tất cả ở chữ "Hoà". Đối mặt Ni Sơn*[6]*, nước Lỗ*[7] *còn mãi. Thương cho Đạo Chích*[8] *đã là kẻ không nhà. Bia tàn chữ mất chôn vùi nơi cỏ hoang. Ngàn năm còn nghe tiếng tăm (của ông), tôi xuống xe (tỏ lòng kính trọng).*

---

[1] 殘碑無

[2] *Liễu Hạ Huệ*: tức Triển Cầm, tên Hoạch, tự là Quý, người đất Liễu Hạ, nước Lỗ, thời Xuân Thu. Làm Sĩ sư, ba lần bị truất mà không bỏ nước mà đi. Có người hỏi, ông trả lời: "Lấy đạo ngay mà thờ người thì đi đâu mà không bị ba lần truất. Nếu lấy đạo cong mà thờ người thì hà tất phải bỏ nước của cha mẹ". Sau khi chết, được đặt tên thụy là Huệ. Mạnh Tử khen ông là bậc thánh về Hòa (聖之和).

[3] *Cầu Ngô Điếm*: cầu bắc qua sông Tứ. Ở đầu cầu có ngôi mộ của Liễu Hạ Huệ.

[4] *Sông Tứ*: sông phát nguyên từ tỉnh Sơn Đông qua huyện Tử Vĩnh, huyện Khúc Phụ, xưa chảy vào sông Hoài, nay đổi dòng chảy vào Vận Hà.

[5] *Sĩ sư*: chức quan trông coi việc hình.

[6] *Ni Sơn*: là núi thuộc vùng đất nước Lỗ.

[7] *Nước Lỗ*: quê hương của Liễu Hạ Huệ. Nay là huyện Khúc Phụ, tỉnh Sơn Đông.

[8] *Đạo Chích*: em Liễu Hạ Huệ tên Chích. Là một tay trộm cướp nổi tiếng, nên gọi là Đạo Chích.

Dịch thơ

Mộ Liễu Hạ Huệ

Dưới cầu Ngô Điếm rì rào
Một dòng sông Tứ dạt dào chảy qua
Sĩ sư danh tiếng dấu xưa
Lưu truyền hậu thế vẫn chưa phai tàn
Thờ người chính trực vô vàn
Ba lần phế truất thản nhiên cũng đành
Tác thành bậc Thánh hiền vinh
Là do công nghiệp vinh danh chữ Hòa
Ni Sơn đối diện gần xa
Vẫn còn nước Lỗ ngàn xưa miên trường
Chạnh lòng Đạo Chích đáng thương
Cuối cùng là kẻ lang thang không nhà
Bia tàn chữ mất phôi pha
Cỏ hoang rậm rạp xác xơ chôn vùi
Ngàn năm nghe tiếng một thời
Dừng xe ghé xuống kính người ngày xưa

徐州道中

桑乾南下白雲多
水遠山長瞥眼過[1]
萬里利名驅白髮
一天風雪渡黃河
每憐故態惟狂在
欲覓新歡奈老何
攘盡苦寒三閱月
嶺頭落得看梅花

225. Từ Châu đạo trung

Dịch nghĩa: Trên đường Từ Châu[2]

Từ sông Tang Can[3] *về phía nam, rất nhiều mây trắng. Đưa mắt nhìn qua thấy sông xa núi dài. Vì lợi danh mà tóc bạc vẫn còn rong ruổi vạn dặm. Qua sông Hoàng Hà giữa một trời gió tuyết. Thương thay cho tính nết cũ của mình vẫn còn cuồng phóng. Muốn tìm thú vui mới nhưng già rồi, biết sao đây. Cố chịu đựng giá lạnh ghê người suốt ba tháng. Cuối cùng mới được ngắm hoa mai nở trên đỉnh núi.*

---

1 不見家

2 *Từ Châu*: phía Bắc tỉnh Giang Tô.

3 *Tang Can*: con sông bắt nguồn từ tỉnh Sơn Tây chảy vào tỉnh Hà Bắc.

Dịch thơ

Trên đường Từ Châu

Từ sông Tang Can phía nam
Bồng bềnh mây trắng mãi thầm lặng trôi
Vời trông dãy núi cuối trời
Sông miên man chảy xa vời về đâu
Trót vì danh lợi bấy lâu
Ruổi rong vạn dặm bạc đầu ruổi rong
Một ngày gió tuyết hãi hùng
Qua đò chèo chống vượt sông Hoàng Hà
Thương cho tính nết ngày xưa
Vẫn còn quen thói gần xa ngông cuồng
Còn ham vui mới buông tuồng
Khốn thay già cỗi thảm thương mất rồi
Đương đầu giá rét ghê người
Trải qua ba tháng ven trời liêu xiêu
Ngắm hoa mai nở đón chào
Từ trên đỉnh núi cheo leo mây ngàn

二疏故里

浮世滔滔死徇名
回頭誰肯念吾生
官從一致身能保
事隔千年石未傾
春社空留親故會
薄田無復子孫耕
可憐垂老蕭賢傅
徒得人間歎不平

226. Nhị Sơ cố lý

Dịch nghĩa: Làng cũ hai ông họ Sơ[1]

Cuộc đời trôi nổi, biết bao người chết vì danh. Mấy ai chịu nhìn lại, lo nghĩ cho cuộc đời mình. Đồng lòng từ quan, giữ được thân an toàn. Việc cách đây ngàn năm mà bia đá vẫn chưa nghiêng đổ. Ngày Xuân xã[2] *không còn người thân cũ họp mặt. Ruộng được ban cho không để con cháu cày cấy. Đáng thương Tiêu phó*[3] *đến già (vẫn làm quan). Chỉ để được người đời than thở cho nỗi bất bình.*

---

[1] *Hai ông họ Sơ*: đời Hán Tuyên Đế có hai người họ Sơ, chú là Sơ Quảng làm Thái Phó và cháu là Sơ Thụ làm Thiếu Phó, cùng cáo quan một lúc. Người đời khen có tấm lòng cao thượng, không ham danh vị. Khi ra về, vua ban nhiều của cải, ruộng đất, hai ông chia hết cho bạn bè, không để lại cho con cháu.

[2] *Ngày Xuân xã*: Ngày *xã*, ngày *mậu* sau ngày *Lập xuân* năm ngày gọi là ngày *Xuân xã*.

[3] *Tiêu phó*: chỉ Tiêu Vọng Chi. Làm quan Thái phó đời Hán Tuyên Đế nhiều năm. Sau bị hoạn quan đánh lừa, bị hạ ngục, phải tự tử

Dịch thơ

Làng cũ hai ông họ Sơ

Cuộc đời trôi nổi vô thường
Chết vì danh hão thảm thương những người
Mấy ai thỏa ý một đời
Quay đầu suy ngẫm ngược xuôi cõi trần
Một lòng treo ấn từ quan
Bảo toàn yên ổn cho thân phận mình
Ngàn năm chuyện cũ ngọn ngành
Chưa nghiêng bia đá tôn vinh giữa đời
Ngày Xuân xã giữa đất trời
Thân bằng quyến thuộc vắng người ngày xưa
Coi khinh ruộng đất bao la
Cháu con cày cấy kế thừa cũng không
Tiêu hiền Thái phó oai hùng
Còng lưng già lão chạnh lòng xót thương
Cuối cùng còn chút vấn vương
Người đời than thở trái ngang bất bình

徐州堤上望

一河南北古爭衡
河上徐州舊有名
戲馬舊臺秋草遍
斷蛇大澤暮雲平
一城人物窩中蟻
四路舟車水上萍
悵望紅塵渺無際
不知日日此中行

227. Từ Châu đê thượng vọng

Dịch nghĩa: Đứng trên đê Từ Châu[1] nhìn ra xa

Một sông chia nam bắc, thời xưa tranh giành nhau. Phía trên sông là đất Từ Châu nổi tiếng thời trước. Đài đua ngựa[2] cũ, cỏ thu mọc tràn lan. Đầm lớn chém rắn[3] ngập mây chiều. Người vật trong thành như kiến trong tổ. Thuyền xe bốn ngả như bèo nổi trên nước. Buồn trông đám bụi hồng bay mù mịt không bờ bến. Không biết rằng ngày ngày vẫn đi lại trong đó.

---

[1] *Từ Châu*: là một trong chín châu thời vua Vũ nhà Hạ, nay thuộc tỉnh Giang Tô.

[2] *Đài đua ngựa*: đài cũ đời Tần, nay ở huyện Đồng Sơn, tỉnh Giang Tô. Thời nhà Tấn, ông Lưu Dụ thường họp bạn ngâm vịnh ở đó.

[3] *Đầm lớn chém rắn*: theo tích xưa, Hán Cao Tổ thuở hàn vi đi qua cái đầm lớn ở đất Từ, thấy con rắn nằm ngang đường, liền rút gươm chém chết. Sau gọi là 斷蛇大澤 (Dầm lớn ohém rắn).

Dịch thơ

Đứng trên đê Từ Châu nhìn ra xa

Sông chia đôi ngả bắc nam
Xưa kia từng trải thăng trầm đấu tranh
Trên bờ sông chảy lênh đênh
Từ Châu đất cũ nổi danh một thời
Đài đua ngựa cũ ven trời
Cỏ thu tràn ngập trong ngoài xác xơ
Đầm lớn chém rắn thuở xưa
Mây chiều phủ kín mịt mờ về đâu
Trong thành người vật chen nhau
Như kiến trong tổ lu bu ra vào
Thuyền xe bốn ngả sớm chiều
Như bèo trên nước cuốn theo bềnh bồng
Buồn trông một đám bụi hồng
Không bờ không bến mênh mông mịt mù
Cõi người nào có biết đâu
Ngày ngày qua lại dãi dầu xác thân

徐州夜

行[1]路避干戈
嚴冬亱渡河
月來南國大
山入北徐多
城外列兵甲
城中聞絃歌
枯楊三百樹
樹樹有啼鴉

228. Từ Châu dạ

Dịch nghĩa: Đêm ở Từ Châu[2]

Đi đường phải tránh vùng giặc giã. Giữa đêm đông giá lạnh, vượt qua sông. Từ phía nước nam, trăng hiện ra thật lớn. Lối vào bắc Từ Châu, núi non rất nhiều. Ngoài thành đầy binh giáp. Trong thành nghe tiếng đàn, tiếng hát. Ba trăm cây dương liễu khô héo. Trên các cành cây, nghe tiếng quạ kêu.

Dịch thơ

Đêm ở Từ Châu

Đường đi né tránh binh đao
Qua sông đông rét xiết bao đêm trường
Về đây trăng tỏ mênh mang
Phương nam đất nước dặm đường xa xôi

---

[1] 紆

[2] Xem chú số 1, Bài 227.

Từ Châu phương bắc đất trời
Trập trùng muôn dãy núi đồi vây quanh
Chật đường binh giáp ngoài thành
Trong thành đàn hát âm thanh rộn ràng
Ba trăm gốc liễu tang thương
Cây khô tiếng quạ vấn vương khắp cành

亞父墓

眼看霸上五雲浮
汲汲方圖一擊謀
但得此心無負楚
不知天命已歸劉
伯圖泯滅千年後[1]
古墓荒涼三尺秋
多少一心忠所事
每為天下笑其愚

229. Á phụ mộ

Dịch nghĩa: Mộ Á Phụ[2]

Mắt đã trông thấy mây năm sắc nổi trên đất Bá Thượng[3]*. Mà còn miệt mài lập mưu đánh kẻ thù. Lòng này chỉ mong khỏi phụ nước Sở.*

---

[1] 下

[2] *Á Phụ*: dưới cha một bậc, cũng như chú. Phạm Tăng giúp Hạng Vũ dựng nghiệp bá. Hạng Vũ kính trọng như cha chú, thường gọi là Á Phụ. Trong bữa yến tiệc tại Hồng Môn, Phạm Tăng khuyên Hạng Vũ giết Lưu Bang để trừ hậu họa. Hạng Vũ không nghe, sau lại nghe bọn phản gián, đem lòng nghi kị, tước bỏ hết quyền hành của Phạm Tăng. Phạm Tăng giận bỏ về, đến Bành Thành bị ung thư ở lưng, không chữa khỏi nên bị chết.

[3] Xem chú số 3, Bài 222.

Chẳng cần biết mệnh trời đã về họ Lưu. Nghiệp bá[1] đã tan tành sau ngàn năm. Ngôi mộ cổ ba thước lạnh lẽo trong khí thu hoang lạnh. Bao kẻ một lòng trung với người mình phụng sự. Thường bị thiên hạ cười nhạo rằng ngu.

Dịch thơ

Mộ Á Phụ

Bá Thượng tận mắt nhìn lên
Áng mây ngũ sắc nổi trên bầu trời
Bày mưu tính kế miệt mài
Đem quân xuất kích trong ngoài tiến công
Dốc công tận lực tận cùng
Không phụ nước Sở thỏa lòng bấy lâu
Mệnh trời nào có biết đâu
Họ Lưu tiếp nhận cơ đồ đế vương
Dựng nên nghiệp bá vững vàng
Ngàn năm tan biến tang thương cõi đời
Mộ xưa ba thước lẻ loi
Hoang liêu lạnh lẽo đất trời vào thu
Biết bao nhiêu kẻ trước sau
Trung thành một dạ cúi đầu xả thân
Để cho thiên hạ luận bàn
Khinh chê cười nhạo ngu hèn mà thôi

---

[1] Cũng như bá nghiệp, chỉ sự nghiệp của Hạng Vũ.

周郎墓

燒盡曹家百萬兵
丈夫差足慰平生
同年交誼聯孫策
一世知音得孔明
瓦礫吳宮荒帝業
荊蓁古墓上雄名
二喬香骨藏何所
眼見銅臺半已傾

230. Chu Lang mộ

Dịch nghĩa: Mộ Chu Lang[1]

Thiêu sạch trăm vạn binh của họ Tào[2]*. Trượng phu kể ra cũng đủ thoả chí bình sinh. Vừa là bạn đồng niên vừa là anh em rể với Tôn Sách*[3]*. Một đời gặp được tri âm là Khổng Minh*[4]*. Cung Ngô thành ngói gạch vụn, nghiệp đế tan hoang. Ngôi mộ cổ gai góc mọc đầy, tiếng tăm anh hùng vẫn còn đây. Hương cốt Nhị Kiều*[5] *vùi lấp nơi đâu. Mắt thấy đài Đồng Tước*[6] *một nửa đã nghiêng đổ.*

---

[1] *Chu Lang*: tức Chu Du, tự Công Cẩn, làm đô đốc quân Đông Ngô. Lúc mới 24 tuổi đã làm tướng, người ta gọi là Chu Lang. Chu Du đánh bại Tào Tháo ở trận Xích Bích nhưng sau bị Khổng Minh nói khích, thổ huyết chết lúc 36 tuổi.

[2] Chu Du liên kết với Khổng Minh, dùng hỏa công đốt sạch 80 vạn quân Tào Tháo ở trận Xích Bích, trên sông Trường Giang.

[3] Chu Du là bạn cùng tuổi, vừa là anh em rể với Tôn Sách.

[4] Tức Gia Cát Lượng, quân sư của Lưu Bị.

[5] *Nhị Kiều*: chỉ hai chị em Đại Kiều (vợ Tôn Sách) và Tiểu Kiều (vợ Chu Du).

[6] *Đồng Tước*: xem chú số 4, Bài 201.

Dịch thơ

Mộ Chu Lang

Quân Tào trăm vạn tinh binh
Bị thiêu cháy rụi tan tành thảm thương
Chỉ cần một trận phi thường
Trượng phu đắc chí vẻ vang kiếp người
Bạn thân Tôn Sách một thời
Cột chèo cùng tuổi hòa vui một nhà
Một đời tâm đắc gần xa
Tri âm tri kỷ chính là Khổng Minh
Cung Ngô ngói vụn tanh bành
Vẻ vang nghiệp đế tan thành khói mây
Mộ xưa gai góc mọc đầy
Anh hùng lừng lẫy chốn này lưu danh
Nhị Kiều hương cốt mong manh
Chốn nào vùi lấp mông mênh giữa đời
Còn đây trước mắt ngậm ngùi
Nửa đài Đồng Tước rã rời ngả nghiêng

梁昭明太子分經石臺

梁朝昭明太子分經處
石臺猶記分經字
臺基蕪沒雨花中
百草驚[1]寒盡枯死
不見遺經在何所
往事空傳梁太子
太子年少溺於文
疆作解事徒紛紛
佛本是空不著物
何有乎經安用分
靈文不在言語科
孰為金剛為法華
色空境界茫不悟
癡心歸[2]佛佛生魔
一門父子多膠蔽
一念之中魔自至
山陵不涌蓮花臺
白馬朝渡長[3]江水
楚[4]林禍木池殃魚
經卷燒灰臺亦圮[5]
空留無益萬千言
後世愚僧徒聒耳

---

[1] 經
[2] 痴心好
[3] 黃
[4] 焚
[5] 圯

吾聞世尊在靈山
說法渡人如恆河沙數
人了此心人自渡
靈山只在汝心頭
明鏡亦非臺
菩提本無樹
我讀金剛千遍零
其中奧旨多不明
及到分經石臺下
纔[1]知無字是眞經

231. Lương Chiêu Minh thái tử phân kinh thạch đài

Dịch nghĩa: Đài đá Phân kinh của thái tử
Chiêu Minh[2] nhà Lương

Đây là nơi Chiêu Minh thái tử triều Lương chia kinh. Đài đá còn ghi chữ "Phân kinh"[3]. Nền đài gai góc rậm rạp chìm lấp trong mưa bụi. Trăm loài cỏ sợ lạnh đều chết khô. Không thấy kinh còn sót lại nơi đâu. Chỉ nghe kể chuyện thời xưa của thái tử triều Lương. Thời tuổi trẻ say đắm văn chương. Gượng ép bày chuyện phân chia nhiễu sự. Phật vốn là không, chẳng vướng vào mọi vật. Có gì tuỳ thuộc vào kinh mà chia với phân? Văn thiêng không phải nhờ cậy vào khoa ngôn ngữ. Cái gì là kinh Kim Cương, cái gì là kinh Pháp Hoa[4]? Cảnh giới Sắc, Không mờ mịt không nhận ra được. U mê mà theo Phật thì Phật sinh ra ma. Một nhà cha con[5] cùng mù quáng hết. Chỉ

---

[1] 終

[2] *Thái tử Lương Chiêu Minh*: con của Lương Vũ Đế Tiêu Diễn (502-549), thời Nam Bắc triều, hai cha con đều sùng bái đạo Phật. Học rộng, ham nghiên cứu văn học, là tác giả bộ *Văn tuyển*.

[3] *Phân kinh*: phân chia các bộ kinh như *Kim cương*, *Pháp hoa*…hay là đem phân chia kinh Phật cho tín đồ, nhân dân.

[4] *Kinh Kim cương*: gọi tắt kinh *Kim cương bát nhã ba la mật đa kinh*. *Pháp hoa*: gọi tắt kinh *Diệu pháp liên hoa kinh*.

[5] *Một nhà cha con*: Lương Vũ Đế, năm Phổ Thông thứ 8, sai sứ đi thỉnh Bồ Đề Đạt Ma về thành đô là Kim Lăng. Đế hỏi: "Trẫm lên ngôi đến nay, xây chùa, chép kinh độ tăng không biết bao nhiêu mà kể. Vậy có công đức gì không?". Đạt Ma

trong một niệm, ma tự đến ngay. Ở chốn sơn lăng không có đài sen nổi lên. Một sớm ngựa trắng vượt sông Trường Giang. Rừng nước Sở cháy, cây gặp tai hoạ, cá trong ao bị vạ.[1] *Kinh cháy ra tro, đài cũng sụp đổ. Muôn ngàn lời vu vơ để lại đều vô ích. Chỉ để cho đám sư ngu dốt đời sau lải nhải tụng đọc điếc tai người. Ta nghe nói đức Thế Tôn*[2] *tại Linh Sơn. Thuyết pháp độ người nhiều như cát sông Hằng*[3]*. Người biết tu tâm là tự độ lấy mình. Linh Sơn chỉ ở tại lòng ta. Gương sáng không có đài. Bồ đề vốn không phải là cây.*[4] *Ta đọc kinh Kim cương hơn ngàn lần. Nhiều ý sâu kín trong đó phần nhiều ta không hiểu rõ. Đến nay, dưới đài đá "Phân kinh". Mới hiểu kinh "không chữ" mới thật là chân kinh.*

Dịch thơ

Đài đá Phân kinh của thái tử Chiêu Minh nhà Lương

Chiêu Minh thái tử nhà Lương
Chia kinh phổ cập tỏ tường từ đây
Khắc ghi đài đá tỏ bày

đáp: "Đều không công đức". "Tại sao không có công đức?". "Bởi vì những việc vua làm là hữu lậu chỉ có những quả nhỏ trong vòng Nhân, Thiên, như ảnh tùy hình, tuy có, nhưng không phải thật". "Vậy công đức chân thật là gì?". "Trí phải được thanh tịnh hoàn toàn. Thể phải được trống không vắng lặng, như vậy mới là công đức, và công đức này không thể lấy việc thế gian (như xây chùa, chép kinh, độ tăng) mà cầu được". Sau câu chuyện đối đáp này, Sư biết tâm vua không khế hợp được với pháp mình, nên bỏ đi.

[1] *Ngựa trắng, rừng nước Sở*: nói về tích Hầu Cảnh trước là tướng Đông Ngụy, sau hàng Lương rồi lại phản Lương, cưỡi ngựa trắng qua sông Trường Giang đánh Lương Vũ đế. Khi Hầu Cảnh hàng Lương, Đông Ngụy đưa tờ hịch cho Lương, có câu: "Sợ nước Sở mất vượn, họa lây đến cây rừng, cửa thành cháy, vạ lây đến cá dưới ao".

[2] *Thế Tôn*: chỉ Phật Tổ.

[3] Hằng Hà là một con sông ở Ấn Độ, hai bờ toàn cát. *Hằng Hà sa số*: nhiều như cát sông Hằng, câu này sau trở thành một thành ngữ.

[4] Bài kệ của Lục tổ Huệ Năng: "菩提本無樹, 明鏡亦非臺. 本來無一物, 何處惹塵埃" (Bồ đề vốn không phải là cây, Gương sáng cũng không có đài, Xưa nay vốn không một vật, Bụi trần bám vào đâu?)

Phân Kinh hai chữ chưa phai giữa đời
Nền đài gai góc trong ngoài
Mưa giăng phủ kín một trời mênh mông
Cỏ hoa giá buốt hãi hùng
Chết khô tàn héo một vùng xác xơ
Mà nay nào thấy kinh xưa
Chốn nào lưu dấu mịt mờ còn đâu
Chỉ nghe đồn đại bấy lâu
Chuyện xưa thái tử ban đầu mà thôi
Thanh xuân thái tử một thời
Văn chương sách vở miệt mài mê say
Phân chia gượng ép làm gì
Chỉ sinh nhiễu sự nhiêu khê thêm phiền
Là Không Phật vốn tự nhiên
Không chấp trước vật triền miên bao giờ
Kinh không dính dáng gần xa
Đâu cần dụng ý phân chia thuở nào
Linh thiêng văn lý cao siêu
Chuyên khoa ngôn ngữ không theo nương nhờ
Là gì kinh Phật Pháp Hoa
Kim Cương kinh Phật nghĩa là gì đây
Sắc Không cảnh giới cho hay
Không sao thấu hiểu khói mây mịt mờ
Cuồng si theo Phật tôn thờ
Phật sinh biến hóa thành ma cõi trần
Một nhà phụ tử mê man

Từ trong ý niệm ma liền đến ngay
Sơn lăng đồi núi chốn này
Đài sen không thấy nổi ngay giữa đời
Sớm nào ngựa trắng miệt mài
Vượt qua sông nước xa vời Trường Giang
Rừng nước Sở gặp tai ương
Cá ao phải vạ thảm thương xa gần
Sách kinh cháy rụi tro tàn
Đài xưa cũng đổ điêu tàn nơi đây
Ngôn từ ngàn vạn cho hay
Trống không vô ích mây bay vô thường
Ngu tăng hậu thế khoe khoang
Điếc tai tụng đọc tràng giang quây quần
Ở Linh Sơn, Phật Thế Tôn
Độ người thuyết pháp người đông vô cùng
Chữ Tâm thấu hiểu đáy lòng
Là người tự độ tận cùng đấy thôi
Linh Sơn Phật thuyết giữa đời
Chỉ có ở tận lòng người thâm sâu
Bồ đề cây nào có đâu
Gương sáng, đài có trước sau bao giờ
Đã từng mê mải thiết tha
Kim Cương kinh Phật đọc qua ngàn lần
Ý sâu uyên áo miên man
Phần nhiều khó hiểu phân vân mơ hồ
Phân Kinh đài đá dãi dầu

Mà nay đứng dưới cúi đầu trầm tư
Cuối cùng mới hiểu sâu xa
Kinh không có chữ mới là Chân kinh

祖[1]山道中

楓樹林中葉[2]亂飛
驚沙作雨上征衣
蕭蕭枯草路一線
寂寂斜陽山四圍
去日兩河曾習戰
紆[3]途千里正思歸
皤皤白髮[4]紅塵路
日暮登高悲莫悲

232. Tổ Sơn đạo trung

Dịch nghĩa: Trên đường qua Tổ Sơn[5]

Trong rừng phong lá bay loạn xạ. Cát tung lên như mưa rơi trên áo người khách đi đường. Suốt dọc đường, chỉ là cỏ khô xơ xác. Bóng tà dương quạnh quẽ, núi vây bốn bề. Trước đây, vùng Lưỡng Hà[6] *chiến tranh liên miên. Đường đi vòng quanh dài ngàn dặm, giục lòng thêm nhớ quê hương. Mái tóc bạc phơ trên đường bụi đỏ. Chiều tà, leo lên núi cao, không gì buồn như thế.*

---

[1] 五祖
[2] 風
[3] 行
[4] 草
[5] *Tổ Sơn*: tên vùng núi phía bắc Hàng Châu, tỉnh Chiết Giang. Nhưng nếu theo dị bản viết 五祖山 sẽ là núi Ngũ Tổ Sơn là ở huyện Hoàng Mai, tỉnh Hồ Bắc.
[6] *Lưỡng Hà*: chỉ miền bắc và nam sông Hoàng Hà.

Dịch thơ

Trên đường Cổ Sơn

Lá bay loạn xạ rừng phong
Bụi hồng lấm áo chạnh lòng người đi
Nẻo đường heo hút lê thê
Xác xơ cỏ úa ê chề dưới chân
Bóng chiều quạnh quẽ lụi tàn
Vây quanh tứ phía mấy triền núi cao
Chiến tranh dồn dập lao đao
Lưỡng Hà khốn đốn tiêu điều hôm qua
Ngoằn ngoèo ngàn dặm cõi xa
Bước chân lữ thứ nhớ nhà khôn nguôi
Bạc phơ mái tóc tả tơi
Bụi hồng mờ mịt đường đời truân chiên
Một trời sẫm tối triền miên
Trèo cao vượt núi muộn phiền sầu dâng

岳武穆墓[1]

中原百戰出英雄
丈八神鎗六石弓
相府已成三字獄
軍門猶惜十年功
江湖處處空南國
松柏錚錚傲北風
悵望臨安舊陵廟
栖霞山在暮煙中

233. Nhạc Vũ Mục mộ

Dịch nghĩa: Mộ Nhạc Vũ Mục[2]

Bậc anh hùng xuất hiện trong trăm trận đánh ở Trung Nguyên. Thương thần dài trượng tám, cung nặng sáu thạch[3]*. Ở tướng phủ đã khép vào tội án "Tam tự ngục"*[4]*. Nơi ba quân còn tiếc công của ông trong mười năm trời*[5]*. Giang hồ chốn chốn, Nam Tống trống không. Cây tùng, cây bách vẫn hiên ngang ngạo nghễ trước gió bắc. Buồn trông về lăng miếu cũ ở Lâm An*[6]*. Chỉ thấy núi Thê Hà*[7] *chìm trong khói chiều.*

---

[1] 塋, 茔 đồng nghĩa là mộ.

[2] Xem chú số 2, Bài 215.

[3] *Sáu thạch*: tương đương 16kg.

[4] Khi Tần Cối ghép Nhạc Phi vào tội tử hình, Hàn Thế Trung hỏi: "Có tội gì?". Cối trả lời: "莫須有"(chẳng cần có). Về sau người ta gọi đó là "三字獄" (*Tam tự ngục:* Án "ba chữ").

[5] Tần Cối giả lệnh vua một ngày hạ 12 đạo kim bài, bắt Nhạc Phi rút quân về. Lần cuối cùng, Nhạc Phi than một câu rằng: "Công lao mười năm, bỏ đi một ngày" rồi mang quân về.

[6] *Lâm An*: kinh đô Nam Tống nay là Hàng Châu.

[7] *Thê Hà*: một quả núi ở Hàng Châu tỉnh Chiết Giang, dưới chân núi có mộ Nhạc Phi.

Dịch thơ

Mộ Nhạc Vũ Mục

Từ trong trăm trận chiến tranh
Trung nguyên xuất hiện nổi danh anh hùng
Thương dài trượng tám thần thông
Nặng bằng sáu thạch máy cung tuyệt vời
Ấn Tam tự ngục lạ đời
Ở ngay tướng phủ giết người tội danh
Ba quân tướng sĩ nặng tình
Mười năm chiến đấu tung hoành tiếc công
Giang hồ khắp chốn mênh mông
Còn đâu Nam Tống oai hùng bấy lâu
Cây tùng cây bách trước sau
Réo gào gió bấc đương đầu hiên ngang
Lâm An lăng miếu đế vương
Xa trông sầu muộn mênh mang cuối trời
Thê Hà ngọn núi chơi vơi
Mịt mù khói tỏa tàn phai bóng chiều

秦檜像

一

殿檜何年椎作薪
卻來依傍岳王墳
是非盡屬千年事
打罵何傷一假身
如此錚錚真鐵漢
奈何靡靡事金人
誰云于世無功烈
萬古猶能懼亂臣

234. Tần Cối tượng I

Dịch nghĩa: Tượng Tần Cối[1] I

Cây cối bên điện vua bị chẻ làm củi từ năm nào[2]. Sao lại còn đeo bám bên mộ Nhạc Vương. Đúng hay sai, đã là chuyện ngàn năm. Đánh mắng có làm đau đớn gì cái thân giả. Nghe kêu vang chát chúa cứng cáp thế kia đúng là thân người sắt đồng. Sao lại khúm núm đi thờ người Kim. Ai bảo (nó) không có công trạng gì ở đời? Muôn đời vẫn còn làm cho loạn thần phải kinh sợ.

---

[1] *Tần Cối*: làm Ngự sử Trung thừa đời Tống Khâm Tông, chủ hoà với người Kim, sát hại Nhạc Phi và nhiều trung thần, nghĩa sĩ nhà Tống. Cối chết được phong là Trung vương, nhưng đến đời Tống Minh Tông bị xoá tước vương và đặt tên thuỵ là Mậu Xú. Người đời sau dựng tượng Tần Cối quỳ chịu tội ở trước mộ Nhạc Phi. Người ta thường lấy gậy đánh và nhổ vào mặt tượng.

[2] Truyền thuyết ở bên điện vua Tống Huy Tông có một cây *cối* sinh ra nấm ngọc, người ta cho là điềm Tần Cối được trọng dụng, để sau làm mất nhà Tống. Sau cây *cối* đó bị chẻ làm củi.

Dịch thơ

Tượng Tần Cối

I

Điện vua cây cối đang xanh
Năm nào đốn củi tan tành còn đâu
Sao còn cam chịu dãi dầu
Kề bên đeo bám nấm mồ Nhạc Vương
Đúng sai câu chuyện trái ngang
Ngàn năm định luận tỏ tường mai sau
Đánh roi chửi mắng ngập đầu
Tượng người nào biết đớn đau xé lòng
Kêu vang cứng rắn vô cùng
Thân người như khối sắt đồng bấy lâu
Mà sao khúm núm trước sau
Thờ người Kim phải cúi đầu lụy thân
Nào ai từng nói xa gần
Có đâu công trạng cõi trần khắc ghi
Này đây muôn thuở còn nghe
Loạn thần kinh sợ ê chề thế gian

二

格天閣毀玉樓殘
猶有頑皮在此間
一世死心懷大毒
千年生鐵負奇冤
獄中已濺生前血

階下徒誅死後奸
得與忠臣同不朽
齊天奇福太無端

235. II

Dịch nghĩa: II

Gác Cách Thiên đổ nát, lầu ngọc tan hoang[1]. Vẫn còn tên gian thần ở đây. Cả một đời trái tim chết chứa đầy nọc độc. Ngàn năm cục sắt sống mang nỗi oan kì quái. Trong ngục (kẻ trung thần) khi sống đã phải đổ máu[2]. Dưới thềm hành tội tên gian ác đã chết rồi (chỉ vô ích). Được cùng với bậc trung thần mà thành bất hủ. Cái phúc lạ tày trời đó thật quá vô lý.

Dịch thơ
II

Gác Cách Thiên, nát liêu xiêu
Ngả nghiêng lầu ngọc đìu hiu hoang tàn
Vẫn còn một đứa gian thần
Suốt đời nọc độc đầy tràn tim trơ
Ngàn năm khối sắt vật vờ
Nỗi oan kỳ quái trải qua miên trường
Trung thần trong ngục thảm thương
Sinh thời đổ máu bàng hoàng sử xanh
Dưới thềm hành hạ nhục hình
Gian thần đã chết hóa thành uổng công
Cái ăm nương bóng theo cùng
Trung thần bất hủ đánh đồng bấy lâu

---

[1] *Gác Cách Thiên*: gác Tần Cối ở, do có treo tấm biển của vua Tống Huy Tông đề: "一德格天" (Nhất đức *cách thiên*: Đức cảm được lòng trời).

[2] Chỉ việc Nhạc Phi bị chém trong ngục.

Bằng trời phúc lạ bởi đâu
Thật quá vô lý trước sau ngỡ ngàng

王氏像

一

舌長三尺更何為
好與權奸備唱隨
後患正般擒虎日
前功安問飲龍期
一生心跡同夫婿
千古形骸辱女兒
底事想來莫須有
閨中私語更誰知

236. Vương Thị tượng I

Dịch nghĩa: Tượng Vương Thị[1] I

Lưỡi dài ba tấc để làm gì. Khéo cùng quyền thần gian ác kết thành vợ chồng. Ngày bắt được cọp[2] chính là ngày trừ được cái lo về sau. Hỏi làm chi đến chiến công ước hẹn uống rượu mừng ở Hoàng Long[3]. Một đời bụng dạ giống như chồng. Ngàn năm hình hài làm nhục cho phụ nữ. Suy nghĩ kỹ lại cái án "Mạc tu hữu"[4]. Trong phòng khuê thủ thỉ nói riêng, ai mà biết được.

---

[1] *Vương Thị*: vợ gian thần Tần Cối đời Tống.

[2] *Ngày bắt được cọp*: Tống bị Kim xâm lăng, Nhạc Phi chủ trương đánh, Tần Cối chủ trương hòa. Tần Cối giả lệnh vua bắt Nhạc Phi bỏ ngục nhưng chưa giết, Vương Thị thấy vậy nói với Tần Cối là bắt được hổ thì dễ, nếu để sống ra thì sẽ có mối lo về sau nên ông phải trừ khử Nhạc Phi đi.

[3] *Hoàng Long*: kinh đô nước Kim. Nhạc Phi mang quân đánh Kim, có hẹn với tướng sĩ rằng: "Thẳng đến Hoàng Long cùng các ngươi uống rượu mừng"

[4] *Mạc tư hữu*: 莫須有, xem chú số 4, Bài 233.

Dịch thơ

Tượng Vương Thị

I

Lưỡi dài ba tấc làm gì
Vợ kẻ gian ác u mê quyền thần
Ngày nào bắt cọp liên quan
Diệt trừ hậu họa lo toan sau này
Cần gì hỏi đến một ngày
Chiến công rượu uống sum vầy Hoàng Long
Cả đời lòng dạ giống chồng
Nữ nhi nhục nhã chân dung ngàn đời
Nghĩ đi nghĩ lại ngược xuôi
Mạc tu hữu án lạ đời diễn ra
Nào ai biết sự đáng ngờ
Khuê phòng lén lút mập mờ rỉ tai

二

深圖密[1]算勝夫君
應是晨雞第一人
不爛已生三寸舌
純綱還得萬年身
唱隨盡道應無悔
伎俩同年更可親
莫道女兒無力量
也曾撼破岳家軍

---

[1] 蜜

237. II

Dịch nghĩa: II

Mưu tính thâm hiểm hơn chồng. Đúng là bậc nhất trong hạng "gà mái gáy sáng"[1] bậc nhất. Sinh ra đã có ba tấc lưỡi "bất hủ". Lại có được tấm thân toàn bằng gang sắt muôn năm bền vững. Giữ trọn đạo vợ chồng, không có gì hối tiếc. Gian ác như nhau, càng thêm ăn ý với nhau hơn. Chớ bảo đàn bà không có sức mạnh. Chính người đàn bà ấy đã từng phá tan quân của họ Nhạc[2].

Dịch thơ

II

Mưu mô sâu kín hơn chồng
Tẫn kê bậc nhất so cùng xưa nay
Lưỡi dài ba tấc cho hay
Sinh ra bất hủ bao ngày nắng mưa
Tấm thân gang sắt đúc ra
Muôn năm bền vững trơ trơ giữa đời
Xướng tùy trọn đạo trong ngoài
Không gì hối hận phận người thở than
Bằng nhau thủ đoạn bạo tàn
Tâm đầu ý hợp cõi trần sánh đôi
Chớ đừng nông nổi một lời
Nữ nhi yếu đuối trên đời xưa nay
Bóng hồng ghê gớm ra tay
Đội quân họ Nhạc lất lây tan tành

[1] *Gà mái gáy sáng* (Thần kê): từ thành ngữ "牝雞司晨" (Tẫn *kê* tư *thần*: Gà mái gáy sáng), điềm gở. Chỉ đàn bà lấn át chồng, làm loạn chính sự.

[2] *Quân của họ Nhạc*: quân của Nhạc Phi. Tần Cối giết Nhạc Phi trong ngục, từ đó quân của Nhạc Phi tan rã.

安徽道中

啼鴉啞啞亂凌晨
徐北徐南曉色分
一帶雪田青者麥
四山松樹白為雲
悠悠鄉國八千里
碌碌功名一片塵
共指梅花報消息
春何曾到異鄉人

238. An Huy đạo trung

Dịch nghĩa: Trên đường An Huy

Tiếng quạ kêu quác quác rộn rã buổi hừng đông. Ánh sáng ban mai làm phân biệt hai vùng nam, bắc Từ Châu. Trên cánh đồng tuyết phủ, chỗ màu xanh là lúa mạch. Bốn phía núi có cây tùng, chỗ trắng là mây. Quê hương mịt mù, cách xa tám ngàn dặm. Vì công danh nên lận đận mãi trong đám bụi trần. Cùng trỏ hoa mai báo tin xuân. Nhưng xuân nào đến với kẻ tha hương.

Dịch thơ

Trên đường An Huy

Quạ kêu rộn rã tinh sương
Từ Châu nam, bắc tỏ tường nắng mai
Cánh đồng tuyết phủ ven trời
Còn đây lúa mạch xanh tươi một vùng
Bốn bề núi mọc đầy tùng
Mênh mang trắng xóa mây bồng bềnh trôi
Quê hương mờ mịt cuối trời
Ngàn trùng muôn dặm xa vời vợi trông
Công danh lận đận khốn cùng
Xoay vần trong cõi bụi hồng trầm luân
Với ai mai nở báo xuân
Xuân không về với người còn tha hương

桃花潭李青蓮舊跡

桃花潭水千尺清
潭上松柏冬猶青
道是唐朝李供奉
縱飲此潭因得名
十年酒肆人間世
天子呼來猶爛醉
自言臣是酒中仙
薄視榮名同敝履
千年勝跡以人傳
不在悠悠一潭水
潭水至今清且漣
一魚一鳥皆成仙
惆悵斯人不復見
遠來使我心茫然
世路塵埃信溷濁
不如終日痛飲全吾天

239. Đào Hoa đàm Lý Thanh Liên cựu tích

Dịch nghĩa: Dấu tích xưa của Lý Thanh Liên[1] *ở Đầm Đào Hoa*[2] *Đầm Đào Hoa nước trong suốt ngàn thước. Tùng bách bên đầm mùa đông vẫn tươi xanh. Từng nghe Lý Cung phụng*[3] *triều Đường. Uống rượu say ở đầm này, nên đầm mới nổi tiếng. Mười năm lăn lóc trong quán rượu*[4]*. Khi vua cho gọi đến vẫn còn say mèm. Tự xưng "Thần*

---

[1] *Lý Thanh Liên*: tức Lý Bạch (701-762) đại thi hào đời Đường, sinh tại làng Thanh Liên nên xưng là Thanh Liên cư sĩ.

[2] *Đầm Đào Hoa*: đầm ở tỉnh An Huy, phía nam sông Trường Giang.

[3] *Lý Cung phụng*: chức quan của Lý Bạch trong viện Hàn lâm đời Đường.

[4] Ý từ thơ của Đỗ Phủ nói về Tư Mã Tương Như, nghĩa là quãng đời mười năm sống trong quán rượu.

là tiên trong làng rượu"[1]*. Vinh hoa coi thường như dép rách. Cảnh đẹp nổi tiếng nhờ có người mà lưu truyền mãi ngàn năm. Chứ đâu phải do đầm nước mênh mông bát ngát. Nước đầm đến nay vẫn trong và gợn sóng. Con cá, con chim ở đây đều thành tiên cả. Buồn vì chẳng được gặp lại người xưa ấy. Khiến người xa xứ lòng cảm thấy bùi ngùi. Đường đời đầy bụi trần thật quá ô trọc, hỗn tạp. Chi bằng ngày này cứ uống tràn để giữ trọn thiên tính của mình.*

Dịch thơ

Dấu tích xưa của Lý Thanh Liên ở đầm Đào Hoa

Đào Hoa đầm nước thẳm sâu
Đông xanh tùng bách thâm u ven đầm
Đời Đường chuyện cũ bao năm
Lý Cung phụng có tiếng tăm như cồn
Chàng say túy lúy mê hồn
Nơi đầm ngày ấy, danh luôn lưu truyền
Mười năm quán rượu triền miên
Chẳng màng nghe lệnh vua truyền, cứ say
Xưng tiên làng rượu thần đây
Vinh hoa dép rách cho hay khinh thường
Ngàn năm thắng cảnh quê hương
Bởi người nên mới vẻ vang lưu truyền
Nào đâu vì phải cảnh tiên
Đầm mênh mông nước cõi miền nên thơ

---

[1] Đường Huyền tôn cho Cao Lực Sĩ đến gọi Lý Bạch vào cung làm thơ. Lý Bạch đang say, phải vực lên thuyền. Bài *Ẩm trung bát tiên ca* của Đỗ Phủ có nhắc lại ở 2 câu: "天子呼來不上船. 自稱臣是酒中仙" (Nhà vua cho gọi, không lên thuyền. Tự xưng thần là tiên trong làng rượu).

Ngày nay đằm vẫn như mơ
Nước ngâm trong vắt lững lờ sóng lan
Chim bay cá lội hóa thân
Đã thành tiên cả cõi trần chia phôi
Sầu dâng chất ngất than ôi
Không còn gặp lại một người xa xưa
Để hồn viễn khách ưu tư
Ngậm ngùi khôn xiết thẫn thờ nơi đây
Đường đời bụi bặm lất lây
Đục ngầu rối loạn buồn thay cõi trần
Chẳng thà cạn chén mê man
Vẹn toàn chân tính trời ban thuở nào

桃花驛道中

一

潛山入百里
西接楚山雲
古石瘦如鬼
新松長比人
萬畦宜菽麥
十日隔風塵
白連河北山
山中如不[1]聞

---

[1] 不如

240. Đào Hoa dịch đạo trung I

Dịch nghĩa: Trên đường trạm Đào Hoa[1] *I*

Cách Tiềm Sơn[2] *tám trăm dặm. Phía tây tiếp liền mây núi Sở. Đá cổ gầy như quỷ. Thông non cao bằng người. Vạn khoảng ruộng trồng đậu, lúa mạch đều tươi tốt. Đã mười ngày cách xa gió bụi. Qua dãy Bạch Liên ở Hà Bắc. Trong núi vắng lặng như không nghe thấy gì.*

Dịch thơ

Trên đường trạm Đào Hoa

I

Đào Hoa dịch trạm xa xôi
Cách tám trăm dặm núi đồi Tiềm Sơn
Phía tây tiếp nối thật gần
Trập trùng núi Sở mây vờn quấn quanh
Đá xưa gầy guộc bóng hình
Tựa như quỷ quái ẩn mình gần xa
Khóm tùng cao ngọn non tơ
Ước chừng vóc dáng so ra bằng người
Biết bao khoảnh ruộng ven trời
Đậu xanh lúa mạch tốt tươi gặp mùa
Đường đời gió bụi đã qua
Bấy lâu cách biệt đã xa mười ngày
Qua vùng Hà Bắc giờ đây
Bạch Liên dãy núi đầy mây muôn trùng
Dường như tĩnh lặng vô cùng
Giữa vùng núi thẳm mênh mông đất trời

---

[1] *Trạm Đào Hoa*: thuộc tỉnh An Huy, nơi có đầm Đào Hoa nổi tiếng.
[2] *Tiềm Sơn*: núi thuộc huyện Tiềm Sơn, tỉnh An Huy.

二
雞犬出桑麻
沿[1]溪小逕斜
山田常積水
野飯半含沙
石隱高人屋
塵隨貴者車
孤煙在天末
今夜宿誰家

241. II

Dịch nghĩa: II

Gà chó từ bụi gai, dâu chạy ra. Một lối nhỏ chênh chếch men theo khe suối. Ruộng núi thường ngập nước. Bữa cơm ngoài đồng lẫn một nửa cát sạn. Đá che lấp nhà của bậc cao sĩ. Bụi tung bám theo xe người sang trọng. Ngọn khói lẻ loi tận chân trời. Đêm nay biết nghỉ lại nhà ai.

Dịch thơ

II

Từ trong đám bụi đay dâu
Gần xa gà chó theo nhau ra vào
Suối khe lối nhỏ liêu xiêu
Sườn đồi ruộng nước sớm chiều tràn dâng
Ngoài đồng ăn uống loàng xoàng
Cơm ăn sạn cát ngổn ngang nửa phần
Đá che nhà bậc cao nhân

[1] 緣

Xe nhà sang trọng bụi trần bám theo
Cuối trời ngọn khói cô liêu
Nghỉ chân biết ghé nhà nào đêm nay

潛山道中

夙有愛山癖
別後思何如
來到潛山路
宛如鴻嶺[1]居
雲霞猿嘯[2]外
松柏鶴巢餘
定有山中客
平生不識余

242. Tiềm Sơn đạo trung

Dịch nghĩa: Trên đường Tiềm Sơn[3]

Ta vốn có tính yêu núi. Xa quê nhà bao ngày nhớ biết chừng nào. Nay trên đường Tiềm Sơn. Tưởng như ở trong dãy núi Hồng Lĩnh. Mây ráng bao bọc bên ngoài nơi có tiếng vượn hú. Cây tùng cây bách thừa chỗ cho hạc làm tổ. Hẳn có người ở trong núi. Suốt đời không quen biết ta.

---

[1] 宛在鴻村

[2] 叫

[3] Xem chú số 2, Bài 240.

Dịch thơ

Trên đường qua Tiềm Sơn

Vốn xưa yêu núi vô cùng
Xa nhà biền biệt nhớ nhung vô bờ
Tiềm Sơn ghé đến bây giờ
Ngỡ như Hồng Lĩnh quê nhà thân thương
Ráng chiều mây phủ mênh mang
Cõi ngoài vượn hú ngân vang từng hồi
Khóm tùng rặng bách cuối trời
Hạc về làm tổ tùy nơi sum vầy
Chắc rằng ở chốn này đây
Có người sống giữa ngàn mây trập trùng
Suốt đời suốt kiếp ung dung
Chẳng hề quen biết bận lòng với ta

西河驛

青石橋西岸
依然小里閭
道傍人語雜
屋後竹陰疏
禾本供晨燒
春聯待歲除
相逢無別話

一笑意何如

243. Tây Hà dịch

Dịch nghĩa: Trạm Tây Hà[1]

Bên bờ phía tây cầu đá xanh. Xóm nhỏ vẫn như cũ. Bên đường tiếng người nói xôn xao. Sau nhà bóng trúc lưa thưa. Gốc rạ dành để đốt lửa buổi sớm. Câu đối xuân chờ hết năm cũ. Gặp nhau không nói năng gì. Chỉ có một nụ cười, chẳng biết ý ra sao.

Dịch thơ

Trạm Tây Hà

Bờ tây cầu đá xanh xanh
Xóm làng nhỏ bé yên bình thuở xưa
Ven đường người gọi người thưa
Âm u rặng trúc lơ thơ sau nhà
Đốt rơm đốt rạ tinh mơ
Đôi câu đối đỏ đón chờ xuân sang
Gặp nhau lặng lẽ trên đường
Mỉm cười tỏ ý ngỡ ngàng chia tay

所見行

有婦攜三兒[2]
相將坐道旁
小者在懷中
大者持竹筐

---

[1] *Tây Hà*: vùng đất thuộc tỉnh Sơn Tây.
[2] Bản BK từ câu "有婦攜三兒" đến câu "不知母心傷" không có.

筐中何所盛
藜藿雜秕糠
日晏不得食
衣裙何框穰
見人不仰視
泪流襟浪浪
群兒且喜[1]笑
不知母心傷
母心傷如何
歲饑流異鄉
異鄉稍豐熟
米價不甚昂
不惜棄鄉土
苟圖救生方
一人竭傭力
不充四口糧
沿街日乞食
此計安可長
眼下委溝壑
血肉飼豺狼
母死不足恤
撫兒增斷腸
奇痛在心頭
天日皆為黃
陰風飄然至
行人亦[2]悽惶
昨宵西河驛

[1] 嬉
[2] 欲

供具何張皇
鹿筋雜魚翅
滿棹陳豬羊
長官不下箸
小們只略嘗
撥棄無顧惜
鄰狗[1]厭膏粱
不知官道上
有此窮兒娘
誰人寫此圖[2]
持以奉君王

244. Sở kiến hành

Dịch nghĩa: Những điều trông thấy (Bài hành)

Có người đàn bà dắt ba đứa con. Cùng nhau ngồi bên vệ đường. Đứa nhỏ ẵm trong lòng. Đứa lớn xách giỏ tre. Trong giỏ đựng những gì. Rau lê, hoặc lẫn tấm cám. Quá trưa vẫn chưa được ăn. Áo quần sao mà rách rưới quá. Gặp ai, không dám ngước nhìn. Nước mắt chảy đầm đìa trên vạt áo. Lũ con vẫn vui cười. Không biết lòng mẹ đau xót. Lòng mẹ đau xót ra sao. Năm đói lưu lạc đến làng khác. Làng khác mùa màng khá hơn. Giá gạo không cao quá. Không hối tiếc đã bỏ làng đi. Miễn sao tìm được phương cứu sống. Một người làm thuê đến kiệt sức. Không đủ nuôi bốn miệng ăn. Dọc đường mỗi ngày đi ăn mày. Cách ấy làm sao lâu dài được. Thấy trước mắt cái lúc vùi xác bên ngòi rãnh. Máu thịt nuôi lang sói. Mẹ chết không đáng tiếc. Vỗ về con càng thêm đứt ruột. Trong lòng đau xót vô cùng. Mặt trời (vì người) trở nên vàng uá. Gió lạnh bỗng ào tới. Người đi đường cũng cảm động xót thương. Đêm qua ở trạm Tây Hà. Tiệc tùng cung phụng khoa trương linh đình. Gân hươu cùng

---

[1] 舟

[2] Bản BK không có 2 câu cuối "誰人寫此圖. 持以奉君王".

vây cá. Đầy bàn thịt heo, thịt dê. Quan lớn không thèm đụng đũa. Đám theo hầu chỉ nếm qua. Đồ bỏ không hề tiếc. Chó hàng xóm cũng ngán món cao lương mỹ vị. Không biết trên đường cái quan. Có mẹ con nhà này đói khổ khốn cùng đến thế. Ai vẽ bức tranh này. Đem dâng lên nhà vua.

Dịch thơ

Những điều trông thấy (Bài hành)

Một thân mẹ dắt ba con
Bên đường ngồi đó héo hon bơ phờ
Lòng mẹ ôm ấp con thơ
Giỏ tre đứa lớn thẫn thờ xách mang
Có gì trong giỏ ngổn ngang
Toàn là rau dại cám vương vãi đầy
Cồn cào bụng đói trưa nay
Áo quần rách rưới thảm thay phận người
Cúi đầu chẳng dám nhìn ai
Lệ hoen đẫm áo giọt rơi đầm đìa
Cười vui con trẻ biết gì
Lòng mẹ đau đớn ê chề xiết bao
Đớn đau lòng mẹ ra sao
Tha phương năm đói lao đao cơ hàn
Mùa màng làng khác tốt hơn
Gạo ăn cũng rẻ đầy tràn nơi nơi
Làng xưa đành đoạn xa rời
Miễn sao cứu sống cầm hơi giữa đời
Làm thuê kiệt sức tàn hơi
Cũng không nuôi nổi bốn người đáng thương

Ăn mày độ nhật dọc đường
Chỉ là tạm bợ lang thang kiếp này
Thấy ngay trước mắt nơi đây
Xác vùi ngòi rãnh lấy nhầy mà kinh
Sói xơi máu thịt tan tành
Mẹ dầu có chết cũng đành sá chi
Vỗ về con trẻ tái tê
Đau lòng đứt ruột mà nghe dâng trào
Xót lòng lạ nỗi đớn đau
Mặt trời vàng vọt úa sầu hôm nay
Bàng hoàng gió lạnh về đây
Người đi run rẩy buồn thay vật vờ
Đêm qua nơi trạm Tây Hà
Khoe khoang bày tiệc xa hoa vô vàn
Gân hươu vây cá tràn lan
Heo ngon dê béo đầy bàn ngổn ngang
Trưởng quan biếng gắp chán chường
Kẻ hầu nếm mút chẳng màng xé nhai
Chó bên hàng xóm trong ngoài
Cao lương ngán ngẩm ngửi hơi quay đầu
Trên đường ai thấy trước sau
Mẹ con khốn khổ đớn đau ăn mày
Có ai họa bức tranh này
Dâng vua một kiếp đọa đày thế nhân

廣濟記勝

江南湖北地相鄰
日日繁華不記春
玉笛樓頭天上曲
垂楊門外畫中人
漆盆浴店傾肥皁
玉手胡姬膾細鱗
欲典鷫鸘謀一醉
奈何頭已白如銀

245. Quảng Tế ký thắng

Dịch nghĩa: Ghi lại cảnh đẹp ở Quảng Tế[1]

Giang Nam và Hồ Bắc giáp ranh nhau. Ngày nào cũng là cảnh phồn hoa nên chẳng nhớ đến mùa xuân. Sáo ngọc trên lầu thổi khúc nhạc từ trên trời. Cây thùy dương ngoài cửa đẹp như người trong tranh. Chậu sơn trong nhà tắm đầy tràn xà phòng thơm. Gái người Hồ, tay ngọc thái nhỏ cá làm gỏi. Áo cừu túc sương[2] *muốn cầm để mua lấy một cuộc say. Khốn thay tóc trên đầu đã bạc phơ, biết làm sao đây.*

---

[1] *Quảng Tế*: tên một huyện thuộc tỉnh Hồ Bắc, trên sông Trường Giang.

[2] *Túc sương*: tên một loài chim lông đẹp, có thể chế làm áo cừu. Theo *Tây Kinh tạp ký*, Tư Mã Tương Như cùng vợ là Trác Văn Quân về Thành Đô (Tứ Xuyên), nghèo túng, phải cầm áo cừu *túc sương* lấy tiền mua rượu uống cho đỡ buồn.

Dịch thơ

Ghi lại cảnh đẹp ở Quảng Tế

Giang Nam Hồ Bắc rất gần
Phồn hoa quên lãng mùa xuân bao ngày
Lầu cao sáo ngọc đắm say
Du dương nhạc khúc trên mây ngất trời
Thùy dương trước cửa buông lơi
Như tranh người đẹp tuyệt vời mộng mơ
Ngất ngây nhà tắm bồn hoa
Xà phòng dào dạt gần xa thơm lừng
Nàng Hồ tay ngọc ung dung
Thái cá làm gỏi không ngừng khéo thay
Túc sương muốn đổi áo này
Rượu ngon đầy chén uống say ngất trời
Ngẩn ngơ tiếc nuối bồi hồi
Tóc nay bạc trắng ngậm ngùi ngẩn ngơ

途中偶興

山下喬松松下墳
纍纍都是古時人
自由自在不知死
花落花開無限春
伏臘子孫空酹[1]酒
世間富貴等浮雲
百年到底皆如是
回首芒芒一片塵

246. Đồ trung ngẫu hứng

Dịch nghĩa: Dọc đường ngẫu hứng

Dưới chân núi có thông cao, dưới tàn thông là mồ mả. Ngổn ngang chồng chất đều là người thời xưa. Tự do tự tại không biết mình đã chết. Hoa rụng, hoa nở, mùa xuân dài vô hạn. Đến tiết phục, lạp[2], con cháu dốc cạn rượu tưới xuống đất. Trong cõi trần gian, giàu sang như mây nổi. Trăm năm rốt cuộc cũng đều như thế. Ngoảnh đầu nhìn lại chỉ thấy một đám bụi mịt mù.

---

1 酬

2 *Tiết Phục, lạp*: *phục* là tiết thuộc mùa hạ; *lạp* là tiết chạp mùa đông. Ở Trung Hoa, hàng năm, đến hai tiết này người ta thường làm lễ tế mồ mả tổ tiên, rót rượu xuống đất để xin phù hộ.

Dịch thơ

Đọc đường ngẫu hứng

Thông cao chân núi gần xa
Dưới thông chồng chất đều là cổ nhân
Tự do tự tại cõi trần
Nào hay mình chết xa gần bấy lâu
Hoa rơi hoa nở trước sau
Mùa xuân bất tận sắc màu không phai
Phục Lạp ngày lễ theo thời
Rượu đầy tưới cạn kính mời tổ tiên
Giàu sang phú quý thế gian
Chỉ như mây nổi rồi tan giữa trời
Trăm năm vẫn thế chuyện đời
Ngoảnh đầu cát bụi mù trời mênh mông

黃州竹樓

合圍巨竹遍郊衢
曾有前人建此樓
舊址何時成白地
遺文從古記黃州
後人徒有千年感
當日曾無隔歲謀
惟有長江巧收拾
一成一毀盡東流

247. Hoàng Châu trúc lâu

Dịch nghĩa: Lầu trúc ở Hoàng Châu[1]

Những bụi trúc lớn mọc khắp mọi nơi. Người thời trước[2] *đã từng dựng nên tòa lầu này. Từ thuở nào nền cũ đã thành đất hoang. Chỉ còn lại bài ký*[3] *ghi chép về việc dựng lầu Hoàng Châu. Người đời sau xúc cảm chuyện của ngàn năm trước. Đương thời đâu ai tính toán đến việc năm sau*[4]*. Chỉ có dòng sông Trường Giang khéo thu xếp. Bên bồi bên lở tất cả chảy về biển đông.*

---

[1] *Hoàng Châu*: vùng đất thuộc tỉnh tỉnh Hồ Bắc.

[2] *Người thời trước*: chỉ ông Vương Vũ Xứng, nhà thơ đời Tống, khi bị trích đến Hoàng Châu, có làm cái lầu bằng trúc tại đây.

[3] *Bài ký* (di văn): Vương Vũ Xứng sau khi dựng lầu xong có làm ký nhan đề là *Hoàng Châu trúc lâu ký*.

[4] Trong bài ký trên, có cho biết "Chưa biết sang năm lại đi nơi nào, há sợ lầu trúc này để hỏng nát sao?".

Dịch thơ

Lầu trúc ở Hoàng Châu

To cao bụi trúc bạt ngàn
Mọc lên chen chúc lan tràn tứ phương
Tiền nhân thuở trước đã từng
Tòa lầu xây dựng dọc ngang chốn này
Thuở nào nền cũ nơi đây
Trở thành bãi đất ngày nay hoang tàn
Vẫn còn bài ký chứa chan
Hoàng Châu xây cất nơi miền đất xưa
Người sau cảm động thiết tha
Việc ngàn năm cũ người xưa dãi dầu
Đương thời thuở ấy biết đâu
Tính gì đến chuyện năm sau thế nào
Trường Giang khéo léo thu vào
Bên bồi bên lở dạt dào biển đông

黃梅山上村

山下有長松
山上有遙村
山下長松梢
正當山上門
門内所居人
窮年何所為
女事惟績麻
其男業耘耔
耘耔苟得閒
下山伐松枝
聊以足官稅
不事書與詩
催租一不到
雞犬皆熙熙
密石礙車馬
雜花當歲時
山外興與廢
山中皆不知
算來一年中
所憂無一時
所以山中人
人人皆期[1]頤
松花柏子肯許食
白頭去此將安歸

---

1 耆

248. Hoàng Mai sơn thượng thôn

Dịch nghĩa: Thôn xóm trên vùng núi Hoàng Mai[1]
Dưới chân núi có khóm tùng cao. Trên núi có xóm xa xa. Ngọn tùng cao vút dưới chân núi. Vươn cao ngang tầm cổng trên núi. Những người ở trong cổng ấy. Quanh năm làm việc gì. Việc đàn bà chỉ là xe sợi gai. Việc đàn ông là cầy cấy. Cầy cấy xong, lúc nhàn rỗi. Xuống núi chặt cành tùng. Kiếm cho đủ tiền thuế nộp cho quan. Không màng học Thi, Thư. Quan đòi thuế mà không đến. Gà chó vui sướng hớn hở. Đá chen lấp đầy cản lối xe ngựa. Các loại hoa báo từng mùa trong năm. Sự hưng phế bên ngoài núi. Người ở trong núi đều không hay biết. Tính lại suốt cả năm. Chẳng bao giờ lo âu. Cho nên người trong núi. Người người sống trường thọ. Hoa tùng quả bách mà ăn được. Khi bạc đầu, không về đây thì còn về đâu nữa.

Dịch thơ

Thôn xóm trên vùng núi Hoàng Mai

Vút cao dưới núi rặng tùng
Xóm thôn trên núi trập trùng xa xôi
Ngọn tùng dưới núi chơi vơi
Vươn lên cao tận cổng ngoài núi non
Người bên trong cổng xóm thôn
Quanh năm làm lụng quây quần gì đây
Đàn bà xe chỉ sợi gai
Đàn ông cày cấy miệt mài ruộng nương
Lúc nhàn cày cấy đã xong
Theo nhau xuống núi chặt tùng đốn cây

---

[1] *Hoàng Mai*: núi ở huyện Hoàng Mai, thuộc tỉnh Hồ Bắc.

Kiếm tiền nộp thuế chốn này
Thi thư kinh sách cho hay chẳng cần
Thuế quan không đến một lần
Chó gà hể hả mừng rơn rộn ràng
Đá chen dày đặc ngổn ngang
Ngựa xe chặn lối lấp đường về đâu
Muôn hoa khoe sắc trước sau
Tùy thời loan báo theo nhau bốn mùa
Bên ngoài dãy núi từ xưa
Biết bao hưng phế trải qua trên đời
Bên trong dãy núi bao người
Chẳng hề hay biết chuyện đời đổi thay
Một năm tính lại cho hay
Có bao giờ thấy một ngày lo âu
Người sống trong núi bấy lâu
Vẫn luôn bình thản sống lâu trọn đời
Hoa tùng quả bách của trời
Nếu là lương thực cho người dưỡng thân
Đến khi đầu bạc thân tàn
Còn về đâu nữa cõi miền này đây

黃梅道中

吳山行已遍[1]
楚山來更多
到得青山盡
其如白髮何
衡岳雪初霽
洞庭春始波
計程在三月[2]
猶及薔薇花

249. Hoàng mai đạo trung

Dịch nghĩa: Trên đường Hoàng Mai[3]
Núi nước Ngô[4] *đã đi khắp. Đến nước Sở*[5]*, núi càng nhiều thêm. Đến được chỗ tận cùng núi xanh. Đầu bạc biết sao bây giờ. Đến Hành Dương, Nhạc Dương*[6]*, tuyết vừa tạnh. Hồ Động Đình, nước xuân gợn sóng. Tính đường đi, tháng ba là về tới. Còn kịp thấy hoa tường vi nở.*

Dịch thơ

Trên đường Hoàng Mai

Vượt qua muôn núi nước Ngô
Núi non nước Sở nhấp nhô muôn trùng

---

[1] 過
[2] 三月墓
[3] Xem chú số 1, Bài 248.
[4] *Núi nước Ngô*: núi thuộc các tỉnh Giang Tô, Chiết Giang, An Huy.
[5] *Núi nước Sở*: núi thuộc các tỉnh An Huy, Hồ Bắc, Hồ Nam.
[6] *Hành Dương* ở Hồ Nam. *Nhạc Dương* ở Hồ Bắc.

Núi xanh ghé đến tận cùng
Bạc phơ mái tóc chạnh lòng hoang mang
Hành Dương rồi đến Lạc Dương
Tuyết vừa ngưng đổ dặm đường gần xa
Động Đình hồ rộng bao la
Nước xuân gợn sóng lững lờ chơi vơi
Ước chừng ba tháng đến nơi
Hoa tường vi nở một trời ngất ngây

舟發

去[1]遍東南路
匆匆歲欲遒
使從江漢[2]口
來泛洞庭舟
人比來時瘦
江同去日秋
鶴樓成詠處
白雲空悠悠

---

[1] 走
[2] 漢江

250. Chu phát

Dịch nghĩa: Thuyền ra đi

Đi khắp đường đông nam. Thấm thoát một năm đã gần hết. Thuận theo cửa sông Giang Hán. Dong thuyền qua hồ Động Đình. Người gầy hơn so với ngày mới đến. Cảnh sông vào mùa thu vẫn như ngày xưa. Ở chỗ vịnh thơ lầu Hoàng Hạc[1] cũ. Mây trắng vẫn lững lờ trôi[2].

Dịch thơ

Thuyền ra đi

Đông nam đi khắp nẻo đường
Một năm sắp hết vội vàng qua đi
Cửa sông Giang Hán nẻo về
Động Đình thuyền lướt trôi đi bềnh bồng
Ngày nào ghé đến ruổi rong
Mà nay gầy guộc chạnh lòng khác xưa
Trên sông cảnh sắc nên thơ
Vẫn như ngày ấy thu xưa êm đềm
Nơi lầu Hoàng Hạc vịnh ngâm
Lững lờ mây trắng xa xăm cuối trời

---

[1] *Lầu Hoàng Hạc*: xem chú số 3, Bài 170.

[2] Ý thơ *Hoàng Hạc lâu* của Thôi Hiệu: “白雲千載空悠悠” (Ngàn năm mây trắng vẫn còn trôi lững lờ).

T

MỤC LỤC

www.ingramcontent.com/pod-product-compliance
Lightning Source LLC
LaVergne TN
LVHW032021041026
849517LV00008B/2694